भाग ३

लक्ष्मीकांत देशमुख यांचे कादंबरीविश्व

कादंबरीचे लोकशाहीकरण

महेंद्र कदम

"कादंबरी आणि लोकशाही यांच्या संबंधांचा विचार करताना एक गोष्ट लक्षात घेणं गरजेचं आहे व ती म्हणजे लोकशाही ही फक्त एक राजकीय व्यवस्था आणि शासनपद्धती नाही. तो सहिष्णुतेची संस्कृती, इतरांविषयी आदरभाव, एकमेकांतील अंतराचा स्वीकार, विचारांच्या अनेकतांचा आदर, आविष्कार स्वातंत्र्य, संवादाची तत्परता यांचा विकास करणारी मानसिकता आहे. लोकशाहीची ही वैशिष्ट्ये कादंबरीचा स्वभाव व तिची संरचना यात अनुस्यूत असतात. आणि तीही अशाच मानसिकतेची निर्मिती करते. ती व्यक्तीच्या स्वातंत्र्यासोबत समाजहितही लक्षात घेते, जो लोकशाहीचा अनिवार्य असा गुण आहे" - मॅनेजर पांडेय *

लक्ष्मीकांत देशमुख यांनी 'सलोमी' (१९९१), 'अंधेरनगरी' (१९९४), 'इन्किलाब विरुद्ध जिहाद' (२००२), 'ऑक्टोपस' (२००८), आणि 'हरवलेले बालपण' (२०१४) या पाच कादंबऱ्यांच्या माध्यमातून आपली लेखकपणाची भूमिका मांडली आहे. या कादंबऱ्या साधारणपणे १९९१ नंतर म्हणजे जागतिकीकरण सुरू झाल्यानंतर प्रकाशित झाल्या आहेत. असे असले तरी त्यांची कादंबरी वेगळे भावविश्व घेऊन अवतरते. पाचही कादंबऱ्यांचे आशय भिन्न असले तरी 'सलोमी' या कादंबरीचा अपवाद वगळता चारही कादंबऱ्यांमध्ये राजकारण - म्हणजे शासन आणि प्रशासन हे दोन केंद्रबिंदू म्हणूनच येताना दिसतात. या शासन - प्रशासनाचा थेट संबंध लोकशाहीशी येत असल्यामुळे मॅनेजर पांडेयचे विधान आपण येथे नोंदवले आहे. मॅनेजर पांडेय कादंबरीचा लोकशाहीशी संबंध जोडून दाखवतात; तसा लक्ष्मीकांत देशमुखांच्या कादंबऱ्यांचा लोकशाही व्यवस्थेशी काही संबंध आहे का? तो आहे तर कोणत्या प्रकारचा आहे? या प्रश्नांचा शोध या ठिकाणी घ्यावयाचा आहे. अर्थात हे प्रश्न उपस्थित होण्याचे कारण त्यांच्या कादंबऱ्यांमधले

भावविश्वच त्याला कारणीभूत आहे, हे लक्षात घ्यावे लागते.

वरील प्रश्नांची उत्तरे शोधण्यापूर्वी त्यांच्या कादंबऱ्यांचा आशय पाहाणे उचित ठरेल. 'सलोमी' या लघुकादंबरीत मुस्लीम समाजात स्त्रीवर जो अन्याय होतो, त्याचे चित्रण आहे. सलोमी ही कॉलेजयुवती मुस्लीम समाजाचा सिनेमाबंद आदेश डावलून मैत्रिणींना सिनेमाला घेऊन जाते. त्यामुळे चिडून जाऊन तिचे वडील व्यसनी तरुणाशी लग्न लावतात. तो तिला सोडून देतो. पुन्हा घरी आल्यावर धाकट्या बहिणीच्या लग्नाचा प्रश्न निर्माण झाल्यावर ती अरबाशी दुसरा निकाह लावून स्वत:ला समस्येच्या गर्तेत घेऊन जाते. 'सलोमी' मधीलच 'दिलीप' या दुसऱ्या लघु कादंबरीत अस्पृश्यांच्या छळाची मानसिक चित्रे येतात. उच्चशिक्षित असूनही दिलीप आणि त्याची मैत्रीण मारीया (निग्रो) वर्णभेदाची आणि जातिभेदाची शिकार होतात. 'अंधरेनगरी'मध्ये नगरपालिकेचे राजकारण चित्रित झाले आहे. पक्षांतर्गत राजकारणात पाटील, शफी हे कसे एकमेकांवर कुरघोड्या करतात आणि त्यात प्रशासकीय अधिकाऱ्यांना कसे वापरून घेतात, याचे चित्रण आहे. लालाणी आपली सत्ताकांक्षा पूर्ण करण्यासाठी स्वच्छ प्रतिमेच्या मागे मुख्याधिकाऱ्यास अडचणीत आणून स्वत:ची पोळी भाजून घेतात. फायद्यासाठी सगळे पक्ष एकमेकांना कसे सांभाळून घेतात याचे मर्मभेदी चित्रण हा कादंबरी करते.

'इन्किकलाब विरुद्ध जिहाद' ही कांदबरी अफगाणच्या रक्तरंजित इतिहासावर आधारित आहे. रशिया आणि अमेरिका यांच्या शीतयुद्धाच्या काळात अफगाणसारख्या देशाची कशी फरफट होते याचे चित्रण करणारी ही कादंबरी मुस्लिमांच्या अंतर्गत प्रश्नांनाही भिडते. अन्वर, तराकी, अमीन, गुल, प्रा. करीमुल्ला, डॉ. अनाहिता, जमीला, सलमा आदी पात्रांच्या माध्यमातून तालिबान, अल कायदासारख्या संघटना कशा जन्माला आल्या, त्यांना कसा विरोध झाला, मुस्लिमांची मूळची कट्टर धर्मांधता, मार्क्सवाद, पाश्चात्त्य भांडवलशाही, अफगाणचे दारिद्र्य, मागासलेपण या साऱ्यांमुळे अफगाण, पाकिस्तानसारखी राष्ट्रेच केवळ अडचणीत आलीत असे नाही; तर संपूर्ण जगच दहशतवादाच्या छायेत कसे वावरत आहे, याचा प्रत्यय ही कादंबरी देते. 'ऑक्टोपस'ही कादंबरी जिल्हाधिकारी आनंद पाटील आणि भगवान काकडे (तलाठी) यांच्या जीवनकहाणीतून महसुलातल्या भ्रष्टाचाराचे चित्रण करते. प्रशासनव्यवस्था भ्रष्टाचाराने कशी पोखरली आहे; आणि त्यामुळे आनंदसारख्या प्रामाणिक जिल्हा दंडाधिकाऱ्यालाही कशा तडजोडी कराव्या लागतात याचे तपशील ही कादंबरी देते.

'हरवलेले बालपण' ही कादंबरी अरुण पालिमकर आणि कलेक्टर मनीष दवेच्या माध्यमातून बालमजुरीवर प्रकाश टाकते. बालमजुरीची प्रथा बालपणच

संपवते असे नाही; तर संपूर्ण आयुष्यात पोखरून टाकणारी, शारीरिक, लैंगिक शोषण करणारी प्रथा असल्याचे या कादंबरीच्या निमित्ताने लक्ष्मीकांत देशमुख नोंदवतात.

या सर्वच कादंबऱ्यांच्या आशयसूत्रांचा विचार करताना प्रमुख गोष्ट लक्षात येते ती शोषण. कादंबऱ्यांचे नायक बहुतांशी उच्चकुलीन, श्रीमंत, उच्चवर्णीय, अधिकारी श्रेणीचे आहेत. तरीही कादंबरीचा केंद्रबिंदू 'शोषणाला नकार' हा आहे. 'सलोमी' स्त्रीशोषणाला, लैंगिक शोषणाला नकार देते. 'दिलीप' जातीय शोषणाला आणि भोगवादाला नकार देतो. अन्वर, डॉ. अनाहिता (इन्किलाब...) मुस्लीम कट्टरपंथीय शोषणाला नकार देतात. भांगे मुख्याधिकारी (अंधेरनगरी) राजकीय आणि प्रशासकीय भ्रष्ट व्यवस्थेला नकार देतात. आनंद पाटील (ऑक्टोपस) आपले स्खलन थांबवण्यासाठी कलेक्टरपदाचा राजीनामा देऊन भ्रष्ट व्यवस्थेचा भाग होण्यास नकार देतात. अरुण पालिमकर स्वत:चे बालपणी झालेले शोषण लक्षात घेऊन आयुष्यभर बालमजुरीच्या प्रथेविरुद्ध लढा देतात. 'सलोमी' आणि 'दिलीप' वगळता शोषितांची भूमिका जगणारी मुख्य पात्रे लक्ष्मीकांत देशमुखांच्या कादंबरीत फारशी आढळत नाहीत. परंतु ज्या मुख्य व्यक्तिरेखा अधिकारी, राजकारणी, सत्ताधीश आहेत त्यांच्याकडून शोषणाला नकार देण्याचा प्रयत्न सातत्याने प्रत्येक कादंबरीत दिलेला दिसतो; आणि हे त्यांच्या कादंबऱ्यांचे लक्षणीय यश आहे. आपण शोषित, पीडित नाही आहोत. अधिकारी, राजकारणी आहोत. उच्चकुलीन आहोत याचे भान जपूनही ही पात्रे शोषणाच्या विरोधात ठामपणे उभी राहतात. प्रसंगी प्रवाहपतित होतातही. परंतु ती पुन्हा फिनिक्सप्रमाणे उभारी घेऊन लढायला सिद्ध होतात.

मॅनेजर पांडेयचे विधान अधोरेखित करण्याचे महत्त्वाचे कारण लक्ष्मीकांत देशमुख यांच्या कादंबऱ्यांमधून लोकशाहीच्या बळकटीकरणाची प्रक्रिया होताना दिसते. लोकशाहीचे जे शासन, प्रशासक, न्यायव्यवस्था व प्रसारमाध्यमे हे चार महत्त्वाचे आधारस्तंभ आहेत. या चार स्तंभावरती जी भारतीय लोकशाही उभी आहे, त्या स्तंभांचा लोकशाही बळकटीकरणात किती प्रभावी वापर झाला आहे, याची चिकित्सा देशमुख करताना दिसातत. 'सलोमी' या कादंबरीचा अपवाद सोडला तर पुढच्या चारही कादंबऱ्यात लोकशाहीच्या भल्या-बुऱ्याची चिकित्सा केलेली आहे. लोकशाहीने जे घटनादत्त अधिकार माणसाला प्राप्त झाले त्यांचा वापर प्रत्येक राजकारणी आणि प्रशासकीय अधिकारी स्वार्थासाठी कसा करून घेतो याचे प्रभावी चित्रण 'अंधेरनगरी'त आहे. नगरपलिकेला जर उत्तम प्रशासन करणारा एखादा मुख्याधिकारी मिळाला तर शहराचा चेहरा-मेहरा बदलू शकतो याचे चित्रण या कादंबरीत आले आहे. परंतु असा प्रशासक या व्यवस्थेला चालत नाही. मग त्याची बदली अडचणीच्या आदिवासी किंवा नक्षलग्रस्त भागात करून त्याला

शिक्षा दिली जाते. मग आपोआपच लोकशाहीचा एकेक चिरा ढासळू लागतो. शासन आणि प्रशासनाने लोकशाहीला किती विकृत रूप दिले आहे, याचा प्रत्यय ही कादंबरी देते. जर आपण आपली कर्तव्ये प्रामाणिकपणे बजावली तर कुणावर अन्याय होणार नाही. झाला तर मग 'ऑक्टोपस'मधल्या भगवान काकडेसारख्या प्रामाणिक माणसाचे आयुष्य उद्ध्वस्त होऊन जाते. त्यातून काकडे पुन्हा सावरतो; पण भ्रष्ट व्यवस्थेचा भाग बनण्याशिवाय त्याच्याकडे कसलाच पर्याय उरत नाही. निलंबित झालेला तलाठी भविष्यात अव्वल कारकून होऊन महत्त्वाच्या पदावर कार्यरत होतो व भ्रष्ट व्यवस्थेला कंटाळून आनंदसारखा कलेक्टर आपल्या पदाचा राजीनामा देतो. भ्रष्ट व्यवस्थेचा केवळ राजकारणावर किंवा समाजकारणावर परिणाम होत नाही; तर तो शिक्षणावर आणि बालमनावरही होतो याचे प्रत्त्यंतर 'ऑक्टोपस'मध्ये येते. भगवानचा मुलगा आणि एस.पी.ची मुलगी या भ्रष्ट व्यवस्थेच्या शिकार बनतात. याचे अधिक प्रभावी चित्रण 'हरवलेले बालपण' मध्ये सापडते. बालमजुरीमुळे एकेक पिढ्याच्या पिढ्या कशा बाद होतात आणि अकाली मृत्यूला बालपणीच कसे सामोरे जावे लागते, याचे चित्रण करताना देशमुखांनी महाराष्ट्र आणि बिहारमधील बालमजुरीचा प्रश्न अत्यंत गांभीर्याने हाताळला आहे. बालमजुरांच्या खरेदीची आंतरराज्यीय टोळी किती विकृतपणे बालकांचे आयुष्य संपवून टाकते आहे, याचे चित्रण करताना देशमुख प्रशासकीय व्यवस्थेवर बोट ठेवतात. बालकांच्या पुनर्वसनाचा कायदा व विभाग असतानाही ही व्यवस्था किती बेजबाबदारपणे काम करून बालकांचे बालपणच कसे संपवून टाकते, याची चिकित्सा केली आहे. एखाद्या गुंडापुढे राजकारणी आणि मग राजकारण्यांच्या माध्यमातून प्रशासकीय व्यवस्था कशी झुकते आणि त्यातून बालमजुरीचा प्रश्न कसा गंभीर बनत जातो, याचे अत्यंत तपशिलात चित्रण ही कादंबरी करते.

या कादंबऱ्या केवळ शोषणाचे चित्र नोंदवून थांबत नाहीत; तर भारतीय लोकशाही प्रणालीमध्ये प्रत्येक शोषणप्रकाराला उत्तर आहे आणि पर्यायही आहेत. पण ते राबवण्याची मानसिकता या व्यवस्थेमध्ये उरली नसल्याचे लक्ष्मीकांत देशमुख नोंदवतात. ही नोंद करताना ते एका अर्थाने लोकशाही व्यवस्थेचे मजबूत दुवे काय आहेत, याची नोंद करायला विसरत नाहीत. अंतिमत: लोकशाही ही सामान्य माणसांच्या कल्याणासाठीची प्रक्रिया आहे, ती विसरून चालणार नाही. याचे समग्र भान असणारे देशमुख आपल्या कादंबरी लेखनातून लोकशाहीच्या बळकटीकरणाची प्रक्रिया तर नोंदवतातच; परंतु कांदबरीचे अधिकाधिक लोकशाहीकरण करतात.

'इन्किलाब विरुद्ध जिहाद' ही कांदबरी जरी अफगाणिस्तानचा रक्तरंजित इतिहास अधोरेखित करीत असली तरी धर्मांधता, हुकूमशाही यामुळे केवळ एक देशच नव्हे; तर संपूर्ण जागतिक व्यवस्था कशी अडचणीत येऊ शकते, याची मांडणी ही कादंबरी

करते. मूळच्या मुस्लीम समाजातील उच्च-नीचतेच्या कसोट्या, स्त्रियांचे सर्वांगीण शोषण, अतिधर्मांधता यामुळे दहशतवाद कसा जन्म घेतो याचे अत्यंत सूक्ष्मपणे चित्रण करणारी ही कादंबरी मराठीतली महत्त्वपूर्ण कादंबरी आहे. अफगाण, पाकिस्तान, रशिया, अमेरिका यांच्या संबंधामुळे आणि शीतयुद्धामुळे जसे जग धोक्यात आले; तसेच मार्क्स-लेनिनच्या सर्वांगीण क्रांतीतील रक्तरंजितपणामुळे समाजवादही धोक्यात आला. संशय बळावला. राजकारणाने हिडीस रूप घेतले. आंतरराष्ट्रीय पातळीवर दहशतवादाची पाळेमुळे रोवली गेली. या सगळ्यांस कारणीभूत आहे सर्वांगीण विकासाचा अभाव. आणि हा सर्वांगीण विकास फक्त लोकशाही प्रणालीमध्ये अवतरू शकतो. म्हणूनच एका भारतीयाला अफगाणचा विषय हाताळावा वाटणे यातही देशमुखांची लोकशाही व्यवस्थेवरची प्रगल्भ जाण आणि विश्वास व्यक्त होतो. अफगाणमधले चित्रण करताना मार्क्सवादसुद्धा एकांगी कसा राहतो, याचीही चिकित्सा देशमुख करतात. आंतरराष्ट्रीय पातळीवरचा विषय हाताळताना देशमुखांनी अत्यंत तटस्थपणे आणि तितक्याच तीव्र संवेदनशीलतेने हाताळला आहे. पृष्ठसंख्या जास्त असल्यामुळे पुनरुक्ती झाल्यासारखी वाटत असली तरी अत्यंत सूक्ष्म तपशिलांमधून दहशतवाद व धर्मांधता कशी वाढीस लागते; माणसांचे स्वार्थ आणि अविवेकी, एकांगी विचार विवेक कसा संपवून टाकतात याचे नेमके तपशील ही कादंबरी देते. याही कादंबरीत अधिक प्रकाश शासन आणि प्रशासनावरच आहे. या दोन प्रणालींमुळे संपूर्ण व्यवस्था कशी मोडकळीस येते, याचे प्रत्यंतर ही कादंबरी देते.

देशमुखांच्या कादंबऱ्यांमधील पात्ररचनाही लक्षणीय आहे. 'सलोमी' एक शोषित मुस्लीम तरुणी आहे. आपले स्त्री म्हणून मानसिक, शारीरिक आणि लैंगिक शोषण कसे झाले हे सांगताना कोणताही आडपडदा ठेवीत नाही. तीच दिलीपची तऱ्हा. आपल्यावर होणारे जातीय अन्याय तो स्पष्टपणे नोंदवतो. पण त्याचवेळी याच भारतीय व्यवस्थेत राहूनच तिला धक्के द्यायचे नक्की करतो. 'अंधेरनगरी' ही संपूर्ण व्यक्तिरेखाच बनून येते. राजकीय व्यक्ती ह्या नगरीचे लचके सगळीकडून कसे तोडतात याचे चित्रण करताना जी पात्रे येतात ती काळ्या अथवा पांढऱ्या रंगात रंगवली जात नाहीत; ती स्वाभाविकपणे येतात. पण 'अंधेरनगरी'त पात्रांची इतकी गर्दी होते की, त्या गर्दीत एक चांगला विषय हरवून बसतो. एखादे पात्र वाचक म्हणून लक्षात येईपर्यंत लगेच दुसरे नवीन पात्र अवतरते. त्याचा तपशील गोळा करेपर्यंत तिसरे अवतरते. या पात्रांच्या मालिकेमुळे कादंबरी निम्म्याच्या पुढे जाईपर्यंत वाचकांच्या हाती येत नाही. आणि एखादे नवीन पात्र आले की त्याला साकारताना लागणारे तपशील लगेच भरत राहिल्यामुळे कादंबरीची गुणवत्ता उणावत जाते. ही कादंबरी पात्रांच्या गर्दीमुळे गांभीर्य हरवून बसते. अगदी शेवटी-शेवटी ती वाचकांची पकड घेते. हीच तऱ्हा 'इन्किलाब

विरुद्ध जिहाद' या कादंबरीत झाली आहे. राष्ट्राध्यक्ष, पंतप्रधान, मंत्री, वगैरेंचे प्रतिनिधित्व करणाऱ्या व्यक्तिरेखा सामान्यच वाटायला लागतात. मुळात त्या उंचीवर आणि अधिकारपदावर काम करणाऱ्या व्यक्तींचे सादरीकरण त्यांच्या पेशाला शोभेल असे जाणवत नाही. कादंबरीचा आशय अत्यंत उत्तम आहे; परंतु पात्रांच्या सामान्यीकरणामुळे आणि गर्दीमुळे पुन्हा याही कादंबरीची गुणवत्ता उणावत जाताना दिसते.

'ऑक्टोपस'मध्ये मोजक्याच आणि प्रभावी व्यक्तिरेखा आहेत. (याचा अर्थ असा नव्हे की, कादंबरीत अधिक व्यक्तिरेखा असू नयेत. असाव्यात पण त्या आशयाशी एकनिष्ठ होताना वाचकांच्या मन:पटलावरही आकार घेणाऱ्या असाव्यात.) कलेक्टर, मंडल अधिकारी आणि प्रशासनातील कर्मचारी यांच्याभोवती फिरणारी ही कादंबरी पात्रांचे नेमके तपशील नोंदवते. त्यांचे अंतर्बाह्य तपशील नेमकेपणाने आलेले आहेत. आनंद आणि भगवानची होणारी मानसिक कोंडी प्रभावीपणे नोंदली गेली आहे. प्रामाणिक भगवान मुलाच्या मानसिकतेपुढे आणि त्याच्या शिक्षणासाठी कसा स्खलनशील बनतो याचे जसे नेमके चित्रण आले आहे. तसेच स्वत:ची स्खलनशीलता वाचवण्यासाठी आनंद नोकरीचा राजीनामा देतो याचेही प्रभावी चित्रण आले आहे. या सगळ्या द्वंद्वात व्यक्तिरेखांची मानसिक अवस्था काय असते याचेही तपशील ही कादंबरी देते.

'हरवलेले बालपण'मध्ये मात्र अनेक परिणामकारक बालव्यक्तिरेखा आल्या आहेत. अरुणदादापासून अनेक बालकामगार आपापल्या ओळखीसह कादंबरी उठून दिसतात. 'स्वप्नभूमी'ला साकार करणारे धाब्यावरील दोन बालकामगार जसे प्रभावी ठरतात तसे फटाक्यांच्या कारखान्यातील स्फोटात मृत्यू पडलेला बालक असो किंवा जरीकामाच्या कारखान्यातील आजारपणामुळे मृत्यू पावलेला मुस्लीम बालक असो किंवा अरुणची बहीण असो; या सगळ्या व्यक्तिरेखा बालमजुरीचे विदारक वास्तव मांडण्यात यशस्वी झालेल्या आहेत. अरुण वयाने मोठा झाला तरी तो बालकांच्या प्रश्नांनी बाल राहतो, हे या व्यक्तिरेखेचे लक्षणीय यश आहे. तो आपल्या भूमिकेपासून तसूभरही ढळत नाही.

भाषा आणि निवेदनाच्या अंगाने देशमुखांच्या कादंबऱ्यांचा विचार करताना त्यांचे एक वेगळेपण ठळकपणे लक्षात येते, ते म्हणजे त्यांची भाषेवर आणि सांस्कृतिक तपशिलावर असलेली पकड. हिंदू आणि मुस्लीम अशा दोन्ही धर्मांच्या सामाजिक-सांस्कृतिक परंपरा, चालीरीती, वारसा त्यांना जसा नीटपणे माहीत आहे; तसाच भाषिक भानाचाही संदर्भ त्यांना नीट अवगत आहे. मुस्लीम धर्माचे, संदर्भाचे चित्रण करताना देशमुखांच्या निवेदानात मुस्लीम भाषेचे अनेक संदर्भ सहजपणे डोकावताना दिसतात. तीच भाषा जेव्हा प्रशासकीय निवेदन करू लागते तेव्हा कशी प्रमाण, इंग्लिशमिश्रित आणि प्रजासकीय भाषा बनते, हे पाहण्यासारखे

आहे. प्रशासकीय भाषेची संदर्भबहुलता हा देशमुखांच्या कादंबऱ्यांचा खास विशेष आहे. मुस्लीम-हिंदू परंपरांनी आणि प्रशासकीय संदर्भांनी बहुश्रुत बनलेली त्यांची भाषा उघड्यावाघड्या आणि स्पष्ट संवादाने संपृक्त बनत जाताना दिसते. आवश्यक तेथे, आवश्यक तेवढी भाषिक स्पष्टता लक्ष्मीकांत देशुखांनी बाळगली आहे. त्यामुळे त्यांच्या कादंबऱ्यांचे निवेदन परिणामकारक बनते. अनावश्यक निवेदनाला फाटा दिल्यामुळे व मोजके संवाद असल्यामुळे त्यांच्या कादंबऱ्या वाचनीय बनत जातात.

वेगवेगळ्या आशयसूत्रांना प्रशासकीय भूमिकेतून हाताळल्यामुळे देशमुखांच्या कादंबऱ्या वेगळेपणा घेऊन अवतरतात आणि म्हणून त्या लक्षात राहतात. एकूण मराठी कादंबरीमध्ये आशयसूत्रांचे प्रशासकीय दृष्टीतून चित्रण फार कमी आहे. ती तूट भरून काढण्याचे काम ही कादंबरी करताना दिसते. लक्ष्मीकांत देशमुखांची कादंबरी कोणते विधान करू पाहते असा प्रश्न जेव्हा आपण उपस्थित करू, तेव्हा आपल्या लक्षात येते की, प्रशासनाने लोकाभिमुख होऊन लोकशाहीचे बळकटीकरण केले आणि रांगेतल्या शेवटच्या माणसाला केंद्रस्थानी ठेवले तर भारताचे चित्र वेगळे असेल. अर्थात हे जे विधान आहे ते केवळ आदर्शवादी नाही. त्या विधानासाठी त्यांनी आपल्या पाच कादंबऱ्यांमधून जी तीव्र संवेदनने मांडामांड केली आहे आणि त्या मांडणीतून भ्रष्ट व्यवस्थेवर जो प्रकाश टाकला आहे, त्या प्रकाशातूनच आपणाला त्यांच्या या विधानाची रेषा स्पष्ट दिसते. ही रेषा अधिक ठळक करण्याचे काम त्यांच्या 'हरवलेले बालपण' या कादंबरीने केले आहे, आणि या कादंबरीने त्यांच्यातल्या कादंबरीकाराची वाढही सूचित केली आहे. हे त्यांचे वेगळेपण येथे नोंदवायलाच आहे.

❑

टीप : मॅनेजर पांडेय : कादंबरी आणि लोकशाही : अनुवाद - रंगनाथ पठारे, लोकवाङ्मय मुंबई. प्रथम आवृत्ती २०११

सत्ताकारण व समाजहित यांच्यातील द्वैत

डॉ. अशोक चौसाळकर

मराठी साहित्याचा सर्वच क्षेत्रात चांगल्या प्रकारे विकास व्हावयाचा असेल तर त्यात विविध क्षेत्रात काम करणाऱ्या व्यक्तींनी दान केले पाहिजे; कारण या व्यक्ती जीवनाच्या विविध क्षेत्रात काम करतात व त्या क्षेत्रातील जीवनाचा त्यांना प्रत्यक्ष अनुभव असतो. साहित्याचे जे वेगवेगळे प्रकार आहेत त्यातून हे जीवन- अनुभव आपल्या विविध रसरंगासह, त्यातील अनोख्या अनुभवासह प्रकट व्हावेत अशी प्रा. श्री. म. माटे यांची इच्छा होती व 'भाषाभिवृद्धीची साधने' या आपल्या गाजलेल्या लेखात त्यांनी आपले हे विचार व्यक्त केले होते. ललित वाङ्मयाच्या कथा आणि कादंबरी या विभागात हे अनुभव जास्त अस्सलपणे व विस्ताराने मांडता येतात व गेल्या काही अशा प्रकारचे साहित्य मराठी भाषेमध्ये लिहिले जात आहे आणि जसजसा शिक्षणाचा प्रसार समाजातील उपेक्षित व ?? होत जाईल तसतसे हे प्रमाण वाढेल.

परदेशात राहणारे मराठी भाषिक आता साता समुद्रापलीकडच्या मराठी जीवनाची असवंश आपल्यापुढे आणीत आहे. त्याचप्रमाणे प्रशासकीय सेवेत काम करणारे अधिकारी पण आता मोठ्या प्रमाणात लिहीत आहेत. भारत सासणे, विश्वास पाटील ही त्यातील काही नावे. त्यांच्याबरोबरच लक्ष्मीकांत देशमुख यांचे नाव आपणास घेता येईल. कारण गेल्या वीस-पंचवीस वर्षांत देशमुखांनी कथा आणि कादंबरी वाङ्मयात मोठ्या प्रमाणात भर घातली आहे. देशमुखांच्या लेखन-वैशिष्ट्यांचा अभ्यास प्रस्तुत लेखात त्यांच्या 'अंधेर नगरी' कादंबरीच्या प्रस्तावनेत केला आहे.

त्यांची 'अंधेर नगरी' ही कादंबरी महाराष्ट्रातील स्थानिक स्वराज्य संस्थामध्ये जे राजकारण चालते त्याचे भेदक विवेचन करणारी कादंबरी आहे. ही कादंबरी १९९५ साली प्रत्यक्ष प्रकाशित झाली आणि त्यानंतर १९९९ साली तिची दुसरी आवृत्ती प्रकाशित झाली. या जवळ जवळ २२५ पृष्ठे असणाऱ्या कादंबरीमध्ये मराठवाड्यातील नांदेड शहरात १९८८ ते १९९६ या काळात चाललेल्या नगरपालिकेच्या राजकारणाचे,

विशेषत: सत्तेच्या राजकारणाचे चित्रण करण्यात आले आहे. आज नगरपालिकेला नागरी जीवनात महत्त्वाचे स्थान आहे; कारण नागरिकांच्या रोजच्या नागरी समस्या सोडवण्याचे काम नगरपालिका करते आणि नगरपालिकेचे हे काम जर प्रामाणिकपणे केले नाही तर नगरपालिका शहरास मोठ्या झोपडपट्टीचे रूप देऊ शकतात; कारण व्यापारी, उद्योजक, बिल्डर, व्यावसायिक ?? नगरसेवक नगरपालिका प्रशासनात अनेक वर्षे काम करताहेत. अधिकारी व पत्रकार या सर्वांचा नगरपालिकेच्या विविध निर्बधात वाव असतो. कारण प्रत्येकाचा त्यामागे काही एक स्वार्थ असतो व तो स्वार्थ बाधण्यासाठी धर्म, जात, मागासपणा व इतर अनेक बाबींचा नगरसेवक आणि राजकारणी उपयोग करून घेत असतात. स्वत: देशमुख हे प्रशासकीय अधिकारी होते. आणि प्रशासनातील निर्णय घेण्याची प्रक्रिया, त्यातील नगरपालिकांचे अधिकार व नगरपालिकांची काम करण्याची पद्धत व या सर्वांचे शहरातील राजकारण सत्तारूढ पक्षाचे व विरोधी पक्षाचे राजकारण आणि डाव्यांचे राजकारण यांच्याशी जवळचे संबंध असतात. या आपल्या माहितीचा चांगला उपयोग त्यांनी या कादंबरीत करून घेतला आहे. ही संपूर्णत: सगरपालिकेत चाललेल्या तीन वर्षांच्या सत्तेच्या राजकारणाचे चित्रण करणारी कादंबरी आहे. त्यात वर्णन केलेले स्थानिक नागरी राजकारणाचे चित्र अस्सल असून ते लोकशाहीवर विश्वास ठेवणाऱ्या नागरिकांना अस्वस्थ करणारे आहे.

या कादंबरीचे निवेदन मुख्यत: चार पातळीवर लेखकाने विकसित केले आहे. या चार पातळ्यांवर स्थायिक राजकारणात कसे संघर्ष निर्माण होतात व त्या पातळीवर त्या संघर्षाचे निराकरण कसे झाले याचे त्यात विवेचन केले आहे. या चार पातळ्या खालील प्रकारच्या आहेत-

१) शहराचे नगराध्यक्ष लालाजी व त्यांच्या विरोधात सातत्याने उभे राहिलेले सत्तेचे राजकारण. २) शहरात नव्यानेच आलेले ?? मुख्याधिकारी भांगे आणि नगराध्यक्ष लालाजी यांच्यातील संघर्ष. ३) मुख्याधिकारी भांगे आणि भ्रष्ट नगरसेवक आणि भ्रष्ट नगरप्रशासन यांच्यातील संघर्ष. ४) नगरपालिकेचे भ्रष्ट प्रशासन नगरसेवक - त्यांस पाठिंबा देणारे पक्षश्रेष्ठी, पत्रकार यांचा सामूहिक स्वार्थ आणि त्याविरूद्ध अत्यंत उदास वृत्तीने व पराभूत भावनेने संघर्ष करणारा नागरी समाज यांच्यातील संघर्ष. या चारही पातळ्यांवरचे संघर्ष वेगवेगळ्या व्यक्तींच्या मार्फत लढवले जातात व संघर्षाचे निरनिराळे आयाम देशमुखांनी या कादंबरीत हाताळले आहेत.

लालाजी हे शहराचे नगराध्यक्ष. नांदेड शहरातील 'मोठ्या साहेबां'चे जे केंद्रीय नेते, आहेत. त्यांच्या आशीर्वादाने ते गेली तीन वर्षे या शहराचे नगराध्यक्ष आहेत. ते सिंधी निर्वासित असून त्यांनी नेकीने व मेहनत करून पैसा कमावला आहे. ते स्वभावाने सत्प्रवृत्त असून ज्या शहराने आपल्याला मोठे केले त्या

शहराचा आपण विकास केला पाहिजे अशी त्यांची भावना आहे. त्यामुळे नगरपालिकेच्या राजकारणातून पैसा कमावण्याची त्यांची इच्छा नाही. त्यांची राजकारणावर आणि प्रशासनावर कमांड पक्की असून त्यांच्याजवळ राजकीय धूर्तता आहे. ही संपूर्ण कादंबरी लालाजी आणि त्यांचे पक्षांतील विरोधक यांच्या संघर्षाची कहाणी असून नगरपालिकेतील नगरसेवकांचा एक गट सातत्याने त्यांना पदच्युत करून आपला माणूस त्या जागी आपण्याच्या प्रयत्नात आहे; कारण त्या गटाचे आर्थिक हितसंबंधांचे लालाजी संरक्षण करीत नाहीत. लालाजी यांच्या विरोधात मुसलमान नगरसेवकांचा एक गट आहे. मराठा नगरसेवकांचा एक गट आहे. व काही मागास जातीतील नगरसेवकही आहेत; पण या गटाचे राजकारण व बनाव लालाजी आपल्या मुत्सद्देगिरीने उधळून लावतात.

लालाजी स्वत: जरी भ्रष्ट नसले तरी सत्तेवर वर राहण्यासाठी त्यांना आपल्या गटातील नगरसेवकांचे हितसंबंध जोपासावे लागतात. त्यांच्या काही निर्णयामुळे त्यांचा स्वत:चा व विशेषत: त्यांच्या ज्येष्ठ भावाचा व्यावसायिक लाभ होतो. स्वातंत्र्य सैनिक आबा गुरुजींच्या जागेच्या बाबतीत त्यांची भूमिका अशीच संदेहास्पद होती. लालाजींना सत्तेवर राहण्यासाठी आणि आपले बहुमत टिकवून ठेवण्यासाठी आपल्या गटातील नगरसेवकांना खूश ठेवणे भाग होते व त्यासाठी त्यांना कामाची कंत्राटे देणे नगरपालिकेच्या ?? व जास्त व्यवहारात वाटा देणे व त्यांच्या हातात सतत काहीतरी मलिदा देणे भाग होते. आपण अशा प्रकारच्या भ्रष्टाचारास प्रोत्साहन देत आहोत याची त्यांना खंत होती; पण व्यवस्थेत टिकून राहावयाचे तर हे करणे भाग आहे हे त्यांना कळत होते व त्यांची ?? तीव्र होती. शहराच्या हद्दवाढी प्रकरणात खुद्द खासदारांचेच हितसंबंध धोक्यात आले. हद्दवाढीची मागणी लालाजींनी मान्य करून आणली. या संघर्षात लालाजींना अध्यक्षपदावरून काढण्याचा निर्णय झाला. व त्यांनी राजीनामा द्यावा असे सांगण्यात आले; पण सुरुवातीस त्यांनी त्याची दखल घेतली नाही; पण आपल्याच जुन्या सहकाऱ्याच्या पाठीमागे बहुसंख्य नगरसेवक जात आहेत हे लक्षात आल्यावर त्यांनी राजीनामा दिला. पण राजीनामा दिल्यानंतर आपला दगा देणारा सहकारी प्रकाशभाई अध्यक्ष होऊ नये म्हणून त्यांनी हवे ते केले व त्याने विश्वासाने दिलेल्या कोऱ्या कागदाचा वापर करून त्यांचा राजीनामा लिहून मान्य केला. सत्तेच्या व सूडाच्या राजकारणात सत्प्रवृत्त माणसाचा पण कसा नैतिक अध:पात होतो हे देशमुखांनी इथे दाखवले आहे.

कादंबरीतील दुसऱ्या पातळीवरचा संघर्ष हा कर्तव्यदक्ष व स्वच्छ प्रशासनाचा ध्यास घेतलेला ध्येयवादी प्रशासकीय अधिकारी आणि नगरपालिकेतील भ्रष्ट प्रशासन यंत्रणा यांच्यातील आहे. महाराष्ट्र लोकसेवा आयोगाची परीक्षा पास होऊन आलेल्या

भांगे यांना आपण ज्या शहरात शिकलो त्या शहराचा विकास करावयाचा आहे व त्यासाठी ते जिद्दीने काम करावयास तयार आहेत. नगरपालिकेच्या मुख्याधिकाऱ्यास नगरसेवक, नगरपालिकेचे प्रशासन व सर्वसाधारण जनता यांना विश्वासात घेऊन काम करावे लागते व जेणेकरून नगरपालिकेचे अहित होत नाही हे पाहावे लागते. आहेत नगरप्रशासनातील इतर घटक समाजातील हितसंबंधी व दबाव गटांना नगरपालिकेचे हित डावलून आपला स्वार्थ साधायचा असतो. त्यात जकात बुडवणे, कर चुकवणे, अनधिकृत बांधकाम करणे. सार्वजनिक उपयोगासाठी सरकारने ठेवलेल्या जुन्या आरक्षित जागा अनारक्षित करणे, बेकायदा गृहनिर्माण सोसायट्या स्थापन करणे, नरगपालिकेच्या जागा ताब्यात घेणे, या गोष्टींचा समावेश होतो. नगरपालिका कर्मचाऱ्यांनी वेळेवर काम करणे लोकांना आवश्यक त्या सेवा वेळेत पुरवणे या गोष्टी महत्त्वाच्या असतात. भांगे यांनी हे कार्य हाती घेऊन ती त्यांनी निर्धाराने पूर्ण करण्याचा धडाका लावला. त्यामुळे नगरसेवकांचे व प्रशासनातील इतर अधिकाऱ्यांचे हितसंबंध धोक्यात आले. भांगे यांनी तडफदारपणे हा एकहाती संघर्ष कशाप्रकारे केला याचे रोमहर्षक चित्रण देशमुखांनी या कादंबरीत केले आहे. भांगे निर्भय आहेत व प्रशासनाला त्यांनी चांगल्याप्रकारे आपल्या कामास जुंपले आहेत. त्यांना लालाजी यांच्याकडून अपेक्षित पाठिंबा मिळत नाही पण ते जकात, आरोग्यसेवा, सफाई, गटारे दुरुस्ती, रस्ते, पूल, याबाबतीत धडाक्याने काम करतात.

त्यांचा नगरसेवकांशी संघर्ष, झोपडपट्ट्यांचे अतिक्रमण निर्मूलनाच्या वेळी होतो; कारण नगरपालिकेच्या जागेवर अतिक्रमण करून सुमारे १०० कुटुंबं तेथे रहात होती व त्यातील बहुसंख्य मागास जातीतील मुस्लीम व गरीब घरांतील होते. १०० कुटुंबांचे भवितव्य आणि नगरपालिकेने, पर्यायाने नागरिकांचे हित यातील हा संघर्ष होता; पण विरोधाला न जुमानता भांगे यांनी अतिक्रमण निर्मूलनाचा कार्यक्रम अंमलात आणला. हे करीत असतांना गरीब लोकांना आपण बेघर करीत आहोत याचे त्यांना दुःख होते तर अतिक्रमण काढणे हे त्यांचे कर्तव्य होते. हा आपल्या मतपेटीवर हल्ला आहे हे लक्षात येताच सर्वपक्षीय नगरसेवकांनी काहूर केला आणि नगरपरिषदेत त्यांच्या विरुद्ध अविश्वासाचा ठराव मंजूर करण्यात आला. त्यानंतर भांगे यांची बदली होणार हे नक्की झाले. व त्यांची बदली झाली. भांगे यांची कथा ही एकमेव कथा नाही आणि भारतात अनेक कर्तव्यदक्ष चारित्र्याचे कर्तव्यकठोर अधिकारी आपले कर्तव्य करीत असतांना बळी गेलेले आहेत. आज सर्वच शहरांत नगरपालिकांच्या जागांवर अतिक्रमणे झाली आहेत. या जागा कधी गरीबांच्या झोपड्यांनी व्यापलेल्या आहेत. तर कधी त्या धनदांडग्यांच्या ताब्यात आहेत. त्यावर कारवाई करून सार्वजनिक हिताचे कशाप्रकारे संवर्धन करावयाचे हा मोठा प्रश्न आहे; कारण येथील मुख्य प्रवृत्ती सार्वजनिक

संपत्तीचा अपहार करून आपला वैयक्तिक लाभ कसा करून घ्यावयाचा ही आहे व समाजातील सर्वच घटक या लूटमारीत सामील आहेत. भांगे या अधिकाऱ्याचा एकहाती संघर्ष देशमुखांनी यात रंगवला आहे.

कादंबरीत तिसऱ्या पातळीवरील संघर्ष हा कर्तव्यदक्ष व शुद्ध चारित्र्याचा मुख्याधिकारी भांगे आणि स्वत:स शुद्ध चारित्र्याचा मानणारे नगरपालिकेचे अध्यक्ष लालाजी यांच्यातील आहे. खरे पाहिले असता भांगे आणि लालाजी यांच्यात संघर्ष होण्याचे कारण नव्हते; कारण दोघांचाही प्रमाणिक उद्देश आपल्या शहराचा चांगल्या प्रकारे विकास करणे हा होता. सुरुवातीच्या काळात लालाजी यांना भांगे यांच्या कर्तव्यदक्षतेचे कौतुक वाटले आणि त्यांच्या मदतीने आपल्या शहराचा विकास होईल असेही वाटले. पण नंतर त्यांच्यात दुरावा निर्माण झाला. दोघेही नि:स्पृह आहेत. दोघांनाही शहराचा विकास हवा आहे; पण लालाजी हे राजकारणी आहेत. त्यांना राजकारण सांभाळून, आपले नगरसेवक व पाठीराखे यांचे हितसंबंध जपत पुढे जायचे आहे; तर भांगे यांना शहराचा विकास करीत असताना येणाऱ्या सर्व अडचणी दूर करीत विकासाचे व समाज कल्याणाचे कार्यक्रम पुढे रेटायचे आहेत; कारण नगरसेवकांना मलिदा खाऊ देणे म्हणजे जनतेचे नुकसान करणे असे त्यांचे मत होते. लालाजी व भांगे यांच्यात संघर्ष तीन बाबीत होता. लालाजींना भांगे आपणास न विचारता, आपल्याशी चर्चा न करता महत्त्वाचे निर्णय घेतात याचे वैषम्य वाटत होते. भांग्यांनी अतिक्रमण काढण्याचा राजकीय दृष्ट्या महत्त्वाचा निर्णय आपणास न विचारता घेतला याचा पण त्यांना राग आला होता. तिसरी गोष्ट म्हणजे हद्दवाढीसारखे व इतर अनेक निर्णय लालाजींचे नातेवाईक व पाठीराखे यांना अडचणीचे वाटत होते; म्हणून वरकरणी जरी लालाजी पाठिंबा दाखवत असले तरी भांगे यांची बदली करण्यास त्यांची भूमिका होती; कारण इतका स्वतंत्र बुद्धीचा कायद्यानुसार चालणारा अधिकारी त्यांना नको होता. पण भांग्यांच्या बदलीमुळे लालाजींची बाजू कमजोर होईल हे त्यांचे मित्र वकील बाबू यांनी ओळखले होते व झालेही तसेच; कारण लालाजींच्या अधिकाराचा नैतिक पाया दुर्बल झाला.

चौथ्या पातळीवरचा संघर्ष नगरपालिकेची भ्रष्ट प्रशासन यंत्रणा, त्यास तोलून धरणारे राजकीय नेते व नागरीसमाज यांच्यामधील आहे. हा संघर्ष अत्यंत क्षीण स्वरूपात त्यांनी दाखवला आहे. कारण सर्वच पातळीवर नागरी समाजात जागृती नाही. त्यात आबा गुरुजी आहेत, जे शिक्षक गृहनिर्माण सोसायटीसाठी प्रयत्न करतात, पराभूत होतात आणि माघार घेतात. दुसरे कर्नल मोडक आहेत जे हॉटेल दिलबहारच्या बेकायदा बांधकामाविरूद्ध खासदारांकडे तक्रार करतात; पण खासदार

त्यांच्याकडे दुर्लक्ष करतात आणि मोडकांची रवानगी पोलिस कोठडीत होते. कारण नगरपालिका व लोकप्रतिनिधी यांना कायद्याचे भान नाही, औचित्य-अनौचित्य कळत नाही. भांगेच्या आधीच्या व निवृत्तीस आलेल्या मुख्याधिकाऱ्यांना कणा नाही. राजकीय नेत्यांशी संघर्ष करण्याची तयारी नाही. मालखरेसारखे आक्रमक पत्रकार हितसंबंधांचा प्रश्न येताच स्तब्ध होतात व मुख्य म्हणजे या सर्व प्रकरणात ज्यांच्या हिताचा बळी जात आहे, ज्यांच्या नागरी सुविधांवर आच येत आहे तो सामाजिक समाज गप्प आहे. आबागुरूजी व मोडक एकाकी पडतात आणि पोतदारांसारखे समाजसेवक सरकारी मदतीपासून आपली कुष्टधाम संस्था वंचित होऊ नये म्हणून कोणत्याच प्रकारच्या संघर्षाच्या राजकारणात उतरत नाहीत. ते जपून वागतात.

कादंबरीकारास ही परिस्थिती असह्य आणि निराशजनक वाटते. कादंबरीकार तरुण असताना सुमारे वीस वर्षांपूर्वी लिहिलेली की कादंबरी आहे आणि अनेक कर्तबागार नि:स्पृह अधिकाऱ्यांना नगरपालिका प्रशासनात जे अनुभव आले त्याचे हे चित्रण आहे. त्याला एक प्रकारचे वैफल्य आहे. राज्यकर्ता वर्ग, लोक प्रतिनिधी भ्रष्ट अधिकारी व पालिकेच्या मलिद्यावर जगणारे समाजातील काही हितसंबंधी गट यांच्या सामूहिक स्वार्थावर चालणारे नगरपालिकेचे राजकारण हे जाणत्या व संवेदनशील माणसाला विषण्ण करणारे आहे. म्हणून त्यास देशमुखांनी 'अंधेरनगरी' हे नाव दिले आहे. उत्तरपेशवाईतील एक मोठा कवि शाहीर परशुराम याने 'अंधेरनगरी' या लावणीत वर्णन केल्याप्रमाणे काही प्रमाणात चित्र आहे ही गोष्ट खरी आहे. पण मुख्य प्रश्न त्यात सुधारणा कशी करायची हा आहे.

ही स्थानिक प्रशासनाची लोकशाही पद्धत आपण गेल्या सव्वाशे वर्षापासून राबवत आहोत. यात सगळ्याच गोष्टी वाईट आहेत, पालिकेचे सर्वच व्यवहार भ्रष्ट आहेत किंवा सर्वच लोक प्रतिनिधी भ्रष्ट आहेत असा प्रकार नसला तरी यात स्पर्धेचे जे राजकारण आहे ते संपूर्ण प्रक्रियेस भ्रष्ट बनवते आणि समाजात कार्यरत असणारे दबावगट व हितसंबंधी गट सातत्याने आपल्या गटस्वार्थासाठी प्रयत्न करीत असतात. निर्णय घेणाऱ्या यंत्रणेवर दबाव टाकत असतात. अमेरिकेत सर्वच सभागृहात या प्रकारचे 'लॉबिंग' चालते. अशा प्रकारचे दबावगटाचे व हितसंबंधी गटांचे राजकारण व सर्वसामान्यांचे हित जपणारे राजकारण यांच्यात जो सततचा संघर्ष आहे तो कसा सोडवायचा व नागरी समाजात निर्माण झालेल्या संघटना व संस्था यात काय भूमिका बजावू शकतात हे पाहाणे महत्त्वाचे आहे. देशमुखांनी ज्या काळात ही कादंबरी लिहिली, त्या काळात अजून अशा संघटना व संस्था निर्माण झाल्या नव्हत्या. नगरपालिकांच्या व्यवहारात भ्रष्टाचार मोठ्या प्रमाणात होत असला

तरी तिचे सर्वच व्यवहार 'अंधेरनगरी'च्या परिघात येत नाहीत. मुद्दा लोकांनी आपल्या अधिकार रक्षणार्थ जास्त जागृत होण्याचा आहे.

या कादंबरीत केवळ तीन वर्षांतील नगरपालिकेतील राजकारणाचा वेध घेतला असून लेखक प्रशासकीय अधिकारी असल्यामुळे त्यातील बारकावे त्यात चांगल्याप्रकारे आले आहेत. उजेड कधी पडणार त्यावरच अंधेरनगरीतील अंधार दूर होणे अवलंबून आहे. कादंबरीत राजकारणाची निगेटिव्ह बाजू प्रत्ययकारकरीत्या आली आहे. कादंबरीच्या निवेदनाचा प्रवाह चांगला असून वाचक कोठेही कंटाळत नाही हे लेखकाच्या कथनशैलीचे यश आहे. मुख्य पात्रे ठाशीव स्वरूपात चित्रित झाले असून त्या चित्रणात कोणतीही अतिशयोक्ती नाही. मराठीतील प्रख्यात कादंबरीकार भाऊ पाध्ये यांनी अशा प्रकारच्या सत्ताकारणास डोंबाऱ्याचा खेळ म्हटले होते. नगरपालिकेतील राजकारणाचा 'डोंबाऱ्याचा खेळ' या कादंबरीत देशमुखांनी यशस्वीरित्या दाखवला आहे.

❑

लक्ष्मीकांत देशमुखांच्या कादंबरीतील मुस्लीम जीवन चित्रण

रफीक सुरज

लक्ष्मीकांत देशमुख यांचा १९८० नंतरच्या कालखंडातील एक हरहुन्नरी आणि समर्थ लेखक म्हणून उल्लेख करता येईल. कादंबरी आणि कथा या दोन्ही प्रकारांत त्यांची बंडखोर वृत्ती दिसून आली आहे. देशमुखांची एकूण जीवनाकडे पाहण्याची दृष्टी बरीचशी भावुक, आत्मीयतेची आणि वास्तवतेकडे झुकणारी अशी आहे. त्यांनी आपल्या लेखनातून समकालीन वास्तवाचा धीटपणे वेध घेण्याचा प्रयत्न केला आहे. त्यांच्या आतापर्यंत 'सलोमी', 'अंधेरनगरी', 'होते कुरूप वेडे', 'ऑक्टोपस' आणि 'इन्किलाब विरुद्ध जिहाद' अशा एकूण पाच कादंबऱ्या प्रकाशित झाल्या आहेत. या पाच कादंबऱ्यांपैकी 'सलोमी' आणि 'इन्किलाब विरुद्ध जिहाद' या दोन कादंबऱ्यांतून मुस्लीम जीवनचित्रण प्रकर्षाने प्रकट झाले आहे. प्रस्तुत निबंधात या दोन कादंबऱ्यांच्या आधारे देशमुखांच्या कादंबरीतील मुस्लीम जीवन चित्रणाचा शोध घेण्याचा प्रयत्न केला आहे.

देशमुखांची 'सलोमी' ही कादंबरी १९९० साली तर 'इन्किलाब विरुद्ध जिहाद' ही कादंबरी २००४ साली प्रकाशित झाली. 'इन्किलाब विरुद्ध जिहाद' या बृहद्कादंबरीची पहिली आवृत्ती सुरुवातीस जवळजवळ साडेनऊशे पृष्ठांची इतक्या मोठ्या आकाराची होती. मात्र आता या कादंबरीची दुसरी आवृत्ती आवश्यक त्या बदलांसह पुष्कळच छोटी होत (सुमारे ४६० पृष्ठांची) वाचकांसमोर येते आहे. प्रस्तुत विवेचनासाठी 'इन्किलाब विरुद्ध जिहाद' ची नव्याने येत असलेली दुसरी आवृत्ती आधारभूत मानली आहे.

'सलोमी' ही एका बंडखोर महाराष्ट्रीयन मुस्लीम स्त्रीच्या वाताहतीची कहाणी आहे. तर 'इन्किलाब विरुद्ध जिहाद' मध्ये जीवघेण्या संघर्षात सर्वस्व गमावून बसलेल्या अफगाणिस्तान या देशाची आक्रांतकथा आहे. या दोन्ही कादंबऱ्यांतील भौगोलिक प्रदेश आणि संस्कृती एकदम भिन्न अशी आहे. म्हणूनच दोन्ही कादंबऱ्यांचा

स्वतंत्रपणे विचार करणे सोईचे ठरेल. मराठी साहित्यात मुस्लीम स्त्रीजीवन अगदी अल्प प्रमाणात प्रकट झाले आहे. मुस्लीम स्त्रीजीवनाचे मराठीत म्हणावे तितके दखल घेण्याजोगे लेखन झालेले नाही. मुस्लीम आणि मुस्लिमेतर लेखकांनी याबाबतीत मुस्लीम स्त्रीच्या खऱ्याखुऱ्या वास्तव जगाकडे पाठ फिरविली आहे. याबाबतीत जे काही स्त्रीजीवन चित्रणाचे मोजके प्रयत्न झालेले आहेत त्यामध्ये लक्ष्मीकांत देशमुखांच्या 'सलोमी' ची नोंद घ्यावी लागते.

मुस्लीम स्त्रीच्या बाबतीत मराठी साहित्यात खूपच उपेक्षा वाट्याला आली आहे. काही अपवाद वगळले तर मुस्लीम स्त्रीकडे 'माणूस' म्हणून पाहण्याचा दृष्टिकोन आपल्याकडे निर्माण झाला नाही असे म्हणता येईल. एकूणच मराठी लेखकाच्या मुस्लीम धर्माविषयीच्या कल्पना आणि त्याचे मुस्लीम मानसिकता समजून घेण्यातील अनुभवविश्व खूपच तोकडे पडते आहेत. त्यामुळे मुस्लीम स्त्री साहित्यात येणेच दुरापास्त होऊन गेले आहे. मुस्लीम स्त्रीकडे आस्थेने पहावा असा व्यापक परीघ निर्माण करणे मराठी लेखकांना जमलेले नाही.

मुस्लीम स्त्रीच्या कार्याची, कर्तृत्वाची दखल सामाजिक-राजकीय स्तरावर फारशी घेतली गेली नाही. साहित्यातही तिच्या अस्तित्वाची दखल पुरुषावर प्रेम करणारी एक उत्तम माता, पत्नी, पतिव्रता, बहीण किंवा दुसऱ्या टोकाला उत्तम मोहमयी गणिका आणि वाईट जीवनमूल्य असलेली बाजारी स्त्री अशा पद्धतीने घेतली गेली आहे. आपल्या एकूण व्यवस्थेत स्त्री दुय्यमच मानली गेली. मुस्लीम स्त्रीला तर अधिकच उपेक्षा सहन करावी लागून ती दुय्यमच नव्हे तर 'तिय्यम' स्थानावर राहिली आहे. हा तिय्यमपणा कायम टिकून राहावा म्हणून तिची जीवनपद्धती विशिष्ट चौकटीत आखून दिलेली आहे. रूढ आणि चाकोरीबद्ध जीवनाम्ध्येच ती गुरफटून राहावी अशा व्यवस्था करण्यात आली. अशा जगण्यातच तिची इतिकर्तव्यता आहे असे सातत्याने तिच्या मनावर बिंबवले गेले आहे. तिचे सामर्थ्य क्षीण करून ती गुलामगिरीत कशी राहील याचे पद्धतशीरपणे नियोजन करण्यात आले. इस्लामने 'स्त्री' च्या हक्कांचे आणि स्वातंत्र्याचे समर्थन केलेले आहे. मात्र या गोष्टीकडे जाणीवपूर्वक दुर्लक्ष करून सरंजामी व्यवस्था आणि तिच्या अंकित धर्मगुरूंनी मुस्लीम स्त्रीला एका विशिष्ट चौकटीत बंदिस्त केले. मुस्लीम स्त्रीवरील या अन्यायाला इस्लाम जबाबदार नसून कर्मठ, सनातनी, सरंजामी व्यवस्था अधिक जबाबदार आहे.

'तलाक व बुरखा एवढेच प्रश्न म्हणजे मुस्लीम स्त्रीचे प्रश्न' अशा मनोवृत्तीतून मुस्लीम स्त्रीच्या दुःखाचे चित्रण सातत्याने पुढे आणले जाते. अधिकांश मुस्लीम समाज ग्रामीण भागात राहणारा असा आहे. ग्रामीण भागातील मुस्लीम स्त्री पुरुषांच्या

बरोबरीने काबाडकष्ट करून द्रव्यार्जन करते. या स्त्रीवर्गाचे जगण्याचे इतर खूपच प्रश्न असूनही या प्रश्नांना बगल दिली जाते. स्त्रियांच्या समस्यांचे स्वरूप गुंतागुंतीचे आणि संमिश्र असते. सामाजिक परिस्थितीच्या संदर्भत या स्त्री-समस्यांचा खोलवर विचार केला गेल्याशिवाय व त्या समस्यांची गुंतागुंत लक्षात घेतल्याशिवाय वास्तव चित्रण कठीण होते. इस्लाममधील स्त्रियांचे स्थान अधोरेखित करताना साने गुरुजी म्हणतात- 'मुसलमानी धर्म काही स्त्रियांना पडद्यात बसा नाही सांगत. काबाला प्रदक्षिणा घालताना स्त्रियांनी तोंडावर जरा पदर ओढून घ्यावा, एवढेच पैगंबराचे सांगणे. महंमदांच्या काही पत्न्या प्रवचने करीत. स्त्रीला वारसा हक्क देणारे पैगंबर स्त्रीला कमी मानीत नसत. 'पुरुष काय, स्त्री काय एकाच मातीतून आलात' असे ते म्हणत. अरबस्तानात लहान मुलींना वाळूत जिवंत पुरून मारीत. आई-बापांना मुलींना सांभाळणे कठीण जाई. कशाला मुलगी जन्मली, असे म्हणत. परंतु पैगंबरांनी या गोष्टीला आळा घातला. कुराणात पुन:पुन्हा मुलींना नीट वागवा असे उल्लेख आहेत. परंतु इस्लाममध्ये पडदा आला खरा. केमालपाशाने तुर्कस्थानातून तो दवडला. परंतु इतर मुस्लीम राष्ट्रांतून तो अजून आहे. हिंदुस्थानातही आहे. मुस्लीम संस्कृतीने हिंदू संस्कृतीसही हा बुरखा बहाल केला. पडदा म्हणजे प्रतिष्ठितपणाचे लक्षण! गरीबांना पडदा घेऊन कसे चालेल? त्यांना तर कामाला जायला हवे. गरीबात मोकळेपणा राहिला. ही दळभद्री चाल श्रीमंतात, नबाबात, राजेराजवाड्यात राहिली.' अगदी शंभर वर्षांपूर्वीपर्यंत इतर सामाजात विधवा विवाहास मान्यता नव्हती. पण इस्लामने विधवा विवाहाला चौदाशे वर्षांपूर्वीच मान्यता दिली आहे. स्वत: मुहम्मद पैगंबरांनी विधवेशी लग्न करून जगापुढे खूप मोठा आदर्श ठेवला आहे. इस्लामने लग्नाच्या संदर्भात स्त्रीच्या मताला महत्त्वपूर्ण स्थान दिले आहे. तलाक घेण्यासंदर्भातही तिला अधिक अधिकार दिलेले आहेत. पण इस्लामला अभिप्रेत असलेले स्त्रीस्वातंत्र्य वास्तव जीवनात मुस्लीम स्त्रीला का उपभोगता येत नाही? याचे मुख्यत्वे कारण पुरुषप्रधान संस्कृतीचे खोलवर रुजलेले संस्कार हेच होय.

'अक्षरओळख म्हणजे साक्षरता' अशी जर आपण साक्षर असण्याची व्याख्या केली तर बहुसंख्य मुस्लीम स्त्रिया साक्षर ठरू शकतील. मुस्लिमांची धर्मभाषा अरबी आहे. स्त्रियांना कुराणपठण करता आले पाहिजे ही अपेक्षा सर्वसाधारण मुसलमान माणूस बाळगतोच. बहुतांशी स्त्रियांना नमाज पढण्यापुरती, कुराण वाचण्यापुरती अरबी भाषेच्या अक्षरांची ओळख आहे. मात्र अर्थाशिवायची ही अक्षरओळख बहुतेक जणींना व्यावहारिक गोष्टींत उपयोगी पडत नाही. महाराष्ट्रापुरते बोलायचे तर, महाराष्ट्रातील मुस्लीम व्यवहारासाठी मराठी भाषा वापरतो. मराठी भाषेची

ओळख मुस्लीम स्त्रियांच्या टक्केवरीच्या तुलनेत अत्यंत अल्प अशी आहे. या अर्थाने निम्म्याहून अधिक मुस्लीम स्त्रीच्या जीवनात निर्माण होणारे प्रश्न मराठी साहित्यात प्रकट झाले आहेत काय? मुस्लिमांचे लोकसंख्येत १०.५ टक्के एवढे प्रमाण असूनही राजकारणात मात्र ३ टक्के, शिक्षणात १.५ टक्के, नोकरीत १ टक्का तर व्यापारात २ टक्के असे अत्यल्प आहे. अशीच आकडेवारी आपण मुस्लीम स्त्रियांच्या बाबतीत तपासून पाहिली तर धक्कादायक निष्कर्ष हाती येतील. खेड्यापाड्यातील मुस्लीम स्त्री ही श्रमजीवी आहे. पण कष्टकरी असूनही तिला नेहमीच असुरक्षितपणाच्या रेट्याखाली राहावे लागते आहे हे वास्तव चित्र मराठी साहित्यात कितपत प्रकट झाले आहे? शेतामध्ये राबणारी, मोलमजुरी करणारी, दारोदार भटकून खेळणी विकणारी, अत्तारीचा व्यवसाय करणारी, हलके फुलके उद्योग करून अत्यंत सामान्य जीवन जगणारी, हलाखीत संसारगाडा पुढे रेटणारी मुस्लीम स्त्री मराठी साहित्यात आलीच नाही. या पार्श्वभूमीवर लक्ष्मीकांत देशमुखांनी आपल्या कादंबरीतून अत्यंत जिव्हाळ्याने मुस्लीम स्त्री जीवन रेखाटण्याचा केलेला प्रयत्न निश्चितच कौतुकास्पद आहे.

'सलोमी' ही अवघ्या साठेक पृष्ठांची छोटेखानी कादंबरी. एका कर्मठ वातावरणात वाढलेल्या सलोमी या स्वतंत्र विचाराच्या आणि संवेदनशील तरुणीची ही कथा आहे. मुस्लीम स्त्रियांनी चित्रपट पाहू नयेत, त्यामुळे त्यांच्यावर अनैतिक संस्कार घडतील अशी हेतूने काढलेल्या मुल्ला-मौलवींच्या फतव्याला सलोमी विरोध करते. काही मुलींना घेऊन ती थिएटरमध्ये जाऊन चित्रपट बघून आपल्या परीने प्रत्युत्तर देते. मात्र तिला या कृतीचे खूप मोठे परिणाम भोगावे लागतात. सिनेमाबंदी विरुद्धच्या तिच्या आंदोलनामुळे घरची मंडळी नाराज होतात. सलोमीचे तिच्या इच्छेविरुद्ध एका चंगीभंगी, मंदिरा आणि मदिराक्षीच्या जगात मशगुल असलेल्या छान छोकी रईसजाद्याशी लग्न लावून दिले जाते. अन्वर नावाच्या रईसजाद्याने कपटनीतीने लग्नापूर्वीच सलोमीला आपल्या वासनेची शिकार बनविले होते. लग्नानंतरही तो सलोमीवर पाशवी अत्याचार करीत राहतो. सलोमी गर्भवती राहते पण दुर्दैवाने तिचे बाळ मृत जन्माला येते. अन्वरचा छंदी फंदी शौक चालूच राहतो. त्याचा सलोमीतील रस संपत जातो आणि दुसऱ्या एका नव्या स्त्रीच्या शोधात राहतो. यामध्ये सलोमीची अडचण वाटू लागल्याने तो सहजपणे तिला तलाक देऊन तिचा त्याग करतो. सलोमी माहेरी येते. पण आधीच नाराज असणारे तिचे माहेरचे लोक पुन्हा जास्तच तिचा तिरस्कार करू लागतात. सलोमी तलाकपीडित स्त्रियांची एक संघटना स्थापन करते. या सगळ्या घडामोडीत सलोमीच्या पाठीशी खंबीरपणे उभ्या असलेल्या विजयची अज्ञात मारेकऱ्यांकडून हत्या होते. खरे तर विजयमध्ये

सलोमीचा जीव गुंतत चालला होता. विजयच्या मृत्यूमुळे सलोमी मानसिकदृष्ट्या कोसळून पडते. आपल्या पाठीवरच्या बहिणींचे विवाह खोळंबले आहेत, याची जाणीव झाल्याने ती नाईलाजास्तव गल्फकंट्रीतील सुलेमान शेखशी विवाहबद्ध व्हायला तयार होते. खरे तर सुलेमान तिला पत्नीऐवजी रखेली म्हणूनच किंमत देणार याची तिला कल्पना आहे. पण तरीही ती या तडजोडीला तयार होते व स्त्रीच्या वाट्याला येणाऱ्या एका भयावह सत्याची जाणीव वाचकांना होऊन जाते. सलोमीचे यापुढील आयुष्य करुणाजनक असल्याचे वास्तव मनाला हुरहुर लावून जाते.

लक्ष्मीकांत देशमुखांनी 'सलोमी' या कादंबरीतून मुस्लीम समाजजीवनातील विविध प्रश्न हाताळण्याचा प्रयत्न केला आहे. त्यात प्रामुख्याने तलाक, धार्मिक रीतिरिवाज, स्त्री स्वातंत्र्य अशा काही घटकांविषयी मांडणी त्यांनी केली आहे. मुस्लीम कथाआशयाला आवश्यक अशा सांकेतिक खुणांचा खुबीदारपणे वापर देशमुख करतात. त्यामुळे मुस्लीम समाजजीवनाची पार्श्वभूमी सहजपणे उभी राहते. मात्र दुसऱ्या बाजूला सलोमीची व्यक्तिरेखा प्रभावी किंवा ठसठशीतपणे समोर येत नाही. पुरुषप्रधान धर्मसंस्कृतीला छेद देण्याची पात्रता तिच्या मानसिकेत दिसत नाही. त्यामुळे मूकपणे ती या संस्कृतीला शरण जाते. अन्वरच्या छान-छोकी आणि नाटकी स्वभावाचा थोडाफार अंदाज येऊनही त्याच्याबरोबर डाक बंगल्यावर एकटीने जाणे; विवाहानंतर तो कोठेवाल्याबाईचे उंबरठे झिजवतो आहे हे समजल्यावर त्याच्याशी संबंध ठेवायला तयार होणे, त्याच्या सॅडिस्ट शृंगार-क्रीडा हव्याहव्याशा वाटू लागणे, आपल्यामुळे आपली छोटी बहीण आयेशा हिचे लग्न मोडू नये म्हणून पुनर्विवाहास तयार होणे, अरब शेखाची रखेली होण्यास तयारी दर्शविणे अशा अनेक ठिकाणी सलोमी आपल्या मनाचा कणखरपणा दाखविण्यात अपयशी ठरते. त्यामुळे सलोमीवर आलेल्या दुर्दैवी परवडीला सलोमीच अधिक जबाबदार ठरते. ती भाबडी नायिका वाटू लागते. सलोमीच्या तुलनेत अधिक बंडखोरपणा दाखविणाऱ्या नायिका देशमुखांच्या 'इन्किलाब विरुद्ध जिहाद' मध्ये प्रकट झाल्या आहेत.

निर्घृण सत्तास्पर्धा आणि निरंकुश नेतृत्व यांत गरफटलेले अफगाणिस्तानातील सत्ताकारण हे मुख्य आशयसूत्र 'इन्किलाब विरुद्ध जिहाद' मध्ये पाहावयास मिळते. १९७८ साली तत्कालीन अखंड सोव्हिएत युनियनच्या साम्यवादी विचाधारेतून प्रेरणा घेऊन डाव्या विचारांची राजवट अफगाणिस्तानात सत्तास्थानी आहे. मात्र १२ वर्षे टिकलेली ही राजवट गैरइस्लामी आहे म्हणून ती त्याज्य आहे असे मानून तेथील मुल्ला मौलवींनी प्रतिकार सुरू केला. यातून १९७८ ते २०१३ या पाव शतकात अफगाणिस्तानाचा एकही दिवस असा गेला नाही, ज्या दिवशी गोळीबार,

रक्तपात आणि खूनखराबा झाला नाही. सारा अफगाण देश त्यात असाहाय्यपणे भरडत गेला. खास करून स्त्रियांना अपरिमित अत्याचारांना दोन्ही बाजूंनी बळी पडावं लागलं. अफगाणी मुलांच्या हातात शिक्षण सोडून बंदुका देण्यात आल्या. विसाव्या शतकाच्या उत्तरार्धातील अफगाणिस्तानचा हा इतिहास आणि त्यामागचं आंतरराष्ट्रीय शीतयुद्ध, पाश्चात्त्यांची साम्यवादविरोधी आघाडी आणि पेट्रोलडॉलर्समुळे संपन्न झालेल्या अरब देशांतून सुरू झालेली इस्लामी पुनरुज्जीवनवादाची चळवळ; त्यामुळे सतत संघर्ष, संहार आणि रक्तपात, सामान्य अफगाणी माणसाची झालेली ससेहोलपट हा या कादंबरीचा मुख्य विषय आहे. आपण मूलत: ललित लेखक असल्यामुळे कादंबरीच्या माध्यमातून आम अफगाणी माणूस, त्याची सुखदुखं: आणि त्याच्या वाट्याला या संघर्षापुढे आलेला भोग हे मध्यवर्ती सूत्र ठेवून चित्रणाचा प्रयत्न केल्याचे प्रस्तुत लेखकाने प्रास्ताविकात मत नोंदवले आहे.

अफगाणिस्तान हा बंडखोर टोळ्यांचा देश म्हणून ओळखला जातो. या देशाचा बहुतेक भाग डोंगराळ असून शेतीयोग्य जमीन अवघी वीस टक्केच आहे. त्यात थंडीच्या दिवसात जीवघेणी बर्फवृष्टीही होते. अफगाणी माणूस हा खोल सश्रद्ध, धार्मिक आहे व इस्लाम हा त्याचा जगण्याचा धर्म आहे. टोळ्या करून जगणाऱ्या अफगाणिस्तानात शिक्षणाविषयी फारशी आस्था नाही. काबूल या ठिकाणी जगप्रसिद्ध असे भव्य विद्यापीठ आहे. अफगाणिस्तानला सोव्हियत रशिया, चीन, इराण, पाकिस्तान व भारत अशा भिन्न भिन्न देशांच्या सीमारेषा लाभल्या आहेत. या देशांत साम्यवादी, राजेशाही, लष्करशाही, प्रजासत्ताक अशा राजवटींचा प्रभाव. साहजिकच अफगाणिस्तानमधील राजवटीवरही या गोष्टींचा प्रभाव आहेच. अफगाणिस्तानने अमानुल्लाच्या नेतृत्वाखाली तिसरे अँग्लो अफगाण युद्ध लढून आपलं राजकीय व परराष्ट्र धोरण ठरवण्याचं साम्राज्य मिळविलं होतं. ब्रिटनचं नामधारी मांडलिकत्व झुगारून दिलं होतं. राजा अमानुल्लाने सामाजिक सुधारणा घडवून आणण्याचा प्रयत्न केला होता. मुलींच्यासाठी शाळा सुरू करणे, गुलामी व वेठबिगारी कायद्याने बंद करणे, स्त्रियांना बुरख्याची सक्ती करता कामा नये असे अनेक महत्त्वपूर्ण निर्णय त्याने घेतले होते. विशेष करून ज्या हाजरा जमातीला राजद्रोहाची शिक्षा म्हणून कायमचं गुलामीत ठेवलं होतं, त्यांची गुलामी नष्ट करून तेही या देशाचे ताजिक पठाणांप्रमाणे समान अधिकार असलेले नागरिक आहेत असं त्यानेच ठासून सांगितलं. आपल्या दहा-बारा वर्षांच्या कारकिर्दीत अमानुल्लाला आधुनिक विचार रुजविण्यात बऱ्यापैकी यश येत होतं. पण १९२९ साली सत्तेवरून पायउतार व्हावं लागतं आणि पुढे जहीरशहा दीर्घकाळासाठी राजा बनतो. १९७३ साली अफगाणिस्तानातील त्याची सत्ता संपुष्टात येऊन दाऊदखान हा

राष्ट्राध्यक्ष बनतो आणि अफगाणिस्तानातील अस्थिर राजवटीला सुरुवात होते. पुढे चार-पाच वर्षांसाठी नवा राष्ट्राध्यक्ष, त्यासाठी सत्तांतर (कुदेत्ते) ची स्पर्धा सुरू होते. १९७८ साली सौर राष्ट्रकांती होऊन नूर महंमद तराकी राष्ट्राध्यक्ष होतो. तराकी हा सामान्य अफगाण, शेतकरी, कष्टकरी व टोळी जीवनाचं वास्तव चित्रण करणारा संवेदनशील लेखक आहे. सोव्हिएत युनियनप्रमाणे देशात समाजवादी राज्यशासन आणण्यासाठी धडपडणारा आणि समतेची स्वप्ने पाहणारा हा नेता आहे. तराकीला 'इस्लाम'ला केंद्रवर्ती करून राजसत्ता चालविणे पटत नाही. राज्यकर्ते अफूच्या गोळीसारखा इस्लाम धर्माचा वापर करतात व जनतेला दारिद्र्यातही बंड न करता पिचत ठेवतात असे तराकीचे स्पष्ट म्हणणे आहे. मात्र तराकीला राष्ट्राध्यक्षपदाचा उपभोग फार काळासाठी घेता येत नाही. दीड-दोन वर्षांतच त्याला ठार मारून हफीजुल्ला अमीन सत्ता स्थापन करतो. तर अमीनला दूर सारून बबराक कमाल राष्ट्रध्यक्ष बनतो. १९८६ ला राष्ट्रध्यक्षपदी डॉ. नजिबुल्लाहची निवड होते. पण देशांतर्गत वाढत चाललेल्या मुजाहिदिनांच्या प्रभावामुळे, नजिबुल्लाहला भर रस्त्यावर फाशी देऊन प्रो. रब्बानी राष्ट्राध्यक्ष बनतो. १९९२ साली कम्युनिस्ट विचारसरणी बाजूला सारली जाऊन रब्बानीसारख्या कट्टर, पुनरुज्जीवनवादी कर्मठ नेत्याचं नेतृत्व पुढे येतं. जवळजवळ दोन अडीच दशकांच्या कालखंडात अफगाणिस्तानने टोकाचा रक्तरंजित संघर्ष पाहिलेला आहे. सतत संघर्ष, संहार व रक्तपातामुळे सामान्य अफगाणी माणसांची झालेली ससेहोलपट हा 'इन्किलाब विरुद्ध जिहाद' या कादंबरीचा मुख्य विषय आहे.

१९३३ ते १९५३ या वीस वर्षांच्या कालखंडात दाऊदखान पंतप्रधान असताना, त्याने या काळात 'इन्फ्रास्ट्रक्चर' विकसित करण्यावर भर दिला. रस्ते, संदेशवहन, विमानतळ व वाहतुकीवर लक्ष केंद्रित केले. बग्राम व कंदाहार हे दोन विमानतळ बांधले. सैन्याच्या आधुनिकीकरणावर भर देऊन केंद्रीय सत्ता बळकट केली होती. मात्र या काळात रशियाचा अफगाणिस्तानातील सत्ताकारणातील प्रभाव वाढत चालला. तर दुसऱ्या बाजूला इस्लाम हीच जीवनपद्धती मानणाऱ्या बहुसंख्य वर्गाला रशिया आणि रशियाचा कम्युनिझम शत्रुवत वाटत होता. अफगाणिस्तान हा टोळ्यांचा देश आहे. आजच्या काळातही तो मध्ययुगातील देशी भटकं जिणं जगत आहे. जमीन, कुरणासाठी मुलुखगिरी करणं ही त्याच्या जगण्याची मूलभूत अट आहे. हे लोक भांडखोर आहेत पण त्याहीपेक्षा बंडखोर आहेत. ते स्वतंत्र, आझादवृत्तीने आहेत. कुणाचीही गुलामी ते कदपि सहन करीत नाहीत. अशा मनोवृत्तीमुळे अफगाणी माणसाने आपल्यावर अंकुश ठेवू पाहणारी सत्ता उलटून टाकल्याने स्पष्टपणे लक्षात येते.

'इन्किलाब विरुद्ध जिहाद' या कादंबरीतून वास्तव, खरीखुरी पात्रे घेऊन अफगाणिस्तानचा विसाव्या शतकाच्या उत्तरार्धाचा इतिहास मांडणे एवढीच गोष्ट लेखकाने केलेली नाही. कादंबरीच्या प्रास्ताविकात लेखकाने नोंदविल्याप्रमाणे ही कादंबरी Faction स्वरूपाची आहे, ज्यात Fact आणि Fiction दोन्हीचं कलात्मक मिश्रण आहे. राजा अमानुल्ला ते मुल्ला मोहम्मद उमर या तालिबानच्या सर्वोच्च धार्मिक नेत्यांपर्यंतची खरी वास्तव पात्रं आहेत. अमेरिका व सोव्हिएत युनियनचा संघर्ष आहे. पाकिस्तान, सौदी अरेबिया आणि इराणचा हस्तक्षेप आहे. हा सारा वास्तव इतिहास, घटना व प्रसंग आहेत. म्हणून कादंबरीत तारखा, सनावळ्या, मुलाखती व पत्रकार परिषदा आहेत. प्रमुख नेत्यांचं लौकिक दर्शन वास्तव धर्तीवर, तर वैयक्तिक जीवन कलात्मक पद्धतीनं रंगवताना ती पात्रं जिवंत करण्यासाठी सत्याला कल्पनेची ही तीन विचारधारांची प्रतिनिधित्व करणारी काल्पनिक पात्रं असून त्यांची व त्यांच्या कटुंबाची पन्नास वर्षांची कहाणी आहे.

'इन्किलाब विरुद्ध जिहाद' या कादंबरीची मुख्य व्यक्तिरेखा म्हणजे या कादंबरीचा नायक अन्वर. हिंदुकुश पर्वताच्या वळचणीला वसलेल्या काबूलपासून अर्ध्या तासाच्या अंतरावर असलेलं पगमान हे अन्वरचं गाव. डोंगरमाथ्यावर व दरीत चिनार आणि देवनारच्या उंच देखण्या झाडांच्या गर्दीत वसलेलं. पगमानच्या जमिनीत पिकणाऱ्या सुक्या मेव्याला काबूलमध्ये फार मागणी आहे. अन्वरचे वडील पेशइमाम, त्यामुळे घरातील वातावरण धार्मिक. इस्लाम हे त्यांच्या जीविताचं पहिलं व सर्वोच्च ध्येय. रशियाच्या मॉस्को विद्यापीठात इंजिनिअरिंगचं उच्च शिक्षण घेण्यासाठी अन्वर चार वर्षांसाठी निघाला आहे. येथून या कादंबरीचे कथानक सुरू होते. काबूलच्या शाळेत शिकत असताना हाफिजुल्ल अमीन या विज्ञानाच्या शिक्षकामुळे अन्वर आधुनिक व पुरोगामी विचारसरणीकडे झुकतो. अमीन त्याला लेनिन मार्क्सची पुस्तके वाचायला देतात. सोव्हियत रशियामध्ये लेनिन-मार्क्स विचारांमुळे क्रांती घडून आली व कष्टकऱ्यांना चांगले दिवस आले. याउलट आपल्या अफगाणिस्तानात राजेशाहीमुळे देश पिचतो आहे आणि मूठभर जमीनदार, मुल्लामौलवी ऐशारामात लोळत आहेत असे विचार अन्वरच्या मनावर अमीननी बिंबवले. घरचं वातावरण कट्टर धार्मिक आणि बाहेर समाजवादी विचारांचा प्रभाव अशा कारणांमुळे अन्वरची मन:स्थिती सदैव संभ्रमित, द्विधा व्हायची. तो जसे वय वाढत जाईल तसा दिवसेंदिवस अंतर्मुख व गंभीर होत गेला. अन्वरचा एक थोरला बंधू हैदर राजकीय चळवळीत सक्रीय राहिल्याने तुरुंगवास भोगून तो कुठेतरी परागंदा झाला होता. तर आणखीन एक भाऊ सईद हा मात्र धार्मिक वृत्तीचा व शेती व्यवसाय बघणारा असा आहे. अन्वरवर त्याची बालपणीची सवंगडी झैनब

ही त्याच्यावर मनापासून प्रेम करते. तिने त्याला आपला भावी पती समजून टाकलं आहे. पण पुढे अन्वर मॉस्कोला गेल्यावर तान्या ऊर्फ तरानाच्या प्रेमात पडून विवाहबद्ध होतो. तान्या ही खरे तर रशियन गुप्तचर संघटनेतील आहे. याचा उलगडा कित्येक वर्षांनंतर अन्वरला होतो व तो तिच्याशी संबंध तोडतो. हे सहन न होऊन तराना आत्महत्या करते. अन्वर पुन्हा झैनबकडे वळून तो तिच्याशी निकाह लावतो. अन्वरची पुतणी जमीला ही अफगाणिस्तानातील एक प्रतिनिधिक स्त्री व्यक्तिरेखा म्हणून चित्रित झाली आहे. जमीला ही अत्यंत तरल काव्यवृत्तीची संवेदनशील कवयित्री आहे. अफगाणिस्तानात समतेसाठी, लोकशाहीसाठी आणि स्त्री स्वातंत्र्यासाठी संघर्ष करणाऱ्या जमीलाच्या आयुष्याची परिणिती तिला दगडाने ठेचून मारण्याच्या शिक्षेत होते व कादंबरी आपल्यासमोर अनेक प्रश्न उभे करून संपते.

कैरोच्या अल - अझर या जगप्रसिद्ध इस्लामिक विद्या केंद्रातून धर्मशिक्षणाची सर्वोच्च पदवी प्रावीण्यसह संपादन केलेले धर्माचार्य म्हणजे प्रो. करीमुल्ला. त्यांनी आपल्या धर्मविषयक व्याख्यानांनी व कुराण, हदीस, शरीयतच्या भाष्यांनी अनेक प्रतिष्ठित अभिजन व धार्मिक नेत्यांना आकर्षित केलं होतं. आपल्या देशातील वाढती आधुनिकता, युरोपियन पेहराव-चालीरितींना येत असलेली प्रतिष्ठा, सोव्हियत युनियनची वाढती मैत्री व डावीकडे झुकणाऱ्या विचारांना बुद्धिजीवी वर्गात मिळत जाणारी प्रतिष्ठा - या साऱ्या बाबी करीमुल्लांसाठी चिंतेच्या आहेत. ते सतत या गोष्टींना आपल्या भाषणांतून विरोध करतात. 'माझ्या अफगाणिस्तानची प्रगती मला पण हवीय - पण ती इस्लाम सोडून नव्हे! इस्लाम हा केवळ व्यक्तींनी पाळायचा धर्म नाही, तर ती एक जीवनपद्धती आहे, सर्वश्रेष्ठ व कोणत्याही बदलांची आवश्यकता नसलेली. तिच्याविना होणारी प्रगती ही केवळ भौतिक भोगवादी असेल! त्यात आपण आपला इस्लामी आत्मा गमावून बसू!' (पृष्ठ ४२) ही प्रो. करीमुल्लांची पुनरुज्जीवनवादी विचारसरणी आहे. त्यांनी स्त्रियांच्या बुरखा पद्धतीचा कडाडून आग्रह धरला. मात्र आधुनिक विचारसरणीच्या विद्यार्थ्यांकडून करीमुल्लांच्या या आग्रही भूमिकेला प्रचंड विरोध होतो. 'प्रेषितांनी त्यांच्या काळात जो क्रांतदर्शीपणा व पुरोगामीपणा दाखवला, पुरुषांच्या बरोबरीने स्त्रियांना समान दर्जा दिला. त्याच्यापुढे आपण आजच्या काळात जायला हवं, किमानपक्षी तेवढं तरी कायम ठेवायला हवं!' अशी भूमिका घेतली जाते. करीमुल्ला. आणि अन्वर यांच्या भूमिकेत खूप मोठे मतभेद आहे. अन्वर कम्युनिस्ट विचारांचा पुरस्कर्ता आहे. मात्र प्रो. करीमुल्ला कम्युनिस्ट राजवटीवर जोरदार टीका करतात. कम्युनिस्ट राजवटीत माणूस व त्याच्या आध्यात्मिक जाणिवांना काही स्थान नाही. त्यापेक्षा इस्लाम हाच परिपूर्ण

धर्म आहे. 'इस्लामनं केवळ माणसाच्या पारलौकिक व आध्यात्मिक जाणिवेचा, भुकेचा विचार केला नाही, तर इहलोकाच्या व माणसाच्या सर्व अंगांनी व्यापलेल्या जीवनाचा विचार केला आहे. इस्लामी राजवटीचा आम्ही ध्येय म्हणून अंगीकार केला आहे. कारण त्यात माणसाच्या सर्वांगीण प्रगतीला वाव आहे. तो जसा अस्सल इहवादी, भौतिकतेचे महत्त्व जाणणारा व्यवहारी धर्म आहे, तसाच त्यानं संपूर्णपणे माणसाच्या आध्यात्मिक जाणिवेचा व त्याच्या कमतरतेचा विचार करून ते तत्त्वज्ञान आचरणासाठी दिलं आहे, ते अंगीकारलं तर राजकारण व सत्तेचा पाया शांती व माणुसकी हाच राहतो आहे. हे लक्षात येईल! आज आपली दीन - हीन अवस्था त्याचं योग्य आकलन न झाल्यामुळे आहे. म्हणून मी इस्लामी मूलतत्त्ववादी नाही तर इस्लामी पुनरुज्जीवनवादी आहे.' (पृष्ठ १२२ - १२३). प्रो. करीमुल्लांनी आपल्या या भूमिकेचा सतत पाठपुरावा केला. त्यासाठी व्यक्तिगत जीवनात त्यांना खूप मोठा मनस्तापही सहन करावा लागला. त्यांचा स्वत:चा मुलगा हाफिज हा त्यांच्या विचारसरणीच्या विरोधात आहे. तो कम्युनिस्टांच्या बाजूने लढताना जिहादी हल्ल्यात मारला जातो. आपल्या विचार आणि तत्त्वांना विरोध करणाऱ्या मुलाच्या अंत्यविधीलाही हजर राहण्यास करीमुल्ला नकार देतात. इस्लाम धर्माला मान्य नसणारी आत्महत्त्येसारखी कृती करून मरणाला कवटाळण्याची आपल्या पत्नीची कृती करिमुल्लांना खूप व्यथित करते. आपल्या पत्नीने अधर्मवर्तन केले असे मानून ते तिच्याही दफनविधीला हजर राहात नाहीत. आपल्या तत्त्वांशी कट्टरपणे जागणाऱ्या करीमुल्लांना इस्लामी मुजाहिदीन मंडळीच्याही काही गोष्टी मान्य नाहीत.

अफगाणिस्तानात अनेक सत्ताधारी मंडळींच्या भागिदारीत अफूचे शेतमळे फुलवितात व त्यातून मिळणारा अमाप पैशाचा वापर धर्मरक्षणासाठी करतात ही गोष्ट प्रो. करीमुल्लांना मान्य नाही. ते अनेक तऱ्हांनी अफू पिकविणाऱ्या मंडळींना समजविण्याचा प्रयत्न करतात. हजरतसाहेबांनी कोणत्याही मादक पदार्थ व पेयास निषिद्ध ठरवलं आहे. त्यांनी यासंबंधी दहा प्रकारच्या कामांशी संबंधित असणाऱ्या माणसांना शाप दिला आहे. मादक पदार्थ वा पेय प्रत्यक्ष वा अप्रत्यक्षपणे तयार करणं, त्या क्रियेत भाग घेणं, त्याचा वापर करणं, खरेदी - विक्री करणं वगैरे क्रिया करणारी माणसं कुराणच्या दृष्टीनं गैरइस्लामी आहेत. (पृष्ठ ८७). प्रो. करीमुल्ला स्त्रियांच्या बुरखापद्धतीचा आग्रह धरतात तेव्हा त्याने प्रेरित होऊन काही जहाल मुस्लीम तरुण उघड्या पायांनी वावरणाऱ्या काही तरुणींवर तेजाब-ॲसिड फेकतात. मात्र या घटनेमुळे करीमुल्ला नाराज होतात. हतबुद्ध झालेले करीमुल्ला आपल्या सहकारी मित्रांजवळ आपलं मन मोकळं करताना म्हणतात 'ऐसा बर्बर खूंख्वार सलूक करके हमारे मुसलमानही इस्लाम को दाग लगाते है... इस्लाम म्हणजे शांती

व भाईचारा हे सांगायची पाळी यावी, हे दुर्दैव. अशा अघोरी मार्गांनी धार्मिकता येणार नाही, हे या युवा पिढीला केव्हा कळणार? औरत जातीला हजरत साहेबांनी कधीही कमी लेखलं नाही. तिच्यावर असे अत्याचार मला मान्य नाहीत!' (पृष्ठ ४६) आपल्या तत्त्वांसाठी जागरूक राहणाऱ्या करीमुल्लांना मात्र अनेक वेळा त्यांना न पटणाऱ्या मंडळींशी संगत करावी लागते, त्यांचे नेतृत्व स्वीकारावे लागते. सत्य पुरेसे समजूनही त्यांना अगतिक, असाहाय्य व्हावे लागते.

'इन्किलाब विरुद्ध जिहाद' या कादंबरीत अन्वर, करीमुल्ला यांच्या जोडीलाच आणखीन एक तिसऱ्या विचारधारेचा प्रतिनिधी म्हणून इलियास या व्यक्तिरेखेची निवड लेखकाने केली आहे. इलियास हा पदव्युत्तर शिक्षण घेतलेला, विद्यापीठात ऑनररी क्लासेस घेणारा उच्चविद्याविभूषित आहे. कट्टर साम्यवादी विचारसरणीचा नूर महंमद तराकी जेव्हा इस्लामला केंद्रवर्ती ठेवून राजसत्ता करणे नुकसानीचे ठरू शकते असे विचार मांडतो; तेव्हा इलियास याबाबतीत समन्वयाची भूमिका घेत इस्लाममधील सामाजिक सुधारणांच्या संदर्भात जे समज गैरसमज वा रूढी असतील त्यांच्यावर घणाघाती टीका करण्यापेक्षा प्रेमानं शिक्षण, प्रबोधन करून आणि त्यांच्यात मिसळून त्या कमी करण्याचा प्रयत्न केला पाहिजे अशी मते मांडतो. टोळीजीवन जगणाऱ्या अफगाणांचा एक देश म्हणून बांधून ठेवणारे जे मोजकेच धागे आहेत, त्यामध्ये इस्लाम प्रमुख आहे. हा आपल्यासाठी केवळ धर्म नाही तर जीवनपद्धती आहे आशी त्याची स्पष्ट धारणा आहे. कम्युनिझमचं प्रिस्क्रिप्शन रोगापेक्षा इलाज भयंकर होईल अशी त्याला सतत भीती वाटत राहते. त्याची ही भीती अगदीच अनाठायी नाही हे बदलत्या अफगाण राजवटीचा विचार केल्यास पटते.

'इन्किलाब विरुद्ध जिहाद' या कादंबरीत सलमा, जमीला अशा अनेक मुस्लीम अफगाण स्त्रीच्या गुलामीचं व दुर्दशेचे चित्रण प्रकट झाले आहे. त्याबरोबरच अफगाणिस्तानातली पहिली स्त्री मंत्री बनलेल्या स्वतंत्र विचाराच्या अनाहितासारखी व्यक्तिरेखाही दिसते. झैनब, तराना, बेनझीर अशाही अनेक आत्मसमर्पण आणि दुसऱ्याकरिता झिजणे हा स्वभावधर्म असणाऱ्या, दुःखाचे हलाहल पचविणाऱ्या व्यक्तिरेखा दिसून येतात. मात्र या बहुतेक स्त्रिया उच्चवर्गीय स्तरातील आहेत. स्त्री जीवनाबद्दल आणि त्यांच्या भावविश्वाबद्दल लक्ष्मीकांत देशमुख यांना अखंड कुतूहल आहे. त्यामुळे या कादंबरीत डोकावणारी सर्वच स्त्रीचित्रे फारच बोलकी उतरली आहेत. त्यांच्या 'सलोमी' या कादंबरीच्या तुलनेत 'इन्किलाब विरुद्ध जिहाद' मधील मुस्लीम स्त्री जीवन चित्रण एकांगी न राहता, व्यापक पयावर मांडले गेले आहे.

अफगाणिस्तानातील टोळीजीवनात स्त्री हा मालकीचा, इज्जतीचा आणि अभिमानाचा विषय. स्त्रीची इज्जत लुटली, तिची कुणी छेड काढली तर त्या

पुरुषाला क्षमा नव्हती. त्या अत्याचारी पुरुषाला त्याबद्दल अघोरी शिक्षा दिली जायची. पण कलंकित झालेल्या स्त्रीलाही पठाणी पुरुषासाठी काही स्थान उरत नसे. त्यामुळे बहुसंख्य स्त्रिया बलात्कारित जीवन जगण्यापेक्षा विष घेऊन आत्महत्या करीत. त्याला समाजातील समस्त पुरुष वर्गाची मान्यता असे. जगात प्रथमच क्रांतिकारी इस्लामने स्त्रीला मिळवण्याचा व संपत्तीचा अधिकार दिला. शिक्षणाचा समान अधिकार दिला व ज्ञान मिळवण्यासाठी प्रसंगी चीनला पण जायला हरकत नाही असे वचन दिले (पृष्ठ ४२२). ही इस्लामी शिकवण विसरून 'औरत चार दिवारी में रहे तो अच्छी है..... तिचं स्थान घरात आहे, समाजात नाही' (पृष्ठ ४१२), अशा प्रकारची पुरुषप्रधान मानसिकता पुढे येते. स्त्रियांवर घातलेल्या निर्बंधाविषयीचे एक पत्रक तालिबानी पोलीस आंतरराष्ट्रीय संघटना व दूतावासांना पाठवितात. त्या पत्रकातील अनेक सूचना खूपच बोलक्या आहेत. 'इस्लामी अफगाणिस्ताननं धर्माला अनुसरून स्त्रियांवर काम न करण्याचे निर्बंध घातले आहेत. अपवाद म्हणून फक्त काही क्षेत्रात त्यांना कामाची परवानगी दिली जाते, याची सर्व आंतरराष्ट्रीय संस्था व दूतावासांनी गंभीरपणे नोंद घेऊन त्याचं पालन करावं. इस्लामी कानूनप्रमाणे अत्यावश्यक कामाखेरीज मुस्लीम स्त्रियांनी घराबाहेर पडायचं नसल्यामुळे त्यांना वैद्यकीय क्षेत्राखरीज इतरत्र काम करता येणार नाही. आंतरराष्ट्रीय संघटनांनी अफगाण किंवा इतर स्त्रियांना कामावर ठेवण्यापूर्वी आमच्या विभागाची परवानगी घेणे आवश्यक आहे. वैद्यकीय क्षेत्रात काम करणाऱ्या अफगाणी स्त्रीनं परदेशी संस्थांकडून चालवल्या जाणाऱ्या दवाखान्यात वरिष्ठ पद घेता कामा नये. ॲम्बप्युलन्स वा इतर वाहनातून जाताना तिनं ड्रायव्हरच्या बाजूच्या सीटवर बसू नये. तसेच ज्या वाहनातून परदेशी माणसं जातात, त्यातही बसून तिनं प्रवास करू नये. अफगाण स्त्रियांवर असेही निर्बंध घालण्यात आले आहेत की, त्यांनी त्यांच्या आजारी व रुग्ण पुरुष नातेवाईकांना दवाखान्यात जनरल वॉर्डमध्ये जिथं अपरिचित व गैरमर्द शरीक झाले आहेत, भेटीस जाऊ नये. तसेच आधुनिक, आकर्षक कपडे घालून त्यांनी दवाखान्यात जाऊ नये. स्त्रियांनी ह्या आज्ञा पाळीत भारदस्तपणे वागलं पाहिजे. पायांतील बुटांचा आवाज होणार नाही, असं हळुवारपणं चाललं पाहिजे.' (पृष्ठ ४४३) या पत्रकातील निर्बंधावरून अफगाणी स्त्रीच्या वाट्याला काय स्थिती अनुभवास आली आहे याचा पडताळा येईल.

अन्वरची पुतणी आणि कवयित्री जमीला हिच्या वाट्याला पराकोटीचा अन्याय येतो. तिच्यावर एकतर्फी प्रेम करणारा झाकीर जमीलासमोर विवाहाचा प्रस्ताव ठेवतो. खरे तर ह्या झाकीरने पूर्वीच चार जणींशी निकाह केलेला आहे. 'स्त्री म्हणजे उपभोगाचे साधन' अशी समजूत करून घेतलेला झाकीर पुरुषी अहंकाराने जमीलाला, 'या देशात जे प्रमुख चार वंश आहेत पठाण, हाजरा, ताजिक व उज्बेकी त्या

वंशातील चार मुली माझ्या बायका आहेत. मी खराखुरा अस्सल अफगाणी आहे' असे मस्तवालपणे म्हणतो. तो जमीलासाठी यातल्या कोणत्याही मुलीला सहजपणे तलाक द्यायला तयार असल्याचे सांगतो. तेव्हा जमीलाला त्याची भयंकर घृणा वाटते. ती त्याची निर्भर्त्सना करते. त्यामुळे चिडलेला झाकीर खोटे पुरावे गोळा करून जमीलाला गुन्हेगार म्हणून शाबीत करतो. जमीलाला भर चौकात जमावाकडून दगडाने ठेचून मृत्युदंडाची शिक्षा सुनावण्यात येते. जमीला आपल्यावरील आरोप नाकारत मोठ्या धैर्याने शिक्षेला सामोरी जाते. चौकात जमलेल्या गर्दीसमोर मोठ्या आवेशात जमीला शिक्षा भोगण्यापूर्वी जमावाला उद्देशून बयान करते - 'जे पटत नाही, चुकीचं व अन्यायाचं वाटतं, त्याविरुद्ध लढणं हा प्रत्येकाचा जन्मसिद्ध अधिकार आहे. तुम्हाला आजची राजवट अन्यायी व अवामविरोधी वाटत असेल तर प्रतिकाराचा तुम्हाला अधिकार आहे. तो वापरावा. माझ्या या अघोरी शिक्षेनं तुमचे डोळे उघडावेत नि तुम्ही विचार व कृतीला सिद्ध व्हावं, एवढीच माझी अखेरची इल्तिजा आहे' (पृष्ठ ४५७ - ४५८).

गेल्या दोन - तीन दशकात सत्तास्पर्धेतून सर्वसामान्य माणसाच्या वाट्याला आलेल्या पराकोटीच्या दयनीय स्थितीचे चित्रण 'इन्किलाब विरुद्ध जिहाद' या कादंबरीत प्रभावीपणे मांडले गेले आहे. प्रत्येक गावातील तरुणाला चिथावणी देऊन त्याला 'जिहाद' च्या नावाखाली लढण्याचे सैनिकी प्रशिक्षण देणे, सरकारी कार्यालय, आस्थापनांवर अवचित हल्ला चढवून जमेल तेवढी लूट करणं, पूल उडवून देणे, शाळा उद्‌ध्वस्त करणे, शिक्षक-शिक्षिकांना धमक्या देणे, मुला - मुलींनी शाळेत जाऊ नये म्हणून धाक दाखवणं अशा गोष्टींमुळे सर्वसामान्य माणसाच्या वाट्याला अशांतता, हिंसाचार, असुरक्षितताच येते आहे. सर्वसामान्य माणसाच्या प्राथमिक गरजा पूर्ततेची कुणालाच काळजी नाही. गावांच्या गावं उजाड पडत चालली आहेत. सुशिक्षित, नोकर पेशातले व बऱ्यापैकी श्रीमंत लोक अमेरिका, युरोप वा भारताकडे स्थलांतरित होत होते. तर गरीब, मध्यम दर्जाचे आणि मदरसा शिक्षण घेतलेले म्हणजेच कम्युनिस्टांचा द्वेष करणारे पेशावर, क्वेट्टा या पाकिस्तानी क्षेत्रात जात. त्यापैकी काही जण मुजाहिदीन बनत, तर बाकीचे निर्वासितांचं कठीण जिणं जगत. ज्यांना हेही जमायचं नाही ते सतत होणारे हवाई हल्ले, बॉम्बिग आणि गोळीबाराने जीव वाचवण्यासाठी व पोट भरण्यासाठी काबूलसारख्या मोठ्या शहरात स्थलांतरित होत. निदान या शहरात जिवाच्या सुरक्षिततेबरोबरच कष्ट करून निदान दोन नानच्या रोट्या मिळण्याची शाश्वती होती. काबूल शहरातील स्थिती मधल्या काळात एवढी भयावह झाली की लोकांना खायला रोटी मिळेना. महागाई प्रचंड वाढली. नानच्या पन्नास किलो आट्याच्या बोरीचा दर पस्तीस अमेरिकन डॉलर पर्यंत वाढला. त्यावेळी सर्वसामान्य अफगाणी

माणसांचं वार्षिक उत्पन्न जेमतेम दीडशे डॉलरच्या आसपास होतं. अशा महागाईच्या परिस्थितीत जगण्याचे वांधे होऊन बसले होते. तेल साबणासाठी आणि कोंबडीच्या खाण्यासाठी हाडांची गरज असते. तेव्हा काही हाडांचे व्यापारी हाडांच्या बदल्यात नानरोट्या देऊ लागले. त्यामुळे हाडांचा हा नवा धंदा तेजीत आला. लहान मुले जनावरांची हाडे शोधून, व्यापाऱ्यांना विकून त्याबदल्यात आपली भूक भागवू लागले. पण जनावरांची हाडं संपली, मिळेनाशी झाली. तेव्हा नाईलाजास्तव कबरी खोदून त्यातून हाडं शोधून व्यापाऱ्यांना विकण्याचा नवा फंडा सुरू झाला. इतकी नैतिक आणि आर्थिक अधोगती या काबूल शहराची झाली.

अफगाणिस्तानची भौगोलिक स्थिती, सामाजिक स्थिती, तिथला निसर्ग अफगाणी माणसाचे स्वभावदोष अशा सर्व बाजूंनी विचार करून 'इन्किलाब विरुद्ध जिहाद' ही कादंबरी आकारास आली आहे. एक आंतरराष्ट्रीय स्वरूपाचा विषय आणि एका अपरिचित मुस्लीम जगाचा व तेथील माणसांच्या सुखदु:खांचा संघर्ष व जीवनप्रवाह या कादंबरीतून मराठी भाषेत पहिल्यांदाच प्रकट होतो आहे हे लेखक म्हणून लक्ष्मीकांत देशमुखांचे महत्त्वपूर्ण साहित्यिक योगदान आहे.

या कादंबरीसाठी देशमुखांनी वृत्तांकन (रिपोर्टिंग) सारखा आकृतीबंध अनेक ठिकाणी वापरला आहे. अपरिचित अनुभवविश्व शब्दांत मांडताना त्याची गरजही असते. पण निव्वळ माहितीचे रकानेच्या रकाने, पृष्ठामागून पृष्ठे भरत चालण्याने काही वेळा कादंबरीतील कथानक गतिमान न होता थांबून राहिल्यासारखे होते. त्यामुळे एकामागून एक बदलत जाणाऱ्या राजवटी, असंख्य पात्रांची गर्दी त्यांचे एकमेकांशी संबंध नसल्यासारखे फटकून राहणे, वर्णनपरता, घटना प्रसंगांची जंत्री अशा काही कारणांमुळे कादंबरीतील अनेक व्यक्तिरेखा मनाची पकड घेत नाहीत. व्यक्तिरेखांमधील ताण किंवा नाट्यमयता बघायला मिळत नाही. कादंबरीतील बहुतांश व्यक्तिरेखा श्रीमंत व्यापारी, जमीनदार, राष्ट्राध्यक्ष, पंतप्रधान, मंत्रीगण, राजदूत, उच्च हुद्यावरील अधिकारी अशा उच्चवर्गीय आहेत. या व्यक्तिरेखांत सर्वसामान्य वर्गातील व्यक्तिरेखा येताना दिसत नाही. त्यामुळे या सत्तास्पर्धेस सर्वसामान्य अफगाणी माणसाच्या दैनंदिन गरजा आणि जीवनमानात काय बदल होत जातात हे पुरेसे ध्यानात येत नाही. सर्वसामान्य जनतेच्या जीवनाबद्दल लेखकाने निव्वळ वर्णनपर माहितीच समोर ठेवली आहे.

व्यक्तिरेखांच्या स्वभावचित्रणात लेखकाने फारसे बारकावे शोधलेले नाहीत असे वाटते. आपल्या बालपणीच्या सवंगडी असलेल्या झैनबला सहजासहजी टाळून अन्वर रशियन तान्याबरोबर विवाहाला तयार होतो. यात अन्वरसारख्या उच्चशिक्षित, संवेदनशील आणि धार्मिक वातावरणात वाढलेल्या घरातील व्यक्तीच्या मनात कोणताच अपराधी किंवा मानसिक उलाघालीचा भाव उमटलाच नसेल का?

कट्टर आणि जहाल मुस्लीम तरुणांच्या ॲसिडफेकीत सलमा बळी पडते व तिच्या दोन्ही मांड्या भाजून जातात. जळालेल्या मांडीवर रशियातील प्लॅस्टिक सर्जनकडून सर्जरी करून घेण्यात अन्वर सलमाला मदत करतो. अन्वरने केलेल्या मदतीच्या उपकारांच्या उतराईसाठी सलमा त्याबद्दल्यात आपला देह अन्वरला अर्पण करते. अन्वरही कोणतीही खळखळ न करता सहजपणे ती गोष्ट मान्य करतो व त्याची परिणीती सलमाला विवाहपूर्व मातृत्व मिळण्यात होते. अशा काही गोष्टींमुळे अन्वरची व्यक्तिरेखा दुटप्पीपणाची आणि ठिसूळ बनत जाते. प्रखर वास्तवाला कवेत घेणाऱ्या या कादंबरीतील हिंदी सिनेमासारखे काही रोमँटिक प्रसंग मनाला खटकतात.

असे असले तरी या बारीकसारीक उणीवा वगळूनही देशमुखांनी मुस्लीम जीवनशैलीचा बारकाईने अभ्यास केल्याने जाणवते. मुस्लीम जीवनातील (पुन्हा त्यात अफगाणिस्तानातील) असणाऱ्या अनेक रीतिरिवाज, लोकजीवन, भाषिक, समृद्धी, सण, उत्सव, श्रद्धा - अंधश्रद्धा अशा अनेक बाबींचा पूर्णांशाने अभ्यास निव्वळ माहिती संकलनातून हाती येणे कठीणच आहे. त्यासाठी प्रत्यक्ष अनुभव गाठीला असणे अधिक महत्त्वाचे ठरते. एका आंतरराष्ट्रीय स्वरूपाच्या आणि दहशतवाद या संवेदनशील विषयावरील कादंबरी लेखनाचा देशमुखांचा हा प्रयत्न निश्चितपणे कौतुकास्पद आहे. 'इन्किलाब विरुद्ध जिहाद' मधील निरंकुश सत्तास्पर्धा ही जगातील कोणत्याही भूप्रदेशातील, भाषिक समूहातील धर्मसमूहातील असू शकेल. कारण सत्तालालसा ही उपजतच एक आदिम प्रेरणा आहे!

❑

संदर्भ

१) देशमुख लक्ष्मीकांत, इन्किलाब विरुद्ध जिहाद, २०११
२) देशुमख लक्ष्मीकांत, सलोमी, १९९०
३) साने गुरुजी - भारतीय नारी
४) देवरे श्रावण - परदेशी रणजित, मंडल आयोग व नवे शैक्षणिक धोरण.

लक्ष्मीकांत देशमुख यांच्या कादंबरीची भाषा

डॉ. नंदकुमार मोरे

कादंबरी या वाङ्मय प्रकाराचा उदय एका सामाजिक जाणिवेतून झालेला आहे. त्यामुळे आजअखेर हा वाङ्मय प्रकार प्रामुख्याने समाजवास्तव मुखर करण्यासाठीच हाताळण्यात आलेला दिसतो. कादंबरीकडे चालू काळाचा साहित्य-प्रकार म्हणून पाहिले जाते. कादंबरीची एक साहित्यप्रकार म्हणून अधोरेखित झालेली क्षमता, तिच्याकडून अनेकांगी समाजवास्तवाला कलात्मकतेने भिडण्याची ठेवलेली अपेक्षा यामुळे कादंबरीचे आवाहकत्त्व व्यापक बनलेले आहे. व्यक्तीच्या सूक्ष्म, तरल भावभावनांच्या चित्रणापासून विराट समाजजीवनाचे दीर्घकालीन चित्रण स्वत:त सामावून घेण्याची क्षमता कादंबरीत आहे. त्यामुळे कादंबरीचा रूपबंध खुला आणि सतत बदलता राहिला आहे. तिच्या व्यापक, खुल्या रूपामुळे कादंबरी तेवढ्याच व्यापक आणि विविधांगी भाषिक अवकाशाची मागणी करते. कादंबरीतील आशयद्रव्य जेवढे व्यापक, प्रदीर्घ काळाला कवेत घेणारे आणि विविधांगी समाजजीवनाचे चित्रण करणारे असेल तेवढा विविधांगी भाषावापर ही कादंबरीकारासमोरील मोठी कसोटी असते. चित्रित समाजगटांच्या भाषेची सूक्ष्म जाण ही कादंबरीकाराची महत्त्वाची गरज असते. कादंबरीची कलाकृती म्हणून श्रेष्ठता, तिचे व्यापकत्व कादंबरीकाराच्या भाषिक जाणिवेवर अवलंबून असते. त्यामुळे कादंबरीचा विचार करताना कादंबरीकाराच्या भाषिक क्षमतेचा, त्यासाठी त्याने घेतलेल्या मेहनतीचा, वापरलेल्या कौशल्यांचा आणि केलेल्या प्रयोगांचा विचार करणे आवश्यक ठरते.

लक्ष्मीकांत देशमुख यांच्या कादंबरीचा या अंगाने विचार करणे हा प्रस्तुत लेखाचा विषय आहे. लक्ष्मीकांत देशमुख मराठीतील एक महत्त्वाचे लेखक आहेत. ते पेशाने उच्चपदस्थ प्रशासकीय अधिकारी असून ते एक संवेदनशील ललित लेखक आहेत. त्यामुळेच अधिकारी म्हणून काम करीत असताना अतिशय संवेदनशीलतेने विविध सामाजिक प्रश्नांना ते भिडू शकले. प्रशासकीय सेवेत

कार्यरत असल्याने आपल्या आजूबाजूला चाललेला भ्रष्ट व्यवहार, सबंध व्यवस्थेत खोलवर झिरपलेला भ्रष्टाचार, आजूबाजूची किडलेली माणसं त्यांना अस्वस्थ करतात. आपण ज्या व्यवस्थेचे घटक आहोत, कार्यरत आहोत त्याच व्यवस्थेतील भ्रष्टाचार, बरबटलेपण, तेथील गैरव्यवहार लेखनाचे विषय करणे ही गोष्ट धाडसाची आणि लेखकाची नैतिकता अधोरेखित करणारी आहे. त्यांनी आपल्या संबंध लेखनातून जोपासलेली ही नैतिकता, आपल्या आजूबाजूचे वास्तव भेदकपणे मांडण्याचे दाखवलेले धारिष्ट्य ही बाब त्यांचे लेखक म्हणून श्रेष्ठत्व सिद्ध करणारी आहे.

लक्ष्मीकांत देशमुख यांच्या 'अंधेरनगरी', 'इन्किलाब विरुद्ध जिहाद' आणि 'ऑक्टोपस' या तीन कादंबऱ्यांचा येथे विचार करणार आहोत. त्यांनी प्रशासनातील आजचे दाहक वास्तव मुखर करणारी आशयसूत्रे, 'अंधेरनगरी' आणि 'ऑक्टोपस' या कादंबऱ्यांतून मांडली आहेत. आपल्या देशात आज शिष्टाचारच बनलेला भ्रष्टाचार, व्यवस्थेतील अनैतिक राजकारण, सर्वच पातळ्यांवर झालेली मूल्यात्मक घसरण हा या कादंबऱ्यांचा विषय आहे तर 'इन्किलाब विरुद्ध जिहाद' या कादंबरीचे आशयसूत्र आंतरराष्ट्रीय पातळीवरच्या राजकारणाचा व्यापक संदर्भ असून प्रस्तुत कादंबरीतील अवकाश मराठी प्रदेशाबाहेरील आहे. ते या कादंबरीतून अफगाणिस्तानच्या पन्नास वर्षांच्या वाटचालीची, तेथील युद्धग्रस्त परिस्थितीची कथा सांगतात.

साहित्याचे माध्यम भाषा असल्याने एखादा लेखक - कवी आपली निर्मिती करताना भाषेतील सर्जनशील तत्त्वांचा आणि घटकांचा कसा वापर करतो हे अभ्यासणे महत्त्वपूर्ण ठरते. कलाकृतीची संरचना घडवताना आणि साहित्यकृतीला साहित्यमूल्य प्राप्त करून देताना त्या कलाकृतीची भाषा महत्त्वाची भूमिका पार पाडत असते. त्यामुळे लेखकाजवळ असणाऱ्या भाषेची संदर्भबहुलता तपासणे कलाकृतीच्या आकलनाला एक परिमान प्राप्त करून देते. त्या दृष्टीने येथे वरील तिन्ही कादंबऱ्यांची चर्चा करू. विवेचनाच्या सोयीसाठी देशमुखांच्या वरील कादंबऱ्यांचे दोन गट कल्पिता येतील. पहिल्या गटात 'अंधेरनगरी' आणि 'ऑक्टोपस' या कादंबऱ्यांचा विचार करावा लागेल; आणि दुसऱ्या गटात 'इन्किलाब विरुद्ध जिहाद' या कादंबरीचा विचार करता येईल. हे दोन भिन्न गट कल्पिण्यामागे या कादंबऱ्यासाठी लेखकाने वापरलेल्या भाषेच्या दृष्टीने निश्चित अशी एक भूमिका आहे. लेखक ज्या व्यवस्थेचा, समाजाचा भाग आहे त्या व्यवस्थेचे चित्रण करणाऱ्या दोन कादंबऱ्यांचा पहिला गट आहे. लोकशाही राज्यव्यवस्थेत अस्तित्वात आलेली प्रशासकीय, राजकीय व्यवस्था ही त्या व्यवस्थेत काम करणाऱ्या आणि न करणाऱ्या साऱ्यांच्याच जगण्याचा भाग आहे. कारण ती साऱ्यांसाठी अस्तित्वात आलेली बहुउद्देशीय

व्यवस्था आहे. या व्यवस्थेचा प्रत्येकाशी प्रत्यक्ष-अप्रत्यक्ष संबंध येत राहातो. लक्ष्मीकांत देशमुख तर स्वत:च व्यवस्थेचे घटक. म्हणून या व्यवस्थेला ते आतबाहेरून थेट सामोरे गेलेले आहेत. एखाद्या व्यवस्थेत राहून त्या व्यवस्थेविषयी बोलणं हे बरंच अवघड काम देशमुख यांनी आपल्या लेखनातून केलं आहे. भालचंद्र नेमाडे यांच्यासारख्या मराठीतील महत्त्वाच्या लेखकानेही आपल्या कादंबरीलेखातून हेच धारिष्ट्य दाखवले आहे. देशमुखांनी हे काम करताना जी संयमी आणि संयत भाषा वापरली आहे तिचे विश्लेषण प्रथम करू. आणि नंतर आपल्या भाषिक प्रदेशाच्या कक्षेपलीकडील, मराठी भाषा आणि माणूस यांचा थेट संबंध नसलेल्या अमराठी भाषिक अवकाशात घडणाऱ्या घटना-प्रसंगावर लिहिलेली 'इन्किलाब विरुद्ध जिहाद' चा विचार स्वतंत्रपणे करणे सयुक्तिक ठरेल.

'अंधेरनगरी' आणि 'ऑक्टोपस' या कादंबऱ्यांची आशयसूत्रे अनुक्रमे नगरपालिकेतील सत्तासंघर्षाचे राजकारण आणि शासनाच्या महसूल खात्यातील भ्रष्ट कारभार अशी आहेत. या दोन्ही कादंबऱ्यांमध्ये प्रशासन आणि राजकारणाचे अनेक सूक्ष्म संदर्भ आहेत. 'अंधेरनगरी' या कादंबरीमध्ये एका निमशहरातील नगरपालिकेच्या सत्तासंघर्षात शहरांतर्गत शिजणारे राजकारण, तेथील लोकांच्या वर्तन, बोलण्याचे राजकीय संदर्भ, गट-तट, जात-पात आणि प्रदेशवास्तव, त्यासंदर्भातील लोकांच्या तीव्र अस्मिता, राजकारणात प्रशासकीय अधिकाऱ्यांची होणारी कोंडी, व्यवस्थेतील साऱ्यांचेच शहराच्या भवितव्याशी उघडउघड चाललेले खेळ, हितसंबंधांचे राजकारण - असा एका शहराचा वरून दिसणारा चेहरा; आणि याच शहराची दुसरी बाजू असणारे तिचे अधोविश्व अतिशय बारकाईने या कादंबरीमध्ये देशमुख यांनी चित्रित केले आहे. राजकारण आणि प्रशासनव्यवहारासाठी वापरली जाणारी विशिष्ट भाषा या कादंबरीचे आशयसूत्र साकारण्यास मदत करते.

प्रत्येक क्षेत्रामध्ये त्या क्षेत्राशी संबंधित भाषिक भांडार तयार झालेले असते. हे संदर्भविशिष्ट भाषिक भांडार त्या त्या क्षेत्राच्या आकलनासाठी महत्त्वपूर्ण ठरत असते. कोणत्याही क्षेत्रातील व्यवहारभाषेत त्या क्षेत्राचे म्हणून काही भाषिक संदर्भ तयार झालेले असतात. त्याचबरोबर त्या क्षेत्रापुरता शब्दनिधीही तयार झालेला दिसतो. या साऱ्या गोष्टींचे भान कादंबरीकाराजवळ असावे लागते. अलीकडच्या बऱ्याच मराठी कादंबऱ्यांमध्ये हे भाषाभान येत आहे. ग्रामीण परिसरातील राजकारण, तेथील गटातटाचे राजकीय संदर्भ, सहकारी संस्थांतील आणि सरकारी कर्मचाऱ्यांची या परिसरात तयार झालेली खास भाषा अनेक कादंबऱ्यांतून व्यक्त होते. मराठीतील अलीकडच्या काही कादंबऱ्यातून हे भाषा भान त्या क्षेत्राचे तळस्पर्शी चित्र उभे करण्यात यशस्वी झालेल्या दिसतात. सदानंद देशमुख यांची 'बारोमास', कृष्णात

खोत यांच्या 'रौंदाळा'मध्ये आलेली ग्रामीण परिसरात काम करणाऱ्या प्रशासकांची आणि गावपातळीवरच्या राजकीय घडामोडींचे नेमके सूचन देणारी भाषा उल्लेखनीय आहे. गाव पातळीवरच्या राजकीय संदर्भांनी शंकर पाटलांच्या 'टारफुला' पासून नुकतीच प्रकाशित झालेल्या नामदेव माळी यांच्या 'छावणी', रामचंद्र नलावडे यांची 'कुरण'पर्यंत भाषाभानाचा विचार नोंदवता येईल. परंतु नगरपालिका आणि महसूल खात्याच्या रूपाने या क्षेत्राचे व्यापक संदर्भ असलेली भाषा देशमुखांनी प्रथमच मराठीमध्ये आणली आहे. मोठ्या शहरांपेक्षा खेड्यात आणि नगरपालिका अस्तित्वात असणाऱ्या निमशहरात राजकारण खोलवर झिरपलेले दिसते. ते तेथील जगण्याचा भाग बनलेले असते. हे वास्तव अधोरेखित करणारी भाषा लक्ष्मीकांत देशमुखांच्या 'अंधेरनगरी'मध्ये आलेली दिसते.

वाचकाला खिळवून ठेवणारी किंवा त्याच्या मनाची पकड घेणारी भाषा आणि व्यवहारबोलीचा वापर देशमुखांच्या वरील दोन्ही कादंबऱ्यांमध्ये दिसत नाही. समाजातील सर्व स्तरातील बोलीरूपांचे सूक्ष्म भान ठेवून ही बोलीरूपे कादंबरीत मांडण्याचे कौशल्य मराठीत फार कमी कादंबरीकारांकडे आहे. यामध्ये भाऊ पाध्ये, भालचंद्र नेमाडे, राजन गवस, सदानंद देशमुख, रंगनाथ पठारे, विलास सारंग, रमेश इंगळे उत्रादकर, प्रवीण बांदेकर, कृष्णात खोत या कादंबरीकारांकडे हे भान दिसते. त्याचबरोबर पुरुषोत्तम बोरकर, किरण नगरकर यांच्या कादंबरीमध्येही हे भाषिक ज्ञान प्रत्ययास येते. लक्ष्मीकांत देशमुखांच्या कादंबरीची भाषा बोलीरूपापेक्षा प्रमाण मराठीकडे अधिक झुकते. प्रथमपुरुषी निवेदनातून कादंबरीचे कथासूत्र वाचकांसमोर ठेवताना लेखक केवळ मराठीचे प्रमाणरूप वापरताना दिसतो. त्यासाठी निवदनाचे कोणतेही नावीन्यपूर्ण तंत्र, शैली अवलंबत नाही. भाषिक पातळीवर ते कोणत्याही वेगळ्या वाटा चोखळत नाहीत. मराठीतील अनेक कादंबऱ्यांमध्ये दिसणाऱ्या निवेदनाच्या शैली, विनोद आणि उपरोध देशमुखांच्या भाषेत दिसत नाही. तरीही देशमुखांच्या भाषेचे म्हणून काही विशेष नोंदवता येतील.

लक्ष्मीकांत देशमुख विषयाला थेट भिडण्याचा प्रामाणिक प्रयत्न आपल्या कादंबरीतील भाषावापरातून करतात. भाषा आणि कथनाच्या पातळीवरचे काही प्रयोग न करता; अनुभवलेले वास्तव प्रांजळपणे समोर ठेवण्याचा प्रयत्न करतात. वरील दोन्ही कादंबऱ्यांच्या कथनातून आपल्या सभोवतालचे वास्तव ते ज्यापद्धतीने समोर ठेवतात; त्यातून कादंबरीच्या निवेदकाचा म्हणून एक सरळ स्वभाव व्यक्त होतो. परिणामी निवेदनात येणारी भाषा प्रांजळ आणि सरळपणे येते. ती कोणताही आडपडदा किंवा वळणे घेताना दिसत नाही. त्यामुळेच तिचे स्वरूप बऱ्याच प्रमाणात औपचारिक भाषावापराचे असते. 'आजच्या बैठकीस जिल्हाध्यक्ष संबोधित

करणार आहेत,' 'एवढंच नव्हे, तर त्यात त्यांनी प्रावीण्यही मिळवलं होतं!', 'हा शफीच्या अभ्यासाचा व काही प्रमाणात कौतुकाचा, तर काही प्रमाणात मत्सराचा विषय आहे!' अशी औपचारिक लेखनातील भाषा निवेदनात सतत येत असल्याने ती वाचकाच्या मनाची पकड घेण्यात कमी पडते. कारण ही भाषा व्यवहारभाषेपासून बरीच फारकत घेते. कादंबरी हा वाचक आणि लेखक यांच्यामध्ये चाललेला एक व्यवहार किंवा दीर्घ संवाद असतो. या व्यवहारातील नैसर्गिकता अशा औपचारिक भाषेमुळे हरवते. संवादाचा सूर टिकवून ठेवता येत नाही. परंतु या कादंबरीत राजकारणाची भाषा अतिशय प्रभावी आणि कौशल्याने वापरलेली दिसते. राजकारण गतिमान आणि अस्थिर असल्याने या कादंबरीतील घटना-प्रसंगांध्ये एक प्रकारची गतिमानता आहे. नगरपालिकेच्या संदर्भात लालाणी आणि पाटील यांच्यामध्ये चाललेला सत्तासंघर्ष आणि शहराचे प्रश्न टिपताना नेमकी भाषा या कादंबरीमध्ये येते.

कोणत्याही भाषेतील शब्दांची अर्थपातळीवरील संदिग्धता तो शब्द प्रत्यक्ष व्यवहारामध्ये आल्यानंतर संपते. या संदर्भाने अनेक शब्दांचे अर्थक्षेत्रांनुसार विश्लेषण करता येते. 'अंधेरनगरी' मध्येही येणारे असे काही शब्द कादंबरीच्या आशयासूत्रानुसार अशी अर्थवत्ता देतात ते पाहता येते. या कादंबरीमध्ये येणारे धोरणी, मुत्सद्दी, दुराग्रही, तहकूब, तोष, अनुमोदन, अंतस्थ हित, संधी, मंजूर, पक्ष शिस्त, अनुचित, खीळ, झुंडशाही, प्रमाद, सेय, निर्देश, टिट, शिजणे, डावे असे शब्द राजकीय आशयाच्या परिप्रेक्षात अभ्यासल्यानंतर; या शब्दांना प्राप्त होणारा राजकीय संदर्भातील अर्थ लेखकाने नेमकेपणने वापरला आहे. हे शब्द मराठी भाषिक व्यवहारात अनेक ठिकाणी वेगवेगळ्या संदर्भात वापरले जातात. परंतु हे शब्दच कादंबरीतील राजकीय आशय आणि समकालीन वास्तव प्रभावीपणे व्यक्त करण्यासाठी वैशिष्ट्यपूर्ण अर्थवत्ता देतात.

वरती उल्लेख केल्याप्रमाणे लक्ष्मीकांत देशमुख भाषावापरासंदर्भात कोणता प्रयोग न करता आपल्या समोरील वास्तवप्रश्नांना थेट भिडणे पसंत करतात. जे आहे ते प्रांजळपणे समोर ठेवण्याचा कसोशीने प्रयत्न करत असल्याने एक कलाकृती म्हणून त्यांच्या कादंबरीला आपोआपच मर्यादा येतात. कथापि, सभोवतालचे वास्तव समजून घेण्याचा त्यांचा आवाका या दोन्ही कादंबऱ्यांमधून दिसून येतो. निवेदनात येणारी प्रमाण मराठी आणि औपचारिक व्यवहाराची भाषा व्यक्तिरेखांच्या भाषेतही येण्यामागील कारण हेच आहे. या कादंबरीतील लालाणींच्या तोंडचे हिंदी भाषेतील संवादही याला अपवाद नाहीत. 'लेकिन मुझे दोस्ती और रिश्तेदारी जादा अहम लागती हैं।' यासारख्या संवादातून येणारी प्रमाण हिंदी त्यांच्या औपचारिक

भाषावापराचे उदाहरण आहे. वास्तविक दैनंदिन जीवनातील भाषावापर एवढा कृत्रिम आणि औपचारिक नसतो. यासंदर्भाने 'अंधेरनगरी'तील पुढील दीर्घ संवाद अभ्यासता येतील. पवारांची कन्या केतकी आणि पाटलांचे चिरंजीव आनंदराव यांचे प्रेमसंबंधातून लग्न ठरवण्याच्या प्रक्रियेतील आनंदरावाचा हा संवाद आहे. 'पण पपा - बिलिव्ह मी - केतकीमुळे तुम्ही माझेच आहात. तुमच्यापुढे मी प्रांजळ आहे. यामध्ये माझ्या बाबांचं कसलंही राजकारण नाही. त्यांनी मला हे दूरान्वयानेही सजेस्ट केलेलं नाही. अजूनपर्यंत त्यांना कदाचित आमच्या प्रेमाचं माहीत पण नसावं. पण तुमची शंका साधार आहे. त्यांच्या मनात अजूनही शहाण्णव कुळीचा वृथा अहंकार आहे, जो मला साफ नामंजूर आहे.'' ''आता मी जे बोललो, ते माझ्या व केतकीच्या चर्चेतून निघालं होतं!'' या संवादातील भाषा कृत्रिम आणि औपचारिक स्वरूपाचीच वाटते. त्यामुळे हे संवाद एखाद्या चित्रपटातील संवादासारखे वाटतात. तथापि लेखकाला जे सांगायचे आहे ते खूप सच्चे आहे हे नजरेआड करता येत नाही. बरबटलेल्या राजकारणाची, भ्रष्ट व्यवहाराची लेखकाला असणारी चीड त्यांच्या भाषेतून व्यक्त होत राहते. निवेदनाच्या भाषेतून व्यक्त होणारे पारदर्शी असे एक स्वच्छ आणि प्रामाणिक मन दिसते. यासंदर्भात खालील निवेदन अभ्यासता येईल. ''हा सारा खर्च काही आपल्या कमाईतून देत नाही. आणि ते शक्यही नाही. दिवाळं वाजायचं तसं केलं तर! हा खर्च भरून काढण्यासाठी मुख्य स्वच्छता निरीक्षकाला ढील द्यावी लागते. तो अनधिकृत बांधकामाच्या फायली दडपण्यासाठी म्हणून किंमत वसूल करतो व हा खर्च निघतो. तसंच, जकात अधीक्षकाकडूनही सरबराई व इतर खर्चासाठी दरमहा पाच हजार रुपये वेगळे काढून ठेवावे लागतात. हा उत्पन्नातला तोटा नगरपालिकेच्या माथीच बसतो.''

''काही अपवाद वगळता सर्वच नगरसेवक व बहुसंख्य नगरपालिकेचे अधिकारी व कर्मचारी दोन्ही हातांनी मिळेल तेवढं कमावताहेत.... नवीन काम मंजूर करणं म्हणजे खायची पर्वणी. या सर्वांचे प्लॉटिंगचे धंदे आहेत, न. प. च्या मोकळ्या जागेवर अतिक्रमण करणं, प्रत्येक खरेदीत कमिशन उपटणं..... प्रत्येक विभागात प्रत्येक कामात पैसा कसा खायचा याचं टेक्निक किती परिपूर्ण केलं आहे.'' (पृष्ठ ६६) राजकारणामध्ये बऱ्याच वेळा व्यक्तीपेक्षा प्रवृत्ती प्रबळ ठरत असते. त्यासंदर्भाने येणारी या कादंबरीतील भाषा राजकीय वर्तनाचे वास्तवदर्शी सूचन करते. ''मै मजबूर था भांगे साहब.... मै आपको रोक सकता था, लेकिन रोक नही पाया ..... क्योंकी मुझे इनके साथही रहना है।'' ही लालाणीची अगतिकता ज्या शब्दातून व्यक्त होते; ती भाषा आणि त्यावर वकीलबाबूंच्या तोंडी येणारा संवाद राजकारणाचे आजचे वास्तव आहे. ते म्हणतात, ''लाला, एकच सांगतो, आज आपली खुर्ची

वाचावी म्हणून तू सी. ओ.ना रोकू शकला नाहीस..... पण मला भीती वाटते ..... तूही फार काळ राहू शकणार नाहीस.... वॉच माय वर्ड. हे भाकीत चुकलं तर मित्र म्हणून मला आनंद वाटेल... पण यावेळी तू घसरलास. एक चांगला माणूस तू घालवलास. मला काळजी वाटते ती या शहराची ..... सी. ओ.नी त्या दिवशी काय म्हटलं ते आठवतं ना - जर कौन्सिलनं भावनेच्या भरात अतिक्रमणाच्या बाजूने कौल दिला तर भविष्यकाळात हे शहर म्हणजे एक प्रचंड बकाल झोपडपट्टी बनेल..... आय फियर दॅट, आय फियर दॅट - लाला....!'' (पृष्ठ १७७) या भाषेमधून नगरपालिकेच्या वरून दिसणाऱ्या कारभारापेक्षा या व्यवस्थेच्या अधोविश्वात चाललेले व्यवहार देशमुखांची ही भाषा पृष्ठस्तरावर आणण्याचे काम करते. राजकीय वर्तनाची ही बाजू म्हणजे भयानक वास्तव असते. तिचे नेमके आकलन वरील भाषेतून लेखक मांडतो. त्यामुळेच या कादंबरीतून समकाळातल्या एका जिवंत विषयाला लक्ष्मीकांत देशमुख न्याय देऊ शकले आहेत.

'ऑक्टोपस' कादंबरीमध्ये शासनाच्या महसूल खात्यातील भ्रष्ट व्यवहाराचे चित्र येते. शासनव्यवस्थेतील महसूल हे एक महत्त्वाचे खाते आहे. लोककल्याणासाठी अस्तित्वात आलेले हे खाते म्हणजे भ्रष्ट व्यवहाराचे, हितसंबंधाच्या गोष्टींनी व्यापलेले एक मोठे जाळे बनले आहे. वरून महसूल खात्याचे दिसणारे एक भव्य रूप सर्वांसमोर असते. पद-प्रतिष्ठेसाठी प्रशासनाच्या पातळीवर या खात्याचे सर्वांना आकर्षण असते. परंतु या खात्यांतर्गत चाललेले गैरव्यवहार, भ्रष्टाचार सामान्यांच्या आकलनपलीकडील आहे. 'ऑक्टोपस' हे शीर्षक या व्यवहाराचे प्रतीक आहे. या खात्यांतर्गत कार्यरत असणारे जिल्हाधिकारी आनंद पाटील आणि तलाठी भगवान काकडे यांच्या माध्यमातून या खात्यातील कारभाराचा उभा छेद लेखकाने या कादंबरीत घेतला आहे.

या कादंबरीत भगवान काकडेची व्यक्तिरेखा मध्यवर्ती असून त्याच्या जीवनात खात्यांतर्गत राजकारण, ताणतणाव, आरोप, चढउतार अतिशय नाट्यपूर्ण पद्धतीने रेखाटले आहेत. योगायोगाच्या घटना, घडवून आणलेले काही प्रसंग पाहता ही कादंबरी सिनेमॅटिक होताना दिसते. संवादांचे स्वरूपही पटकथेतील संवादासारखे असल्याने ही कादंबरी एखाद्या चित्रपटाची कथाच वाटते. ती असे वाटण्याचे एक कारण या कादंबरीत येणारे संवाद आणि भाषा हे आहे. काही ठिकाणी आलेले संवाद रोमँटिक झाले आहेत. कादंबरीच्या प्रारंभीच ''या साडीत तू फारच आकर्षक व चित्तवेधक दिसतेस!'', ''या फोटोत दोन देवी आहेत. एक सर्वांची माता देवी, तर दुसरी फक्त माझी एकट्याची गृहदेवी!'', ''येस, माय डिअर. यू आर परफेक्टली टाईट!'' असे संवाद कादंबरीपेक्षा चित्रपटातील वाटतात.

'ऑक्टोपस' या कादंबरीतील अवकाश उस्मानाबाद परिसरातील आहे. केवळ लेखक सांगतो म्हणून हे कथानक या परिसरात घडत आहे असे म्हणायचे. कारण नावगावाशिवाय या परिसराची भाषिक संस्कृती या कादंबरीतून आविष्कृत होताना दिसत नाही. या परिसराची भाषा या कादंबरीत कोणाच्याही तोंडी येताना दिसत नाही. ग्रामीण भागात तलाठ्याची नोकरी करणारा भगवानही "नाही, साहेब! तुमचा त्यात काय दोष? कुणाही अधिकाऱ्यांनी हेच केलं असतं. तुम्ही साऱ्यापेक्षा वेगळे आहात म्हणून आशा होती. मला कळलं साहेब की, तुम्ही मला सेवेत जाताना पुन:स्थापित करण्याचे आदेश सादर करायला पेशकार साहेबांना सांगितलं होतं, पण त्या जोशी प्रकरणामुळे आपण सही केली नाही! तुमच्यावर त्याच नीच जगतापनं घाणेरडा आरोप केला, मलाही रिइनस्टेट केलं असतं तर त्यानं जास्तच गरळ ओकलं असतं. असो. पण साहेब, आपण जोशीला न्याय दिला, पण माझ्यावर मात्र अन्याय झाला साहेब!" (पृष्ठ ३१) हा संवाद तलाठी पदावर काम करणाऱ्या कर्मचाऱ्याच्या भाषेतील वाटत नाही. वरील कादंबरीप्रमाणेच याही कादंबरीतील प्रथमपुरुषी निवेदन बऱ्याच प्रमाणात औपचारिक भाषेतूनच येते.

लक्ष्मीकांत देशमुख यांच्या लेखकीय वाटचालीतील 'इन्किलाब विरुद्ध जिहाद' ही अतिशय महत्त्वाची आणि उल्लेखनीय अशी कादंबरी आहे. सुमारे ९३४ पृष्ठांची ही बृहत् कादंबरी अनेक दृष्टीने महत्त्वपूर्ण आहे. अफगाणिस्तानच्या सुमारे पन्नास वर्षांच्या धगधगीत अवस्थेचा तटस्थपणे आणि अभ्यासपूर्ण घेतलेला वेध या कादंबरीच्या आशयसूत्रातून लेखकाने मांडला आहे. ही कादंबरी परिश्रम आणि कष्टपूर्वक लिहिली गेल्याच्या खुणा या कादंबरीत सर्वत्र पाहायला मिळतात. या कादंबरीत लेखकाने सांगितलेली अफगाणिस्तानची सुमारे पन्नास वर्षांच्या वाटचालीची कथा दोन भिन्न विचारांच्या संघर्षाने व्यापलेली आहे. ही कादंबरी म्हणजे जगातील एक महत्त्वाचा इतिहास असला तरी तो लेखनाने काही काल्पनिक पात्र - प्रसंगांच्या आधाराने कादंबरीच्या रूपात मांडला आहे. तो मांडताना कादंबरीच्या अनेक शक्यता देशमुखांनी अजमावून पाहिलेल्या आहेत.

अफगाणिस्तानच्या दुर्बल, अगतिक आणि अविकसित परिस्थितीची ही कथा म्हणजे जागतिक राजकारणात एखाद्या देशाचा कसा बळी घेतला जातो याचा ज्वलंत इतिहास आहे. या कथेला व्यापक असे आंतरराष्ट्रीय राजकारणाचे संदर्भ लाभले आहेत. त्यामुळेच ती मराठीतील एक महत्त्वपूर्ण कादंबरी ठरली आहे. या कादंबरीने आशयसूत्रासंदर्भात मराठी कादंबरीच्या कक्षा विस्तारण्याला मदत केलेली आहे. विश्राम बेडेकर, विलास सारंग आणि विश्राम गुप्ते यांनी आंतरराष्ट्रीय पार्श्वभूमी असलेली आशयसूत्रे कादंबरीतून मांडली आहेत. गुप्ते यांची 'अल

तमीर' सौदी अरेबियातील परिस्थितीवरील कादंबरी आहे. या सर्व कादंबऱ्यांच्या पार्श्वभूमीवर देशमुखांची प्रस्तुत कादंबरी अनेक दृष्टीने वेगळी आहे.

अफगाणिस्तानच्या वरील परिस्थितीची कहाणी देशमुख यांनी अन्वर, त्याचे कुटुंबीय आणि मित्र यांच्या अनुषंगाने सांगितली आहे. ही पात्रे काल्पनिक असली तरी त्यांची कहाणी खरी आहे. आंतराष्ट्रीय पातळीवरील धार्मिक आणि दहशतवादाचा विषय कादंबरीतून मांडताना येऊन पडणारी जबाबदारी, त्याचे दडपण देशमुख यांनी लीलया पेलले आहे. या कादंबरीचा विषय हे देशमुख यांनी स्वीकारलेलं आव्हान होते. कारण भाषा, प्रदेश, परिस्थिती आणि संस्कृती या सर्वच पातळीवर देशमुखांसमोरील आव्हाने मोठी होती. या आव्हानांचे स्वरूप ही कादंबरी वाचताना लक्षात येते. देशमुखांनी या कादंबरीच्या निवेदनासाठी आणि संवादांसाठी वापरलेली भाषा अफगाणिस्तानच्या सामाजिक आणि राजकीय पर्यावरणाचा नेमका प्रत्यय देणारी आहे. उर्दू, हिंदी, मराठी आणि इंग्रजी भाषांचे एकजीव केलेले मिश्रण बेमालूमपणे कादंबरीत वापरले आहे. जगातील एक सुंदर प्रदेश जागतिक राजकारणाचा बळी ठरून कसा उद्ध्वस्त होत जातो हे लेखकाने नेमकेपणाने चित्रित केले आहे. त्यासंदर्भातील भाषेचे उपयोजन हे वास्तव प्रभावीपणे मांडण्यासाठी महत्त्वपूर्ण ठरले आहे. या संदर्भातील हा संवाद पाहा, "खरंय अन्वर, मी मिलिटरीतील कामानिमित्त अनेक देश पाहिलेत. रूस, अमेरिका, इराण... पण अपने वतन का जवाब नही. आणि हा काबूल पगमानचा परिसर - माशा अल्ला! उपरवालेने क्या नजारा बक्शा है" (पृष्ठ १३) ही भाषा या परिसराचे एक चित्र उभे करते. हा शांत परिसर पुढे अशांत आणि उद्ध्वस्त होत जातो. त्याचे चित्र पुढील संवादातून मुखर होते. 'गेले तीन दिवस काबूलवर आपल्या तालिबानी फौजा अंगाराप्रमाणे बरसत आहेत. मुल्ला मुहंमद रब्बोनीच्या नेतृत्वाखाली आमचे नौजवां तालिब जान की बाजी लगाके लड रहे है।" (पृष्ठ ८४६) या संवादांमध्ये येणारी भाषा तेथील भाषिक संस्कृतीचे आणि मराठीचे एक अवीट मिश्रण तयार झालेले आहे. हा भाषेचा टोन अफगाणिस्तानची सुमारे पन्नास वर्षांची प्रदीर्घ वाटचाल सांगताना कायम टिकवला आहे. या कादंबरीच्या भाषेमध्ये येणारे दिलो दिमागपर, महजबी संस्कार, सना पठणाचे स्वर, बेहद खूबसूरत, इरादा, बहू, शादी, काफिर, पगमान, बेशक, सच्चाई, शागीर्द, तशरीफ, इज्जत, मदहोश, अफसोस असे शेकडो उर्दू, हिंदी शब्द मराठी भाषेमध्ये चपखलपणे एकजीव झालेले आहेत. या शब्दांच्या वापरातून तयार झालेली वाक्ये अफगाणसंस्कृतीला वाचकाच्या डोळ्यांसमोर उभी करण्यात यशस्वी होताना दिसते. 'आजच्या पवित्र शुक्रवारी अब्बाजाननी तान्याला इस्लामची दीक्षा देऊन अन्वरशी निकाह लावून दिला होता. मात्र समारंभात तिनं

बुरखा वापरण्यास निक्षून नकार दिला होता, अन्वरनंही तिला साथ दिली होती! अब्बाजान, सूलतान, रहिम व सईद सारे भडकले. मग अम्मीनंच मध्यस्थी केली, 'देखो - ती ज्या शौरवी देशातून आली आहे, तिथं पडदा पद्धत नाही. एकदम सारं कसं ती स्वीकारील? जरा उसका भी सोचो. हमारे अन्वर के लिए उसने मुल्क छोडा, इस्लाम कबूल किया - धीरे धीरे ये सब वो अपनायेगी....'' (पृष्ठ १७३) अशी मिश्र भाषाच तेथील घडामोडी, सर्व पातळीवर चाललेले संघर्ष टिपू शकणार होती. त्यामुळे देशमुख ही भाषा कौशल्यपूर्वक वापरताना दिसतात.

अफगणिस्तानात सुरू असणाऱ्या भिन्न विचारांच्या संघर्षात जी भाषा देशमुख वापरतात त्यातून तो संघर्ष नेमकेपणाने व्यक्त होताना दिसतो. येथील कर्मठ आणि मवाळ अशा दोन्ही लोकांची भाषा ते अतिशय जबाबदारीने वापरताना दिसतात. येथे अमेरिकेबद्दल द्वेष रुजवणाऱ्या संघटनांची भाषा, येथील बरबादीच्या वाटेवरील तरुण पिढी, त्यांची अगतिकता, भुकेसाठी तळमळणारी जनता, लहान मुलं, त्यांचा सुरू असलेला छळवाद आणि एकूणच तेथे तयार झालेली अनागोंदी - भाषेतून वास्तवदर्शी पद्धतीने देशमुख कादंबरीतून मांडतात. त्यांच्या वरील दोन कादंबऱ्यांपेक्षा या कादंबरीची भाषा नि:संशय प्रगल्भ आणि कादंबरीच्या भाषा-वापरासंदर्भातील क्षमतेचा पुरेपूर उपयोग करून घेणारी आहे. त्यामुळेच ही कादंबरी त्यांच्या इतर कादंबऱ्यांच्या तुलनेत प्रगल्भ आणि कादंबरीच्या भाषिक अवकाशाची मागणी पूर्ण करणारी यशस्वी कादंबरी आहे.

❑

राजकीय सत्यस्थितीचा आविष्कार : अंधेरनगरी

चंद्रकांत बांदिवडेकर

लक्ष्मीकांत देशमुख यांची अलीकडे (१९९४) प्रसिद्ध झालेली 'अंधेर नगरी' राजकीय कादंबऱ्यांत वैशिष्टपूर्णतेने भर टाकणारी कादंबरी आहे. देशमुखांनी नगरपालिका आणि त्यातून प्रतिबिंबित होणारे भ्रष्ट समाजकारण, त्या भ्रष्ट समाजकारणाला गती देणारे सत्तेचे राजकारण आणि सर्व देशाच्या सत्तापिपासेतून उत्पन्न होणारे हिंस्र, क्रूर, स्वार्थांध, आत्मकेंद्रित शासन या वास्तवाचा वेधक शोध घेतला आहे. एका बाजूने आपला मुख्याशय नगरपालिकेच्या राजकारणापुरता आणि प्रशासनापुरता मर्यादित करून घेतला तरी त्या राजकारणाच्या पार्श्वभूमीवर असलेल्या एकूण पतनशील होत चाललेल्या लोकशाहीच्या प्रणालीचा ताकदीने कलात्मक निर्देश केल्यामुळे हे वास्तव विश्लेषण सर्व देशाच्या राजकारणाचे प्रातिनिधिक ठरले आहे. वरकरणी काही ठरावीक पात्रांपुरते आणि छोट्या पैसापुरते मर्यादित हे वास्तव अनेक दिशांतून येणाऱ्या चिवट धाग्यांमुळे कसे गुंतागुतीचे व व्यापक झाले आहे ते देशमुखांनी दाखवले आहे. माणूस चांगला असतो, वाईटही असतो, तो काही प्रसंगी चांगला वाटतो, तर काही प्रसंगी चांगला वाटणारा माणूस क्रूर व वंचकही बनू शकतो. माणसाच्या स्वभावाबद्दलची ही प्रवाही व्यामिश्रता स्वीकारल्यामुळे या कादंबरीतल्या ढोबळ रेखांनी चित्रित केलेल्या पात्रांना महत्त्व आले आहे.

ही कादंबरी वाचताना असे वाटत जाते की माणसाची मूलभूत प्रेरणा फ्रॉइड म्हणतो, तशी कामभावनेपुरती मर्यादित नसते, तर ती कामभावनेपेक्षाही अधिक मूलभूत असलेल्या अधिकार लालसेची असते. ॲडलरने आपल्या गुरूला - फ्रॉईडला - योग्य मुद्यावर विरोध केलेला आहे याची खात्री अशा कादंबऱ्या वाचताना होते. राजकीय कादंबरीमध्ये राजकारणातील विविध डावांच्या - प्रतिडावांच्या मुळाशी ही सत्तापिपासा, ही अधिकारभावना अधिराज्य करत असते आणि तिचा खेळ मोठा रहस्यमय, अतार्किक, हादरवणारा असतो. माणसाचा विवेक आणि

त्याची संकल्पशक्ती, त्याचे मूल्यभान आणि त्याची माणुसकी या गोष्टी सत्ता-मोहापुढे दुर्बळ ठरतात. लोकशाहीचा, मूलतत्त्वाचा बळी देऊन एकाद्या हुकूमशाहासारखी सत्ता मिळवणारा हिटलर जर्मनीच्या लोकशाहीत कसा वरचढ झाला असेल त्याचा प्रत्यय ही कादंबरी नकळत देते. त्याचप्रमाणे लोकशाहीत अराजकही कसे निर्माण होऊ शकते त्याचेही दर्शन घडते. या सर्व अंधेरनगरीत नेस्तनाबूत होतो तो सामान्य, सत्प्रवृत्त माणसू.

अंधेरनगरीतली नगरपालिका ही एकप्रकारे देशाच्या लोकशाही प्रयोगाचा छोट्याशा पडद्यावर घेतलेला क्लोजअप आहे. जात, धर्म, राजकारणाचे तत्त्वज्ञान, समाजसेवेचे व्रत, वैयक्तिक आचरणाचा पवित्रपणा, सार्वजनिक जीवनातील समाजाशी बांधिलकी आणि मूल्यनिष्ठा, मैत्री या सर्वांचा हीनपणे कसा दुरुपयोग केला जातो याची प्रचिती हा जीवनानुभव आणून देतो. या सर्व गावगाड्यात एखादा वकीलबाबू सच्छील राहू शकतो पण तो नि:शक्त ठरतो. एखादा खरी मूल्यनिष्ठा असणारा, समाजकार्य, करण्याची इच्छा आणि काहीतरी चांगले करावे अशी आकांक्षा बाळगणारा, समर्थ, हुशार, तडफदार, आणि आत्माभिमान बाळगून जगू पाहणारा, भांगेसारखा नगरपालिका अधिकारी निवडणुकीच्या राजकारणाची वरून मोहरी हलवणाऱ्या पक्षश्रेष्ठींच्या बुलडोझरचा कसा बळी ठरतो याचे प्रभावी चित्र देशमुखांनी रेखाटले आहे.

यात वेगवेगळया पक्षांची, धर्माची, जातीची, राजकीय पक्षाची माणसे येतात, पण देशमुख यांना माणसांच्या चित्रणात फारसा रस नाही आणि त्यांनी जो विषय समोर ठेवला आहे, त्यासाठी त्याची आवश्यकताही नाही. या माणसांचे ओझरते, कामापुरते, साधनस्वरूप, ढोबळ चित्रण येते. यातले वास्तव मुख्यत्वेकरून सिंधी नगराध्यक्ष लालाणी आणि नगरपालिका अधिकारी भांगे यांच्याद्वारा प्रस्तुत केले आहे. काहीसे महत्त्व जातीचे पाठबळ घेऊन नगराध्यक्ष बनू पाहणाऱ्या पाटील यांना व त्यांचे सोयरे बनू पाहणाऱ्या पवारांना आणि कादंबरीच्या उत्तरार्धात लालाणींना मात देऊ पाहणाऱ्या प्रकाशबापूंना आहे. पण यांचीही अनेक बारकाव्यांनिशी व्यक्तिचित्रे काढण्याचे प्रयत्न लेखकाने केलेले नाहीत. लालाणींचे मित्र जनता दलाचे वकील बाबू एक चांगले मित्र म्हणून आणि लालाणींना विवेकाचे भान देणारी व्यक्ती म्हणून थोडे ठळकपणे समोर येतात. भांगे यांची पत्नी यशोदा हिचेही एक समजूतदार गृहिणी या नात्याने ठळक चित्र आले आहे. यात जुने स्वातंत्र्यसैनिक पण नव्या भ्रष्ट राजकारणात एकटे पडले आहेत, सेवानिवृत्त सेनाधिकारी, समाजसेवा करू पाहणारे कणखर व जिद्दी मोडक आहेत. पण नव्या राजकारणात ते दोघेही निस्तेज होत आहेत. या सर्व माणसांपेक्षा लेखकाला मुख्यत्वे उभे

करायचे आहे ते राजकारणाचे भ्रष्टाचाराने बरबटलेले, वास्तवमूल्यांचा चुराडा करणारे स्वार्थकेंद्रित राजकारण; खालपासून वरपर्यंत या राजकारणाचे एकमेकात गुंतलेले धागेदोरे आणि ते प्रभावीपणे कादंबरीकाराने दाखवले आहेत.

लालाणी नगराध्यक्ष झाले ते डावपेचाने. त्यांना या नगराने निर्वासित म्हणून आलेले असताना आश्रय दिला म्हणून नगरासाठी काही करण्याची त्यांची कृतज्ञतापूर्ण जिद्द. इतरांच्या रागालोभाची पर्वा न करता धडाधड काम करण्याची वृत्ती आणि यामुळे अहंकारावर आघात झालेल्या माणसांच्या इतराजीची काळजी न करता आपल्या बुद्धीच्या, कर्तृत्वाच्या आणि कार्यकुशलतेच्या बळावर नगरपालिकेचा गाडा ओढण्याचे लालाणींचे धडाकेबाज व्यक्तित्व काहीसे नाट्यमयतेने तर पुष्कळसे वर्णनात्मक शैलीने कांदरीबकाराने चित्रित केले आहे. नगरपालिकेतील विविध गट, त्या गटांतील स्वार्थामुळे निर्माण झालेले उपगट, त्यांचे डावपेच, सत्तेसाठी, खऱ्या खोट्याचा विधिनिषेध न बाळगता चाललेली दौड, राजकारणात कायमचे शत्रू व मित्र नसतात याची खूणगाठ बांधून निर्लज्जपणे आपली खेळी खेळणाऱ्या नगरपित्यांचा खेळ, स्वार्थासाठी एकमेकांशी जमवून घेण्याचे व प्रसंगी मैत्रीचीही आहुती टाकण्याचे बेमुर्वतखोर आचरण यांचे प्रचितीपूर्ण चित्रण देशमुखांनी केले आहे. नगरपालिका, जिल्हा परिषद, राज्याचे राजकारण आणि देशाचे राजकारण यातला केवळ निवडणुकीच्या यशाचे उद्दिष्ट ठेवून चालवलेले निदर्य खेळ हे या कादंबरीचे वास्तव आहे. लालाणींनी नगराध्यक्षपद अडीच वर्षे भोगले. आता उरलेला वर्षाचा काळ ते आपण भोगावे या आणि एवढ्याच उद्देशाने प्रकाशबाबू गटबाजी करतात आणि लालाणींना पराभव पत्करायला भाग पाडतात. त्यांच्यातील परस्परांच्या डावपेचांचे विश्वसनीय चित्र हा या कादंबरीचा महत्त्वाचा भाग. त्यात लेखकाला चांगलेच यश आले आहे. शेवटी लालाणी प्रकाशबाबूंनाही अध्यक्षपद भोगता येऊ नये म्हणून त्यांच्यापाशी असलेल्या प्रकाशबाबूंच्या सही असलेल्या कोऱ्या कागदाचा उपयोग करतात. हा प्रसंग एका बाजूने काहीसा नाटकी वाटतो, पण दुसऱ्या बाजूने मूल्यनिषेध न बाळगता सज्जन माणसेही कशी खालच्या स्तरावर येऊ शकतात याचे वास्तव यात दर्शवले आहे. या सर्व घोडदौडीत मालखरे यांच्यातील समर्थ पत्रकारही मूल्यविचार गुंडाळून ठेवून लालाणींच्या विरुद्ध आघाडीत सामील होतात. बुद्धिवादी लोकांची ही घसरण चिंताजनक आहे आणि ते वास्तव नाकारणेही कठीण आहे. ही कादंबरी एक प्रश्न उभा करते - लालाणींच्या माध्यमातून मुख्यत: आणि इतरांच्या माध्यमातून गौणत: - तो प्रश्न असा - शेवटी या सत्तापिपासेतून केलेल्या डावपेचांचे फलित काय? निरर्थक धडपड. पण सत्तापिपासेचा भोग हाच मोठा सम्मोहित करणारा भाग आहे. मात्र या प्रश्नाकडे लेखकाने बोट दाखवले

असले तरी या प्रश्नाचे भावनात्मक (वा निवेदनात्मक) चित्रण झालेले नाही.

या कादंबरीत नगरपालिका अधिकारी म्हणून आलेले भांगे यांची व्यक्तिरेखाही लालाणींइतकीच महत्त्वाची आहे. ते कुशल प्रशासक तर आहेतच पण नोकरशाहीत निर्माण झालेल्या दोषांपासून मुक्त आहेत. भ्रष्टाचार, कामचुकारपणा, सत्तेसाठी कायदेकानून धाब्यावर ठेवून वागण्याची तयारी, नेत्यांच्या मर्जीसाठी जनहिताला तिलांजली देऊन मन मानेल तसे वागण्याची पद्धत या सर्व दोषांच्या विरोधात ते उभे आहेत. आपण ज्या गावात वाढलो, मोठे झालो त्या गावात काही चांगली कामे करण्याची त्यांची मन:पूर्वक इच्छा आहे. पण त्यांची अवस्था चक्रव्यूहाचा भेद करून आत गेलेल्या अभिमन्यूसारखी झाली आहे. नेते, नगरसेवक, कामगार या सर्वांविरुद्ध त्यांना सचोटीच्या भूमिकेसाठी जबर किंमत द्यावी लागते. दु:खाची गोष्ट ही, की लालाणीसारखा नगरपालिकेचा काही चांगली कामे करू पाहणारा अध्यक्षही आपली खुर्ची सांभाळण्यासाठी जाणूनबुजून भांगे यांच्याविरुद्ध भूमिका घेतो. भांगे यांची बदली होते. यात नगरसेवकांपासून केंद्रीय मंत्रिमंडळात असलेल्या सर्वांचा जाणता - अजाणता हात असतो. आजही शासनाधिकाऱ्यांमध्ये असलेल्या थोड्याशा उत्तम प्रशासकांचे भांगे प्रतिनिधित्व करतात. लोकशाहीच्या या चौकटीतल्या प्रशासनात, राजकारण्यांत, नेतृत्वात किमान कुवतीची माणसे कशी वरचढ ठरतात आणि जनहिताची खरी कळकळ असणारे सचोटीचे लोक कसे दूर फेकले जातात याचे प्रत्यंतर ही कादंबरी देते. लक्ष्मीकांत देशमुख यांच्याकडे भाषेचे आगळे सामर्थ्य नाही. त्यांनी जो विषय घेतला आहे, त्यासाठी त्याची फारशी जरुरीही नाही. पण व्यक्तिचित्रे अधिक भेदक करण्यासाठी, वर्णनाचे चित्रमूल्य अधिक वाढवण्यासाठी, संवादातील सामर्थ्य अधिक धारदार करण्यासाठी शब्दसामर्थ्याची जरूर असते. देशमुखांची शैली काहीशी डॉक्युमेंटरी स्वरूपाची वाटते. स्वातंत्र्योत्तर काळातील माणसांच्या प्रेरणा आणि प्रवृत्ती कशा अध:पतनाच्या मार्गावर घसरत चाललेल्या आहेत, माणसाचा स्वभाव भ्रष्ट होत जात आहे, त्यांच्यातील संवेदनशीलता कशी बधिर होत आहे याचे समर्थ चित्र देशमुखांनी काढले आहे. राजकीय सत्य-स्थितीचा आविष्कार करणारी ही एक लक्षणीय कृती आहे. अतिशय वस्तुनिष्ठ दृष्टीने राजकीय-सामाजिक वास्तव रेखाटणाऱ्या कादंबऱ्या मराठीत तशा कमी आहेत. त्यात देशमुखांची कादंबरी खूपच आशा निर्माण करणारी आहे.

❑

राजकीय इतिहासाचे चित्रण

ग. प्र. प्रधान

१९९८ सालचा 'अक्षर प्रतिष्ठान' चा दिवाळी अंक वाचीत असताना 'हरवलेला देश' या शीर्षकाखाली पुढील मजकूर होता. "हरवलेला देश' या अफगाणिस्थानच्या पार्श्वभूमीवरील इस्लामविरुद्ध कम्युनिझमच्या संघर्ष रंगवणाऱ्या व १९५० ते १९९८ या कालखंडातील अफगाण जनजीवनाचे दर्शन घडविणाऱ्या कादंबरीचे एक प्रकरण."

मी कुतूहलाने ते प्रकरण वाचू लागलो आणि मला ते अतिशय आवडले. त्याचे लेखक लक्ष्मीकांत देशमुख हे मला परिचित नव्हते. परंतु या लेखकाला आपला अभिप्राय आणि अपेक्षा कळवाव्यात असे मला वाटले आणि मी त्यांना 'अक्षर प्रतिष्ठान'च्या परभणीच्या पत्त्यावर पत्र लिहिले काही दिवसांनी लक्ष्मीकांत देशमुख माझ्या घरी आले त्यावेळी मी चकित झालो. ते एक उच्चपदस्थ शासकीय अधिकारी आहेत हे कळल्यावर मला अधिकच विस्मय वाटला. मी लक्ष्मीकांत देशमुखांना म्हणालो, "आपण १९५० पासून १९९८ पर्यंतच्या अफगाणिस्थानचे चित्र रेखाटले. आता उपसंहार लिहिणार का?" त्यावर ते म्हणाले, "मी समग्र इतिहास लिहीत नाही. इतिहासातील एका कालखंडाचे चित्रण करणारी कादंबरी लिहिली आहे. कादंबरी आता प्रकाशनाच्या वाटेवर आहे. आपण कादंबरी वाचून योग्य वाटल्यास प्रस्तावना लिहावी." कादंबरीस प्रस्तावना लिहिणे उचित होईल की नाही अशा मन:स्थितीत मी होतो. परंतु ती वाचल्यावर मला कादंबरी तिच्या गुणावगुणांसह आवडली आणि लक्ष्मीकांत देशमुखांचा शब्द मोडवेना. त्यामुळे मी हे प्रास्ताविक लिहीत आहे.

कादंबरीची सुरुवात होते ती अन्वर या तरुणाच्या कुटुंबाच्या चित्रणापासून. दुर्राणी वंशातील परमान गावचे हे अफगाण जमीनदाराचे कुटुंब. अन्वरचे वडील अब्बाजान यांची कुटुंबावर मायेची सावली आणि खानदानी घराण्यातला दबदबा. धर्मनिष्ठा आणि अल्लावरील श्रद्धा हे त्यांच्या जीवनाचे आधार. एक मुलगा सईद, शेतमजुरांना जरबेत ठेवून बागाईत शेती फुलवणारा. थोरला मुलगा 'वीश झलमायन'

या राजकीय संघटनेत गेला होता. ही संघटना बंडखोर नव्हती. परंतु तरीदेखील त्याची 'मंत्रीमंडळ संसदेला जबाबदार असावे' ही मागणी अफगाणिस्थानचे अमीर जाहीर शहा यांना मान्य झाली नाही आणि हैदरला त्याच्या सहकाऱ्यांबरोबर तुरुंगात डांबण्यात आले. दोन वर्षे झाली, त्याची सुटका झाली अशी बातमी आली पण ते घरी परतला नव्हता. अन्वर हा कॉलजमध्ये शिकत असतानाच मार्क्सवादाकडे झुकलेला. आता मोठ्या मुष्किलीने अब्बाजान आणि अम्मी यांची परवानगी मिळवून मॉस्कोला चाललेला. हा उमदा तरुण बाबरक करमाल या विद्यार्थी नेत्याच्या मार्क्सवादी विचारांमुळे आणि फर्ड्या वक्तृत्वामुळे प्रभावित झाला होता. एकीकडे त्याचे मन प्रफुल्लित होत असतानाच अन्वरला टी. व्ही. वर बातम्या देणाऱ्या आणि आधुनिक कपडे घालून मनमोकळ्या फिरणाऱ्या सलमाच्या अंगावर कट्टर इस्लामी तरुणांनी तेजाब टाकल्यामुळे तिच्या मांड्या जाळल्या होत्या याची आठवण होते आणि विषण्णतेने त्याने मन झाकोळून जाते. या सर्व चित्रणातून पाहिल्या प्रकरणातच इस्लाम आणि कम्युनिझम यांच्यातील तीव्र तणावाची जाणीव वाचकाला होते.

दुसऱ्या प्रकरणात लक्ष्मीकांत देशमुख यांनी राजे अमानुल्ला यांच्या निधनानंतर त्यांचे शव इटलीतून अफगाणिस्थानमध्ये आणण्यात आल्याचे सांगून, दीर्घकाळ मातृभूमीला पारखा होऊन विजनवासात राहिलेल्या या राजाच्या मृत्यूच्या वार्तेने सर्व अफगाण नागरिकांना जबरदस्त मानसिक धक्का बसला हेही सांगितले आहे. अमानुल्लांनी इंग्रजांशी लढून आणि राजनैतिक मुत्सद्देगिरी लढवून अफगाणिस्थानचे सार्वभौमत्व मिळविल्यामुळे अफगाण नागरिकांना ते अत्यंत प्रिय होते. परंतु ज्यावेळी त्यांनी सामाजिक सुधारणा करण्यात सुरुवात केली त्यावेळी धर्मात ढवळाढवळ करण्याचा त्यांना अधिकार नाही ही भूमिका घेऊन टोळीग्रमुखांनी त्यांना पदच्युत केले. १९६० ला त्यांच्या दफनविधीसाठी प्रचंड संख्येने लोक एकत्र जमले असले तरी त्याच्यामध्ये अमानुल्लांच्या प्रमाणेच अफगाणिस्थानचे आधुनिकीकरण करू इच्छिणारे, कम्युनिझमकडे झुकलेले काही तरुण आणि पवित्र इस्लामच्या परंपराचा आग्रह धरणारे मुल्ला मौलची हे दोन प्रवाह होतेच. येथे लेखकाने भूतकाळ वर्तमानकाळात कसा वावरतो हे स्पष्टपणे दाखविले आहे. तिसऱ्या प्रकरणात राज्यशास्त्राचा गाढ अभ्यासक असलेल्या आणि अमेरिकेत काही वर्षे राहून शिकलेल्या प्रगतिशील विचारांच्या इलियास द्वारा लेखकाने अफगाणिस्थानच्या राजकीय जीवनाचे नेमके वर्णन केले आहे. डेनिस या वार्ताहराला दिलेल्या मुलाखतीत इलियास म्हणाले, ''काबूल विद्यापीठात अफगाणिस्थानमधील सर्व प्रवाहांचं प्रतिबिंब पडलं आहे. पहिला प्रवाह 'विश झलयामान' पासून सुरू झालेला उदारमतवादी लोकशाहीवाद्यांचा आहे. हा सुखवस्तू, सुशिक्षित आणि अभिजन वर्गाशी संबंधित

पश्चिमात्य शिक्षण घेतलेला आहे. दुसरा प्रवाह हा रशियाच्या प्रभावामुळे डावीकडे झुकलेला आणि समाजवादी विचारसरणीकडे आकृष्ट झालेला आहे. तिसरा प्रवाह इस्लामी मूलतत्त्ववाद्यांचा आहे आणि विशेष म्हणजे अनेक सुशिक्षित तरुणांमध्ये इस्लाम पुनर्जीवनवादाच्या प्रेरणा प्रबळ आहेत. इलियास पुढे म्हणाले, ''धार्मिक मूलतत्त्ववाद्यांचा प्रवाह वाढत जाईल हे सांगायला भविष्यवेत्त्यांची गरज नाही.'' येथपर्यंत ज्याप्रमाणे अफगाणिस्थानमधील राजकीय संघर्षाचे स्वरूप स्पष्टपणे मांडले आहे त्याचप्रमाणे पहिल्या तीन प्रकरणांत कादंबरीतील मुख्य व्यक्तिरेखांचेही ठसठशीत चित्रण केले आहे. अन्वर हा रशियात शिक्षण घेऊन, रशियन स्त्रीशी विवाह करून परत काबूलला येऊन तेथील विद्यापीठात शिकवू लागला होता. अन्वर बुद्धिमान आणि उमदा आहे. त्याची डाव्या विचारांशी प्रथम ज्यांनी ओळख करून दिली त्या अमीन सरांचा त्यांच्यावर फार मोठा प्रभाव आहे. तरुण कम्युनिस्ट नेता करमाल यांच्याबद्दल त्याला आकर्षण वाटत असले तरी अमीनसरांच्याबद्दल त्याच्या मनात गाढ प्रेम, किंबहुना भक्तीची भावना आहे. अन्वर विचाराने मार्क्सवादी असला तरी कुटुंबीयांच्यात त्याच्या भावना गुंतलेल्या आहेत. त्यांना दुखावणे त्याला फार कठीण जाते. त्याच्या रशियन पत्नीने स्वखुशीने इस्लाम धर्म स्वीकारल्यामुळे अन्वरची घराशी ताटातूट होत नाही. अर्थात त्याचे विचार आणि वागणे त्याच्या वडिलांना मुळीच मान्य नव्हते. अन्वरच्या मनात विचारांबद्दल द्वंद्व नसले तरी तो सरळ मार्गाने जाणारा असून भावनाप्रधान, कोणातरी नेत्याच्या व्यक्तिमत्त्वाने प्रभावित होणारा आहे हे लक्षात येते. करिमुल्ला ही या कादंबरीतील दुसरी महत्त्वाची व्यक्तिरेखा, त्यांनी अल अझर या इजिप्तमधील इस्लामिक विद्याकेंद्रात दीर्घकाळ राहून धर्माचा अभ्यास केला आणि नंतर ते काबूल विद्यापीठात इस्लामी धर्मशास्त्राचे विद्याप्रमुख आणि प्राध्यापक झाले. त्यांनी ताश्कंद आणि बुखारा येथे जाऊन तेथील भौतिक प्रगती आणि आधुनिक जीवन यांचे निरीक्षण केले होते. करिमुल्ला हे चारित्र्यवान, बुद्धिमान असून इस्लामचे कट्टे समर्थक असतानाच इस्लामच्या मानवतावादी स्वरूपाबद्दल होणारे हल्ले त्यांना अमान्य होते. काबूल विद्यापीठाच्या सिनेटवर डॉ. अनाहिता या स्त्री प्रतिनिधी निवडून आल्यावर त्यांच्या अभिनंदनाच्या सभेतील भाषणात करिमुल्ला यांनी त्यांचा स्त्रीबद्दलचा उदार दृष्टिकोन सांगताना इस्लामचीच ही दृष्टी आहे असे प्रतिपादन केले आणि त्याचवेळी कम्युनिझमला असलेला त्यांचा प्रखर विरोधही स्पष्टपणे मांडला. इस्लाम ही सर्वश्रेष्ठ उदात्त जीवनपद्धत आहे असे सांगतात. त्यांच्या मनात मूळ वाळवंटी अरेबिक जीवनपद्धती आणि आधुनिकतेशी इस्लामची सांगड घालणारा तुर्की समाज यांची तुलना सुरू झाली की ते अस्वस्थ होत. या उदार-मनस्क धर्मपंडिताचे व्यक्तिमत्त्व लक्ष्मीकांत देशमुख यांनी अत्यंत मार्मिक आणि कलापूर्ण

रीतीने रेखाटले आहे.

ही ऐतिहासिक कादंबरी आहे आणि जहीर शहाच्या राजवटीत पंतप्रधान असणारे दाऊदखान, कट्टर मार्क्सवादी तळातून वर आलेले, शेतकऱ्यांबद्दल अपार सहानुभूती असलेले कम्युनिस्ट नेते, आणि प्रभावी लेखक नूर महंमद तराकी, बुद्धिमान; विचारवंत आणि राजकीय डावपेच उत्तम जाणणारे आणि कुशलतेने डावपेच करणारे, हमिनुल्ला अमीन सर; आकर्षक व्यक्तिमत्त्व, अमोघ वक्तृत्व आणि कडवी मार्क्सवादी भूमिका असणारे तरुण बाबरक करमाल या व्यक्तिरेखांचे देशमुख यांनी ऐतिहासिक सत्याचा यत्किंचितही विपर्यास न करता, प्रभावी चित्रण केले आहे. या कादंबरीत अनेक स्त्रियांच्या जीवनाची कहाणी आहे. त्यांच्यापैकी सलमाची कहाणी मनाला चटका लावणारी आहे. ही इतिहासावर आधारलेली कादंबरी आहे. इतिहासातील घटनाचक्र आणि इतिहासात प्रामुख्याने वावरणाऱ्या नेत्यांचे उदय आणि अस्त यांचे चित्रण नाट्यपूर्ण आणि चित्तवेधक आहे. परंतु या कादंबरीचे सौंदर्य अन्वर, करिमुल्ला, सलमा आणि जमिला यांच्या जीवनातील सुखदुःखे, त्यांच्या मनातील वादळे आणि इतिहासाचे गतिचक्र वेगाने फिरत असताना त्यांच्या जीवनाची झालेली शोकात्मिका यामध्ये आहे. अन्वरला अफगाणिस्थानमध्ये रशियन राज्यक्रांतीप्रमाणे क्रांती व्हावी असे वाटते. त्याला श्रमिकांच्या दुःखाबद्दल सहानुभूती आहे. त्यांच्याच घरात शेतमजूर म्हणून राबणाऱ्या इस्माईलला तो शक्य ती मदत करतो. पुढे अनेक दिवस शेतकऱ्यांमध्ये काम करून प्रगतीचा मार्ग शोधतो. परंतु हे करताना तो अमीन सर, नूर महंमद तराकी आणि करमाल यांच्या नेतृत्वामागे वेळोवेळी फरपटत जातो. शेवटी तालिबानांचा विजय झाल्यामुळे त्याचे जीवन उद्ध्वस्त होते. ही एका उदारमनस्क आणि ध्येयवादी व्यक्तींची शोकांतिका आहे. करिमुल्ला यांना कम्यूनिझमचा व्हावा इस्लामी राजवट यावी असे वाटत होते. तालिबानची इस्लामी राजवट येते परंतु ती करिमुल्लाच्या अनेक अपेक्षा भग्न करणारी असते. त्यामुळे करिमुल्ला स्वतःच्या मनाला विचारीत असणार, 'मी जिंकलो की मी हरलो?' धर्माच्या उदात्त आशयाशी एकरूप झालेल्या श्रद्धाळू व्यक्तीची ही शोकांतिका आहे. सलमाच्या जीवनातील दुःखाची मोजदाद करणेही शक्य नाही. काही माणसे नियतीच्या हातची खेळणी असतात. अशीच होती दुर्दैवी सलमा. तिच्या राजकीय स्वप्नांच्या ठिकऱ्या उडाल्या आणि तिला कॅन्सरही झाला. अखेर तिची जगण्याची इच्छाच आटून गेली आणि मृत्यूने जणू तिला विश्रांती दिली. सलमाच्या दुर्दैवाच्या दशावतारामुळे वाचकाचे मन कळवळेल.

जमिलाची कहाणी वेगळी आहे. तिच्या व्यक्तिमत्त्वाचा आविष्कार काव्यातून होतो आणि तिला जो समाजवादी विचार भावला त्याच्या यशासाठी लढताना,

त्याचे अपयश समोर दिसत असतानाही लढताना, तिला साफल्य वाटत असते. पहिले प्रेम वैचारिक मतभेदामुळे विफल झाले तरी विल्यम्सशी गाठ पडल्यावर ती त्याच्यावर अपार प्रेम करू लागते. विल्यम्स तिच्यापेक्षा अनेक बाबतीत उणा असला तरी दोघे अखेर लग्न करतात. परंतु तालिबानला शरीयतशिवाय अन्य कायदा मान्य नसतो. ते सिव्हिल मॅरेजला मान्यता देत नाहीत आणि म्हणून विल्यम्स व जमिला यांना प्रथम फटके आणि नंतर दगडांनी ठेचून मारण्याची शिक्षा देण्यात येते. जमिला निर्भयपणे शिक्षा सोसते, अखेर दगडांच्या वर्षावामुळे तिची शुद्ध हरपते. ती मरते तेव्हा अन्वर आणि इलियास 'ती कम्युनिस्ट विचारासाठी शहीद झाली' असे म्हणतात आणि करिमुल्लाही म्हणतात की जमिला औरत जातीच्या सन्मानासाठी आणि देशासाठी शहीद झाली. जमिलाच्या मृत्यूमध्ये उदात्तता, भव्यता - ट्रॅजिक ग्रँजर आहे.

या कादंबरीत स्त्री-पुरुषांच्या संबंधाचे जे वर्णन आहे ते काही ठिकाणी मला अनावश्यक आणि अप्रस्तुतही वाटले. वासना हा मानवी जीवनाचा एक भाग आहे हे नाकारता येत नसले तरी कथानकाच्या मुख्य सूत्रापासून ढळणाऱ्या काही घटना कलादृष्ट्याही मला अयोग्य वाटतात.

अफगाणिस्थानच्या इतिहासातील एका प्रदीर्घ कालखंडातील मुख्य प्रवाहाचे आणि त्या प्रवाहामुळे होणाऱ्या प्रचंड उलथा-पालथींचे चित्रण या कादंबरीत आहे आणि लेखकाने ते सुयोग्य रीतीने केलेले आहे. सुरुवातीस जहीर शहांच्या राजवटीत दाऊदखान हे पंतप्रधान म्हणून हळूहळू सर्वसत्ताधीश होतात. आणि जाहीर शहांचे राजकीय अस्तित्व संपुष्टात येते. दाऊद खान यांनी सत्ता हातात ठेवताना अफगाणिस्थानमधील गरीब जनतेच्या जीवनात काही सुधारणा केल्या. मात्र ते रशियाकडे फार झुकले नाहीत. नंतर कटकारस्थानांचे राजकारण सुरू होते. तराकीच्या प्रेरणेने मशिनगनधारी सैनिकांनी राजवाड्यावर हल्ला करून दाऊद खान आणि त्यांचे सहकारी यांना ठार मारले. ही जनक्रांती नसते. फ्रेंचमध्ये ज्याला 'कू दे ता' म्हणतात त्याप्रमाणे मूठभरांनी शस्त्राच्या जोरावर घडवून आणलेले हे सत्तांतर असते. नूरमहंमद तराकी आणि त्यांचे कम्युनिस्ट सहकारी रशियाच्या मदतीने हे करतात. नंतर तराकींची हुकूमशाही काही काळ चालल्यावर त्यांनाही खतम करून अमीन हे काही काळ सत्ता घेतात. त्यानंतर रशियाचा प्रभाव अधिकाधिक वाढत जातो आणि रशियन सत्ताधारी अमीन यांना संपवून बाबरक करमाल यांच्याकडे सत्ता सोपवितात. तराकींच्यापासून करमाल यांच्या राजवटीपर्यंत अफगाणिस्थान रशियाच्या पूर्णपणे अंकित होतो. अफगाण जनता रशियन सैन्यामुळे दबली असली तरी इस्लामी राजवट आली पाहिजे हा प्रवाह प्रबळ असतोच, या प्रवाहाला मुख्यत: पाकिस्तानकडून बळ मिळते. गुलमहंमद हिकमतयार आणि रब्बानी यांची

आपापसांत भांडणे चालली असली तरी आम जनता मुख्यत: इस्लामविरोधी कम्युनिस्ट राजवटीचा तिरस्कार करीत असते. करिमुल्ला हे सर्व इस्लामवादी व्यक्तींना एकत्र येण्याचे आवाहन करतात. ते यशस्वी होत नाहीत. त्यामुळे कडवे मूलतत्त्ववादी तालिबान प्रभावी होऊ लागतात. अमेरिकेतील सत्ताधीश तालिबानला शस्त्रे आणि पैसा याचे अफाट साहाय्य करतात. आणि करमाल यांची राजवट संपुष्टात येते. दरम्यान रशियन सत्ताधीश गोर्बाचेव्ह हे अफगाणिस्थानातून फौजा मागे घेण्याचा निर्णय घेतात. रशियाचे विघटन झाल्यामुळे महासत्ता म्हणून अमेरिका निरंकुश होते. या आंतरराष्ट्रीय उलथापालथीमुळे अफगाणिस्थानामधील कम्युनिस्ट राजवट कोलमडू लागते. डॉ. नजीब यांनी सत्ता हातात घेऊन काही काळ तडजोडी करीत कारभार केला, परंतु त्यांनाही सत्ता सोडावी लागते. तालिबान सत्ताधीश होतात. नजीब यांना ठार मारून त्यांचे मुंडके काबूलच्या चौकात टांगण्यात येते. हा सर्व रक्तरंजित इतिहास वस्तुनिष्ठपणे या कादंबरीत रेखाटलेला आहे. सत्ताधाऱ्यांचे क्रूर वर्तन, कार्यकर्त्यांची ससेहोलपट, जनतेचे अनन्वित हाल यामुळे अफगाणिस्थान हा एक 'हरवलेला देश' हे बदलण्यासाठी तालिबान इस्लामवर आधारित हुकमत स्थापन करतात. येथेही शस्त्रबळच महत्त्वाचे असते. थोडा विरोध दर्शविणाऱ्याला ठार मारण्यात येते. स्त्रियांना बुरख्यात कोंडण्यात येते. घरात डांबण्यात येते. जमीलाच्या निर्घृण हत्येत या कादंबरीची अखेर होते. अफगाणिस्थानच्या राजकारणातील ही भीषण हत्याकांडे, त्यात वावरणाऱ्या प्रमुख नेत्यांनी सत्ता मिळविण्यासाठी कम्युनिझम वा इस्लाम यांचा उद्घोष करीत विरोधकांना नेस्तनाबूत करून सत्ता बळकावणे, हा सारा रक्तलांच्छित घटनाक्रम यथातथ्य रीतीने या कादंबरीत दाखविला आहे. एकीकडे इतिहासाचे फिरणारे हे गतिमान चक्र आणि दुसरीकडे अन्वर, करीमुल्ला, सलमा, तराकी, अमीन, करमाल, जमीला आदींच्या जीवनाची वाटचाल यांची गुंफण लक्ष्मीकांत देशमुख यांनी अत्यंत कुशलतेने आणि कलात्मकतेने केली आहे. या प्रमुख व्यक्तिरेखांच्या भोवतालच्या साध्यासुध्या पण संवेदनशील स्त्री-पुरुषांच्या भावविश्वातील वादळे आणि त्यांच्या जीवनाच्या प्रवाहाला मिळणारी अनपेक्षित वळणे यांचेही चित्रण या कादंबरीत प्रभावीपणे केलेले आहे. भाषेचा सुयोग्य वापर आणि वातावरणनिर्मिती हे या कादंबरीचे विशेष गुण. ही कादंबरी लिहिण्यासाठी लक्ष्मीकांत देशमुख यांनी किती गाढ व्यासंग केला आहे आणि राजकारणातील विचारप्रवाहांचे आणि इस्लामच्या स्वरूपाचे किती अचूक आकलन केले आहे याचा प्रत्यय कादंबरी वाचताना येतो. 'इन्किलाब विरुद्ध जिहाद' मधील राजकारणाच्या जाणकारीने केलेल्या चित्रणामुळे ती केवळ ऐतिहासिक कादंबरी राहात नाही. तिचे रूप मुख्यत: राजकीय कादंबरी असे आहे. परदेशातील राजकीय

घडामोडीचे चित्रण करणारी मराठीतील ही पहिलीच कादंबरी असावी. श्री. विश्वास पाटील यांच्या 'महानायक' या कादंबरीतील सुभाषबाबूंच्या जपानमधील वास्तव्याचे व कार्याचे केलेले व्यासंगपूर्ण चित्रण हा एक अपवाद. अफगाणिस्थानमधील राजकीय जीवनातील रशियाच्या प्रवाहामुळे आलेला कम्युनिस्ट विचार आणि त्याला इस्लामच्या प्रभावामुळे झालेली तीव्र प्रतिक्रिया आणि या दोहोंच्या संघर्षात इस्लाम धर्माची जागा कडव्या मूलतत्त्ववादी इस्लामने घेणे यांचे चित्रण आहे. त्याचप्रमाणे सत्तेच्या राजकारणातील असहिष्णू प्रवृत्तींचा निर्घृण कत्तलीत होणारा भीषण आविष्कारही लेखकाने दाखविला आहे. मूलतत्त्ववादी इस्लाम आणि कम्युनिझम ही विचारांची तसेच जीवनपद्धतीची दोन टोके असली तरी एका बाबतीत त्यांच्यामध्ये विलक्षण साम्य आहे. तालिबान आणि कम्युनिस्ट हे दोघेही स्वपक्षातील वा स्वत:चे जे लोक किंवा जे नेते शंभर टक्के त्यांच्याबरोबर नाहीत त्यांना शत्रू मानून नष्ट करतात. त्यामुळे तालिबान हे हिकमतयार आणि रब्बानी यांच्याशी लढतात. आणि त्याचप्रमाणे तराकी दाऊद खानाला सफा करतो, अमीन तराकीला ठार मारतो आणि करमाल अमीनला संपवतो. या भीषण सत्तासंघर्षाचे वास्तव चित्रण लक्ष्मीकांत देशमुख यांनी केले आहे. अशा अमानुष सत्तासंघर्षाच्या वातावरणात मानवतावादी भूमिका असणाऱ्या करिमुल्लांना तालिबान राजवटीत स्थान नाही. तेथे मुल्ला ओमरसारखा धर्मांध नेता श्रेष्ठ ठरतो आणि दुसरीकडे तराकी, अमीन आणि करमाल या सर्वांना इलियास आणि अन्वर दुबळेच वाटतात. कम्युनिस्ट आणि तालिबान या दोघांनाही लोकशाही अमान्य असते. शांततेच्या मार्गाने समाजपरिवर्तन हेही त्यांना मान्य नाही. मूठभर फॅनॅटिक सत्ता हाती घेऊन आपला विचार समाजाला स्वीकारण्याची सक्ती करणे हीच त्यांना क्रांती वाटते. ही भूमिका मानवतावादी विचारांना पूर्णपणे विरोधी आहे आणि या भूमिकेचे पर्यवसान जुलमी रक्तपिपासू राजवट हेच आहे.

'इन्किलाब विरुद्ध जिहाद' हा अफगाण जनतेच्या जीवनातील अत्यंत खडतर प्रवास. तीव्र राजकीय संघर्षामुळे जीवनाची जी उलथापालथ होते त्यात शेतीचे अतोनात नुकसान होते. हे मानवनिर्मित दु:ख कमी आहे की काय म्हणून निसर्गही कोपतो. भीषण दुष्काळ पडतो आणि हजारो माणसे मरण पावतात. जगण्यासाठी काहीतरी केले पाहिजे म्हणून इस्माइलसारखा इमानदार शेतकरी अफूची लागवड करणाऱ्या शेतावर कामाला जातो. अफू - चरस विकणाऱ्या आंतरराष्ट्रीय तस्करांच्या टोळ्या यातूनच निर्माण होतात आणि या तस्करीचा आधार घेऊन गुलबुद्दीन हिकमतयार, रब्बानी आणि सर्व तालिबान नेते शस्त्रास्त्रे खरेदी करतात. अमेरिकेचे कुटिल राजकारणी धर्मांध तालिबानांना कोट्यवधी डॉलर्स देतात आणि अफूच्या

तस्करांशी अमेरिकेतील सी. आय. ए. ची हातमिळवणी राजरोस होते. एकीकडे मार्क्सवादी कम्युनिस्ट समतेच्या उदात्त ध्येयासाठी हवे ते अनिष्ट आणि दुष्ट मार्ग स्वीकारतात. धर्माच्या नावाखाली तालिबान तेच करतात आणि जागतिक महासत्ता असलेल्या अमेरिकेच नेतेही अशाच भ्रष्ट मार्गाने जातात. अमेरिकन मदतीवर प्रबळ झालेले तालिबान आणि रशियन मदतीवर सत्ता बळकावणारे कम्युनिस्ट यांच्या साठमारीत अफगाण जनतेचं जीवन मात्र उद्ध्वस्त होते. हिंदुकुश पर्वताच्या दऱ्याखोऱ्यांतील अफगाण टोळीवाले हे राकट, रांगडे जगण्यासाठी सतत शस्त्र जवळ बाळगणारे, मरणाला न भिणारे आणि काही वेळा क्रूरपणे कोणालाही मारून टाकणारे. राजवटी बदलताना कत्तली घडणारच हे ते गृहीत धरतात त्यामुळे अफगाणिस्थानमध्ये गेल्या शतकात झालेल्या राजकीय उलथापालथीतील रक्तपातांमुळे ते धास्तावले नाहीत. पण असे असले तरी अनेक अफगाणांच्या कौटुंबिक जीवनाची पडझाड, वाताहत झाली ?? कादंबरी वाचताना येते. अफगाणिस्थानच्या जीवनातील १९५० ते १९९८ या कालखंडातील इतिहासाचे राजकीय उत्पातांचे चित्रण करणारी ही कादंबरी मला चित्तवेधक वाटली. वाचकांनाही ती आवडेल असा मला विश्वास वाटतो.

❑

‘इन्किलाब विरुद्ध जिहाद’मधील संस्कृतिसंघर्ष

डॉ. सदानंद मोरे

श्री. लक्ष्मीकांत देशमुख यांची ‘इन्किलाब विरूद्ध जिहाद’ ही कादंबरी मराठीतील वैशिष्ट्यपूर्ण प्रयोग मानावा लागतो. मराठी लेखक सहसा महाराष्ट्राबाहेरील पार्श्वभूमीवर लेखन करीत नाहीत. ही वस्तुस्थिती आणि त्यातही अशा प्रयोगासाठी अभ्यास आणि व्यासंग यांची आवश्यकता असेल तर त्या वाटेला जायची त्यांची तयारीच नसते. अशा परिस्थितीत देशमुखांनी आंतरराष्ट्रीय महत्त्वाच्या समस्येला केंद्रस्थानी ठेवून तिच्यातील वास्तवाची कोर न सोडता तिच्यावर आधारित कादंबरी लिहावी ही गोष्ट केवळ लेखकालाच नव्हे तर एकूणच मराठी साहित्यविश्वाला अभिमानस्पद वाटायला हवी. खरे तर ही कादंबरी देशमुखांनी इंग्रजी भाषेत लिहिली असती तर तिला जागतिक ख्याती मिळाली असली असे माझे मत आहे.

अफगाणिस्तान या देशातील शे-पाऊणशे वर्षांमधील घडामोडींवर देशमुखांची कादंबरी आधारित आहे. जवळपास निम्मी पात्रे प्रत्यक्ष होऊन गेलेली आहेत. पण देशमुखांना या पात्रांची ऐतिहासिक हकिगत सांगायची नव्हती. त्यांच्या माध्यमातून त्यांना अफगाणिस्तानातील सर्वसामान्य स्त्री पुरुष ज्या दिव्यातून भरडून निघाले त्याचे दर्शन घडवायचे आहे. त्यामुळे त्यांना कादंबरीतील उर्वरित पात्रे कल्पनेने निर्मावी लागली. म्हणून तर या प्रसंगात ते स्वत: ‘ते Fact आणि Fiction यांचे मिश्रण पसल्याने Faction’ असे म्हणतात. वाङ्मयाच हाच ‘फॉर्म’ निवडणे देशमुखांसाठी अपरिहार्यच होते. इतिहासाचे कर्ते कर्तबगार नेते मंडळी असतात हे खरे असले तरी इतिहासाचे ‘धर्ते’ सामान्य माणसेच असतात हे लक्षात घ्यायला हवे. कार्यकर्त्या मान्यवरांची नावे इतिहासात नोंदवली जातात. पण धर्त्या जनसामान्यांची नावे केव्हाच गहाळ होतात. त्यामुळे त्यांची कल्पनाच करावी लागते. मात्र ही काल्पनिक पात्रे खऱ्याखुऱ्या पात्रांप्रमाणे विशिष्ट व्यक्तीच असल्या तर त्याच प्रतिनिधिक असतात. वास्तवातील विशिष्ट व्यक्ती आणि कल्पनेतील प्रातिनिधिक व्यक्ती यांचे

प्रस्तुत कादंबरी म्हणजे एक रसायनच होय.

अर्थात एक वाङ्मयीन कृती नात्याने मला या कांदंबरीची समीक्षा करायची नसून तिच्यातून व्यक्त होणाऱ्या सांस्कृतिक संघर्षाकडे मी लक्ष वेधणार आहे.

प्रसिद्ध लेखक विचारवंत सॅम्युअल हटिंग्टन यांचे The Clash of Civilizations हे पुस्तक बरेच गाजले. हटिंग्टन यांच्या विचारांच्या खोलात जायची आपल्याला गरज नाही. जगाच्या इतिहासाकडे पाहायची एक वेगळी दृष्टी ते देतात हे मात्र खरे. अशी एक दृष्टी कार्ल मार्क्स यांनी दिली होती. मार्क्सच्या मते जगाचा इतिहास हा वर्गयुद्धाच्या इतिहास होय. वर्ग ही संकल्पना मुख्यत्वे आर्थिक असून उत्पादन साधनांची मालकी असलेला वर्ग, आणि अशी मालकी नसल्यामुळे केवळ श्रमावर जिवंत राहणाऱ्या माणसांच्या वर्ग यांच्यातील संघर्ष मार्क्सला अभिप्रेत आहे. असा संघर्ष अपरिहार्य असतो, कारण साधनांची मालकी व त्यानुसार नियंत्रण असणारा वर्ग त्यापासून वंचित असलेल्यांचे शोषण करतो. प्रस्तुतच्या, म्हणजे भांडवलशाहीच्या, युगात अशा शोषितांनी म्हणजे श्रमिकांनी एकत्र येऊन शोषक भांडवलदार वर्गाविरुद्ध क्रांती करावी असे त्याने सुचवले. या क्रांतीसाठी एका बाजूला श्रमिकांच्या संघटना Trade unions आणि दुसऱ्या बाजूला राजकीय साम्यवादी Communist पक्ष अशी व्यूहरचनाही त्याने सुचवली.

अशा प्रकारची क्रांती आणि तिच्यातून प्रस्थापित झालेली श्रमिकांची सत्ता पाहायचे भाग्य मार्क्सला आपल्या हयातीत लाभले नाही. तथापि त्याच्या मृत्यूनंतर आधी रशियात आणि नंतर चीनमध्ये अशी क्रांती होऊन तेथे साम्यवादी सरकारे आली.

हटिंग्टन यांना हा वर्गयुद्धाच्या इतिहास माहीत नाही असे नाही. पण त्यांचे विवेचन भविष्यलक्ष्यी आहे. रशियात भांडवलशाहीविरोधी कम्युनिस्ट शासन यावे. त्याने साऱ्या जगाला लाल झेंड्याखाली आणण्याचा म्हणजेच जगभर साम्यवादी विचाराने चालणारी सत्ता प्रस्थापित करण्याचा कसोशीने प्रयत्न केला हे खरे असले तरी या प्रयत्नाचे पर्यवसान त्याचे स्वत:चेच पतन होण्यात झाले. साम्यवादाचा स्वीकार केलेला दुसरा बलाढ्य देश म्हणजे चीन, पण धूर्त चीनने काळाची पावले ओळखून साम्यवाद केव्हा सोडला आणि भांडवलशाहीचा स्वीकार करून प्रस्थापित भांडवलशाही राष्ट्रांना त्यांच्याच पद्धतीने केव्हा आव्हान देऊ लागला हे समजले सुद्धा नाही. याच धूर्तपणाचा एक भाग म्हणजे त्याने हे सारे केले ते त्याच्या उच्चार करता!

हटिंग्टनच्या विचाराने पुढे जायचे झाल्यास मार्क्सच्या पद्धतीनुसार होणाऱ्या वर्गसंघर्षाचा काल आता संपुष्टात आला आहे. म्हणजे 'कम्युनिझम' नावाची

भांडवलशाही विरोधात उभी ठाकलेली विचारसरणीच संपली आहे. त्यामुळे आता संघर्ष होणार आहे तो वेगवेगळ्या संस्कृतीमध्ये (civilizations).

मार्क्सची मांडणी आणि हटिंग्टनची मांडणी यांच्यातील एक साम्यस्थळ म्हणजे संघर्षाच्या अंतिम फेरीसंबंधीचे विचार. मार्क्सच्या म्हणण्याप्रमाणे वर्गसंघर्षाच्या प्रक्रियेत भांडवलदार आणि श्रमिक हे दोन वर्ग सोडले तर इतर लहानमोठे वर्ग एक तर भांडवलदारांबरोबर जातील किंवा श्रमिकांबरोबर. त्यांना स्वतंत्र अस्तित्व उरणारच नाही. आणि इतिहासाच्या अंतिम टप्प्यावर भांडवलदार आणि श्रमिक या दोन वर्गांमध्ये क्रांतिकारक संघर्ष होऊन श्रमिक वर्गाचा निर्णायक विजय होईल.

हटिंग्टन संघर्षातील प्रतिस्पर्धी म्हणून वर्गाऐवजी संस्कृतींना स्थान देतो. आजमितीला जगात अनेक संस्कृती असल्या तरी शेवटी त्यांना दोन पैकी एक संस्कृतीच्या अंगीकार करावा लागेल. संस्कृती म्हणजे युरोप-अमेरिकेन विकसित झालेली, व्यक्तिस्वातंत्र्यावर विश्वास असणारी, विज्ञान-तंत्रज्ञानाधिष्ठित विवेकवादी आधुनिक पाश्चात्त्य संस्कृती. दुसरी संस्कृती म्हणजे इस्लाम.

पाश्चात्त्य विवेकवादी संस्कृती ही चिकित्सेवर Criticism आधारित आहे. तिच्यात धर्माचे महत्त्व कमीत कमी आहे. ती सेक्युलर इहवादी आहे. म्हणजे तिने धर्माला पारलौकिक व्यवहारापुरते मर्यादित केलेले आहे. तिचे ऐहिक किंवा लौकिक व्यवहार धर्मनिरपेक्षपणे चालतात. चिकित्सक विवेकवादासाठी प्रत्येक व्यक्तीला विचारस्वातंत्र्य हवे. ते आधुनिक पाश्चात्त्य संस्कृतीने देऊ केलेले आहे. धर्मग्रंथातील श्रद्धांचे आंधळेपणाने पालन न करता त्यांनाही प्रश्न विचारण्याचे स्वातंत्र्य ही संस्कृती मान्य करते. विचारस्वातंत्र्याला मान्यता दिल्यावरही आचाराचा प्रश्न उरतोच. या बाबतीतही आधुनिक पाश्चात्त्य संस्कृती पुरेशी उदार आहे. ती मनुष्य जीवनाचे खाजगी आणि सार्वजनिक असा भेद करू शकते. दुसरे असे, की भविष्यकालीन घटितांच्या संदर्भात ती खुली आहे. याच्या अर्थ, आज आदर्श मानली जाणारी गोष्ट उद्या तशी न मानली जाण्याची शक्यता ती गृहीत धरते.

या सर्व वैशिष्ट्यांचे सार सर कार्ल पॉपर यांनी केलेल्या शब्दप्रयोगाने सांगता येते. Open Society - तो शब्दप्रयोग आहे.

अलीकडच्या काळात या संदर्भात धोका निर्माण केला होता तो साम्यवादी विचारधारेने - खरे तर, साम्यवादी विचारधारासुद्धा पाश्चात्त्य आधुनिकतेचेच अपत्य आहे. खरे तर पाश्चात्त्य आधुनिकतेच्या व्यक्तिनिष्ठ भांडवली उदारमतवाद आणि समाजनिष्ठ साम्यवाद अशा दोन शाखा मानता येतात. त्यांच्यात अनेक गोष्टी समान आहेत. (यहुदी, खिस्ती आणि इस्लाम हे सेमिटिक परंपरेमधील तीन धर्म असल्याने त्यांच्या अनेक गोष्टी समान आहेत.) तसेच भांडवलवादी आणि

साम्यवादी संप्रदाय एकाच पाश्चात्त्य विचारधारेचे दोन प्रवाह असल्याने त्यांच्यातही अनेक गोष्टी समान आहेत. खाजगी संपत्तीचा हक्क हा कळीचा मुद्दा सोडला तर हे साम्य कोणाच्याही लक्षात यावे असेच आहे.

परंतु देशमुखांच्या कादंबरीच्या आणि एकूणच इस्लामच्या संदर्भात आणखी एक मुद्दा महत्त्वाचा ठरतो. कम्युनिस्टांची म्हणजे साम्यवादी विचारसरणी पूर्णपणे निरीश्वरवादी आणि धर्म नाकारणारी आहे. याउलट पाश्चात्त्य उदारमतवादी लोकशाहीत निरीश्वरवाद्यांना शत्रू न मानता ईश्वरावर निष्ठा ठेवायची तरतूद आहे. तीच गोष्ट धर्माची. ही विचारधारा धर्मस्वातंत्र्य मानते. त्यात निधर्मी असण्याच्या स्वातंत्र्याचाही समावेश होतो.

'इन्किलाब विरुद्ध जिहाद' या देशमुखांच्या कादंबरीतील संघर्ष तिपेडी आहे. तेथे पाश्चात्त्य युरोअमेरिकन, कम्युनिस्ट आणि इस्लामी अशा तीन विचारधारा समोरासमोर उभ्या ठाकल्या आहेत.

आता हटिंग्टन आणि देशमुख यांच्यात लेखनाच्या व्याप्तींची तुलना केली तर काय दिसते? जगातील विविध संस्कृतींचे विश्लेषण करताना हटिंग्टननी काही ऐतिहासिक संदर्भ दिले असतील, परंतु त्यांच्या विवेचनाचा रोख भविष्यलक्ष्यी आहे. देशमुखांच्या कादंबरीच्या कथानकाच्या कालाची व्याप्ती स्थूलमानाने लगतच्या म्हणजे साधारणपणे शंभर वर्षांचा इतिहास एवढ्यापुरती मर्यादित आहे.

हटिंग्टन यांचे सामाजिक व राजकीय विश्लेषण संस्कृती या कॅटेगरीच्या चौकटीत केले गेलेले असल्यामुळे त्यांनी पाश्चात्त्य आचार-विचार, शैली आणि इस्लामिक (व अन्यधर्मीय युद्धा) आचार-विचार, शैली यांना एकाच पातळीवर ठेवले आहे. जरी इस्लामिक जीवनशैली ही धर्मकेंद्रित, ग्रंथाधारित आणि श्रद्धायुक्त असते. याचा पद्धतीच्या अवलंब करून कम्युनिस्टांच्या आचारविचारांना अर्थात जीवनशैलीत एक वेगळी संस्कृती समजून घटना समजावून घेतल्या त्यांचे विवेचन केले तर त्यात गैर काहीच नाही. मला वाटते देशमुख नेमके हेच करतात. एक बाजूला पाश्चात्त्य संस्कृती आणि साम्यवादी संस्कृती ही एकाच पाश्चात्य आधुनिकेतेची दोन रूपे आणि दुसऱ्या बाजूला मध्ययुगीन आचार-विचारांचा आग्रह धरणारी इस्लामी संस्कृती यांच्या त्रिकोणमितीचे हे ललित अंगाने केलेले आकलन व घडवलेले दर्शन आहे. त्यात एक संघर्ष अमेरिका नियंत्रित पाश्चात्त्य संस्कृती आणि रशियन नियंत्रित साम्यवादी संस्कृती यांच्यामधील आहे.

दुसरा संघर्ष साम्यवादी संस्कृती आणि इस्लामी संस्कृती यांच्यामधील तर तिसरा संघर्ष अधार्मिक (न - धार्मिक) मानल्या गेलेल्या भोगविलासवादी पाश्चात्त्य संस्कृती आणि इस्लामिक संस्कृती यांच्यातील आहे. या संघर्षांमधील शत्रुमित्रांची

जुळवाजुळव लक्षणीय आहे. पाश्चात्त्य संस्कृतीमधील भोगविलासवाद आणि साम्यवादी संस्कृतीतील पाखंड या दोन्ही गोष्टींना इस्लामच्या विरोधी मानणाऱ्या अफगाणी मुलसलमानांची साम्यवादी संस्कृती राजकीय सत्तेच्या रूपाने त्यांच्या देशात शिरली तेव्हा तिला हुसकावून देण्यासाठी पाश्चात्त्य संस्कृतीचे नेतृत्व करणाऱ्या अमेरिकेची मदत घेण्यास अनमान केला नाही. या उलट साम्यवाद हा आपला जागतिक पातळीवरील आंतरराष्ट्रीय शत्रू आहे असे मानणाऱ्या अमेरिकेला इस्लाममधील मूलतत्त्ववादी गटांना जहाल सर्व प्रकारची प्रत्यक्ष अप्रत्यक्ष मदत करून रशियाविरुद्ध वापरण्यात काही गैर वाटले नाही.

पुढे हेच इस्लामी मूलतत्त्ववादी दहशतवादी गट भस्मासुराप्रमाणे अमेरिकेवर उलटले हे आपण जाणतो. ओसामा बिन लादेन हे अफगाण संघर्षाचेच अपरिहार्य परिशिष्ट किंवा खिल पर्व आहे. पण तो देशमुखांच्या कादंबरीच्या समाप्तीनंतरचा भाग आहे. त्याच्या उल्लेख यासाठी केला, की या प्रश्नाची गुंतागुंत लक्षात यावी. आपण इस्लामी दहशतवाद्यांना हाताशी धरून सोविएट रशियाचे खच्चीकरण करण्यात यशस्वी झाले म्हणून अमेरिकेने मुत्सद्दीपणाबद्दल आपली पाठ थोपटून घ्यावी की एक आधुनिक विचारसरणीच्या मदतीने दुसऱ्या आधुनिक विचारसरणीच्या सत्तेला आपण देशाबाहेर घालवू शकलो याबद्दल अफगाणी आणि इतर दहशतवादी मुसलमानांनी समाधान मानावे याचा निर्णय याच गुंतागुंतीमुळे करता येत नाही.

या साऱ्या सांस्कृतिक संघर्षाची गुंतागुत आणि तीव्रता पेलण्यात देशमुख यशस्वी झाले आहेत. कादंबरी केवळ राजकीय स्वरूपाची नाही. राजकीय संघर्षाच्या मागे असलेल्या सांस्कृतिक संघर्ष विचारसरणींचे द्वंद्व महत्त्वाचे आहेत. राजकीय संघर्षाचा पापुद्रा उलगडून संस्कृतीच्या आणि विचारांच्या संघर्षात देशमुख उतरतात.

इस्लामच्या मध्ययुगीन शृंखलांच्या बंधनांमुळे गती कुंठित झालेल्या अफगाणिस्तानमध्ये साम्यवादाच्या आधारे परिवर्तन घडवून आणून त्याला आधुनिक बनवण्याच्या प्रक्रियेला म्हणजेच क्रांतिसदृश परिवर्तनाला देशमुख इन्किलाब मानतात. ही क्रांती रोखून पारंपरिक इस्लामी मूल्यव्यवस्थेला चिकटून राहण्यासाठी प्रयत्न करणाऱ्यांच्या प्रतिकारी गटांचा तो जिहाद - असा हा 'इन्किलाब विरुद्ध जिहाद' च्या लढा आहे. जिहादला समर्थन आहे ते इस्लाममध्ये अनुस्यूत असलेल्या धर्मतत्त्वांचे. स्वत: लेखकाला धर्माच्या नावाखाली व्यक्तीच्या स्वातंत्र्याच्या संकोच करणाऱ्या, विशेषत: स्त्रियांवर अन्याय - करणाऱ्या जिहादींचे कौतुक वाटायचे कारण त्यांच्या सहानुभूतीचे पारडे इन्किलाबकडेच झुकलेले आहे. आणि हे त्यांनी हातचे काही राखून न ठेवता स्पष्ट केले आहे. "इन्किलाब म्हणजे क्रांती. क्रांती ही नेहमीच पुरोगामी, नवी मूल्ये मानणारी व ती प्रत्यक्षात साकार करण्यासाठी

झालेली असते. अफगाणिस्तानच १९७८ चे सत्तांतर म्हणजे अशीच क्रांती होती. (डाव्या विचारांचे लोक वगळता इतरांना ते केवळ लष्करी बंड वाटतं. पण एक लेखक व अभ्यासक म्हणून मला ती क्रांती वाटते) डाव्या विचारांची समतेसाठी झालेली क्रांती होती.'' हा त्यांच्या खुलासा पुरेसा स्पष्ट आहे.

याच क्रांतीच्या बाबतीत देशमुख पुढे सांगतात की, ''ही क्रांती इस्लामी धर्मश्रद्धांवर घाव घालणारी असल्यामुळे तिच्या प्रतिकारासाठी व तिला संपविण्यासाठी कट्टर मूलतत्त्ववादी नेत्यांनी धार्मिक शस्त्र निवडलं. त्याचं नाव होतं. 'जिहाद' (धर्मयुद्ध). यातूनच प्रथम मुजाहिदिन (धार्मिक नेते) व नंतर तालिबान (धार्मिक विद्यार्थी) निर्माण झाले. म्हणून या संघर्षाचं स्वरूप इन्किलाब (क्रांती) विरुद्ध जिहाद (धर्मयुद्ध) असं आहे. त्याला अनेक पैलू व संदर्भ आहेत. त्यामध्ये लोकशाहीवादी मूल्यं विरुद्ध कट्टर धार्मिक मूल्यं यांचा रोमहर्षक सामना आहे. स्त्रीच्या समतेसाठी संघर्ष विरुद्ध बुरख्याच्या कालात अंधारात सर्वला दडपाण्याची धार्मिक व पुरुषी प्रवृत्ती आहे. आधुनिक पाश्चात्त्य उदारमतवादी मूल्यं ही भोगवादी व स्वैर जीवनातील प्रतीकं आहेत व ती गैरइस्लामी असल्यामुळे त्याज्य आहेत असं मानून पाश्चात्त्य जग, विशेषत: अमेरिका, इस्लामसाठी शत्रुवत आहे - ही रुजत जाणारी विचारधारा विरुद्ध जगात जहाल इस्लाम हाच खरा श्रद्धेय इस्लाम आहे असं समजून तो दृढ करण्यासाठी चाललेला प्रयास आहे.''

स्वत: लेखकाला मान्य असलेली मूल्ये कोणतीही असोत. या तीनही संस्कृींचे वर्णन करताना त्याने पक्षपात करून इस्लामी विचारधारा काळ्या रंगाने चितारली नाही. उलट इस्लामची कट्टर भूमिका मांडणाऱ्यांचे म्हणणेही त्याने सहानुभूतीने सांगण्याचा प्रामाणिक प्रयत्न केला असल्याचे दिसून येते. लेखकाची वैयक्तिक धारणा एक गोष्ट झाली, आणि ती गृहीत धरूनही कलात्मक तटस्थतेला धक्का न लावणे ही दुसरी - याचे भान लेखकात असल्याचे जाणवते, याचा आवर्जून उल्लेख करायला हवा.

जगाच्या पाठीवरील विशिष्ट भूराजकीय स्थान आणि स्थानिक लोकांच्या विशिष्ट (स्वतंत्र्यप्रिय, भांडकुदळ वगैरे) स्वभाव, शिवाय अशा स्थानी असलेल्या अशा स्वभावाच्या लोकांनी केलेला एक कट्टरवादी धर्माच्या अंगीकार, यातून अफगाणिस्तानची शोकांतिक उद्‌भवते. त्याच्या या स्थानामुळे त्याच्यावर आपले नियंत्रण असावे असे इतर स्पर्धिष्णू राष्ट्रांना वाटणे ही एक राजकीय अपरिहार्यताच म्हणावी लागेल. त्याचप्रमाणे अशा राष्ट्रांचा कडवा प्रतिकार करणे हा तेथील लोकांच्या स्वाभावाचाच भाग झाला. या प्रतिकाराने विशिष्ट रूप धारण करणे हा तेथील लोकांनी स्वीकारलेल्या धर्माच्या परिणाम होय. भूमी, लोकस्वभाव आणि

लोकांची वैचारिकता (त्यात धर्म आलाच) यातूनच संस्कृती साकार होते हे वेगळे सांगायला नको. हे सर्व देशमुखांच्या कांदबरीतून आपोआप उलगडत जाते हे विशेष.

विशिष्ट भूमीतील विशिष्ट स्वभावाचे आणि धर्माचे हे लोक बऱ्याचदा इराणी साम्राज्याच्या तर क्वचित हिंदुस्थानातील राजसत्तेचा हिस्सा असत. त्यांना राजकीय अस्मिता देऊन त्यांचे स्वतंत्र राष्ट्र निर्माण करण्याचे श्रेय अहमदशहा अबदाली याचे. इराणचा बादशहा नादिरशहा याच्या सैन्यातील या सेनानीने नादिरशहाच्या खुनानंतर इराणी सत्तेविरुद्ध बंड पुकारून अफगाणांचे स्वतंत्र राज्य स्थापिले हेच अफगाणिस्तान. अबदाली या कृत्यामुळे त्याची तुलना राष्ट्रनिर्मात्या शिवाजी महाराजांशी करण्याचा मोह शेजवलकरांसारख्या साक्षेपी इतिहासकाराला आवरता आला नाही. अहमदनशहाच्या काळात पूर्वेकडे हिंदुस्थानमध्ये मोगलांची सत्ता असली तरी व्यवहारात ती मराठ्यांच्या हाती गेली होती. त्यामुळे अफगाण व मराठे यांचा संघर्ष अटळ होता. हिंदुस्थानातील तेव्हाचा म्हणजे अठराव्या शतकाच्या उत्तरार्धातील सत्तासंघर्ष हा मराठे आणि इंग्रज यांच्यातील होता असे वरकरणी दिसत असेल तरी त्या संघर्षाचा अफगाण हा आणखी एक भिडू असण्याची जाणीव मराठे आणि इंग्रज या दोघांनाही होती. हा त्यांच्या कल्पनाविलास नसून हिंदुस्थानातील मोगलांच्या राज्यमधील लढवयाच्या अफगाण्यांची लक्षणीय संख्या या वस्तुस्थितीवर आधारित जाणीव होती. त्याच्या अगोदर शेरशहा सूरीसारख्या अफगाणाने हिंदुस्थानात राज्य करून आपण मोगलांना पर्याय ठरू शकतो हे दाखवून दिले होतेच. त्यानंतर नशीब काढण्यासाठी हिंदुस्थानात येत राहिलेल्या अफगाणांनी उत्तर हिंदुस्थानात विशेषत: गंगायमुनेच्या दुआबात पठाणांनी चांगलेच बस्तान बसवले होते. त्यांच्यातलाच एक नजीबखान रोहिला हा मराठ्यांच्या पानिपतास निमित्त ठरला होता. आधी मराठ्यांनी आणि नंतर शिखांनी अफगाण्यांना आपल्या अंगावर घेऊन थोपवल्यामुळे इंग्रजांचे काम सोपे झाले. हिंदुस्थानच्या सत्तास्पर्धेत व संघर्षात अफगाणांना तोंड देण्याच्या प्रसंग त्यांच्यावर कधीच ओढवला नाही. मराठ्यांनी मात्र एकीकडे अफगाण आणि दुसरीकडे इंग्रज यांना टक्कर देत हिंदुस्थानचे पारतंत्र्य किमान पन्नास वर्षे तरी पुढे ढकलले.

मराठ्यांवर मात करीत इंग्रजांनी हिंदुस्थान घशात घातला तरी त्यांचा आणि अफगाणांचा संघर्ष मात्र वेगळ्या स्वरूपात चालूच राहिला. विशेष म्हणजे अफगाणिस्थानच्या विशिष्ट भूराजकीय स्थापनामुळे त्याला आंतरराष्ट्रीय राजकारणाचे वेगळे परिमाण लाभले.

युरोपमधील आपला क्रमांक एकचा शत्रू असलेल्या फ्रान्सला त्याची जागा

इंग्रजांनी नेपोलियनचा पराभव करून दाखवून दिली हे खरे असले तरी इंग्रजांचा मार्ग पूर्णपणे निर्वेध झाला होता असे म्हणता येत नाही. त्यांना शह देऊन आपण साम्राज्यविस्तार करण्यास झारच्या ताब्यातील रशिया सिद्ध होता. आणि मुख्य मुद्दा हा होता त्यासाठी रशियात त्याच्या हद्दीला हद्द लागून असलेल्या अफगाणिस्तान या राज्याच्या उपयोग होणार होता. तो होऊ न देण्यात इंग्रजांचे यश होते. म्हणून अठराव्या शतकाच्या उत्तरार्धापासूनच ब्रिटिशांचे लक्ष अफगाणिस्तानावर नियंत्रण ठेवण्याकडे लागले. त्यासाठी त्यांना अफगाणिस्तानबरोबर तीन युद्धे करावी लागली. त्या तपशिलात जायचे कारण नाही परंतु साम्राजपिपासू सत्तांच्या संघर्षात अफगाणिस्तान पाहिल्यापासूनच कसा भरडला जात होता हे यावरून लक्षात येईल. या संघर्षातील आधीचे प्रतिस्पर्धा होते रशिया आणि ब्रिटिश. विसाव्या शतकाच्या उत्तरार्धात ब्रिटनची जागा अमेरिकेने घेतली. अफगाणिस्तानचे भरडले जाणे चालूच राहिले.

'इन्किलाब' च्या प्रारंभी अँग्लो अफगाण संघर्षातील शेवटच्या पर्वाचा उल्लेख करून देशमुखांनी इतिहास आणि कलात्मकता यांचे औचित्य साधले आहे. विवेकाने येणारी आधुनिकता आणि धर्माने येणारी गतानुगतिकता यांच्या संघर्षाचे चित्रण करणाऱ्या या कादंबरीत ब्रिटिशांना शह देणाऱ्या आणि त्यासाठीच अफगाणिस्तानचे आधुनिकीकरण करून पाहणाऱ्या अमानुल्ला या अमिराचे कर्तृत्व सांगितले गेले आहे. त्याच्या या कर्तृत्वाचे वर्णन करणारे एक पुस्तकच तेव्हाचे पत्रकार श्री. रा. टिकेकर यांनी लिहिले होते, 'सिंहाला शह' हे त्याचे नावच त्याची समर्पकता सूचित करते. सिंह हे तेव्हाच्या ब्रिटिश सत्तेचे प्रतीक समजले जात होते. अमानुल्लाने आपले सामर्थ्य वाढवून अफगाणिस्तानला राजकीय सार्वभौमत्व प्राप्त करून दिले. तो रशियाच्या मदतीने हिंदुस्तानवर स्वारी करणार आहे अशी हवा तेव्हा निर्माण झाली होती आणि त्यामुळे येथील ब्रिटिश सत्ताधारी हवालदिल झाले होते.

कादंबरीकाराच्या दृष्टीने महत्त्वाची गोष्ट म्हणजे तुर्कस्तानाचा सत्ताधीश कमाल पाशा अतातुर्क याने आपल्या देशाच्या आधुनिकीकरणाची सुरुवात करण्यापूर्वीच अमानुल्लाने ही प्रक्रिया अफगाणिस्तानात राबवण्याच्या प्रारंभ केला होता. ब्रिटन, रशिया यांच्यासारख्या पाश्चात्त्य शत्रूंना तोंड द्यायचे झाल्यास त्यांच्यासारखेच आधुनिक होण्याशिवाय पर्याय नाही हे त्या राजाने ओळखले होते. पण कमाल पाशाला यश मिळाले तर अमानुल्ला अपयशी ठरला. 'स्वातंत्र्य आणि समते'चा पुरस्कार करणाऱ्या या अमीराला नेमक्या याच कारणामुळे पायउतार व्हावे लागले. त्यानंतर आयुष्यातील अखेरची तीस वर्षे इटालीमध्ये अज्ञातवासात काढून तो १९६० मध्ये मरण पावला. कादंबरीच्या प्रारंभीच त्यांच्या मृत्यूची खबर आणि त्याचा दफनविधी त्याच्याच इच्छेनुसार अफगाणिस्तानात कसे केले जाते याचे

वर्णनही येते.

बलाढ्य ब्रिटिश साम्राज्यवादी सत्तेला शह द्यायचा असेल तर तोडीस तोड ठरू शकणाऱ्या रशिया या दुसऱ्या महासत्तेशी संधान बांधायला हवे हे अमानुल्लाने ओळखले होते. म्हणूनच ब्रिटिशांना त्याच्याशी जुळवून घ्यावे लागले. साहजिकच अमानुल्ला हाच विसाव्या शतकातील नव्या अफगाणी राजकरणाचे प्रेरणास्थान ठरला.

लेखनात वा चर्चेत पण 'अफगाणिस्तान, अफगाणी' अशा प्रकारचे शब्द प्रयोग सररास करीत असले तरी वास्तवात अफगाण समाज हा वेगवेगळ्या टोळ्यांनी बनलेला आहे. त्या प्रत्येक टोळींचे रीतीरिवाज वगैरे एकमेकांपेक्षा वेगळे असतातच. परंतु त्यांची एकमेकांशी स्पर्धा असते व एक टोळी दुसऱ्या टोळीच्या वर्चस्वाखाली नांदायला तयार नसते. या वांशिक भेदाचाही परिणाम अफगाणिस्तानच्या राजकारणावर आणि राजकीय संस्कृतीवर झाला असल्याचे भान देशमुखांना आहे. अर्थात असे असले तरी त्या सर्वांचा धर्म एकच, म्हणजे इस्लाम; पंथही एकच म्हणजे सुनी आणि सर्वात महत्त्वाची बाब म्हणजे सर्वांना सारखेच स्वारस्थ असलेल्या तीन गोष्टी म्हणजे झर (सोने) झन (बाई) आणि जमीन या तीन वस्तूंसाठी त्यांची धडपड चालू असते. अशा परिस्थितीत त्यांचा एक एकसंध राजकीय समाज बनवणे, राजकीय संस्कृतीची निर्मिती करणे किती अवघड आहे याची कल्पना यावी. जे काही ऐक्य वगैरे दिसून येते त्याचे कारण इस्लाम धर्म आहे. कारण इस्लाम हा एक सर्वंकष धर्म आहे. जीवनाची खाजगी आणि सार्वजनिक, ऐहिक आणि पारलौकिक अशी सर्व अंगे त्याने व्यापिली असून तो त्याचे नियंत्रण करीत असतो. कुराण हा त्यांचा फक्त धर्मग्रंथच नसून तो कायद्याचा म्हणजे शरीयतचाही मुख्य आधार आहे. जर काही संदिग्धता किंवा उणीव जाणवली तर ती महंमद पैगंबरांच्या आयुष्यातील बोधदायक प्रसंगांनी (हदीस) भरून काढली जाऊ शकते. कुराणातील ईश्वरी वाणी आणि हदीमधील पैगंबरचारित्र्यातील अनुकरणीय आदर्श यांनी इस्लामी कायदा परिपूर्ण होतो. शिवाय स्वत: महंमद हे ईश्वराचा संदेश मुनष्यजातीपर्यंत पोहोचवणाऱ्या प्रेषितांमधील अखेरचे प्रेषित असल्यामुळे या कायदा आता अंतिम ठरत आहे. त्याच्यात कोणत्याची परिवर्तनाची, सुधारणेची गरज नाही व तशी शक्यताही नाही. तसे करायचा कोणी प्रयत्न केलाच तर त्यांना धर्मद्रोही ठरवणे हे अगदीच सोपे आहे.

इस्लामची अशा प्रकारची मांडणी हा खरे तर इस्लामचा मुख्य प्रवाह आहे. यापेक्षा वेगळे काही म्हणणारे अस्तित्वात नाहीतच असे नाही, परंतु त्यांचा आवाज अत्यंत क्षीण असल्याने तो दडपून टाकणे अवघड नसते. तरीसुद्धा या प्रवाहाची

नोंद घेण्यास देशमुख विसरत नाहीत. भारतातील इस्लामी सुधारक अशगर अली इंजिनियर यांचा व त्यांच्या दृष्टिकोनाचा ते आदरपूर्वक उल्लेख करतात. कादंबरीतील स्त्री (मुक्ती) वादी अनाहिता कुराणामधील आयतांच्या आधारेच स्वत: महंमद स्त्री-पुरुष समानतावादी होते असे पटवून देण्याच्या प्रयत्नात असते. तिच्या दृष्टिकोन ऐतिहासिक आहे. महंमदानंतर "इस्लामी समाज सरजामी वृत्तीच्या पर्शिया व बायझंटाइन समाजाच्या प्रभावाखाली आला. हे समाज इस्लामपूर्व जाहिलिया काळापासून पुरुषप्रधान समाजरचनेचं अनुकरण करणारे होते आणि त्याचे पुरुष अनुयायी क्रांतिकारी आणि पुरोगामी नव्हते. त्यामुळे कुराणाचं भाष्य करताना त्यांनी पुरुषांना झुकतं माप दिलं. स्त्रीसाठी प्रेषितांनी जे दिलं ते चुकीच्या व तात्कालिक संदर्भात लागू करणारं भाष्य करीत स्त्रीला दुसऱ्या व तिसऱ्या हाजरा शतकात चार भिंतीआड जेरबंद करण्यात हनाफी परंपरेच्या भाष्यकरांना यश मिळालं."

अनाहितासारख्या मुक्त स्त्रीकडून असले विचार समजून घेण्याच्या मन:स्थितीत अफगाणी पुरुष कसे असणार? म्हणून इस्लामचे काटेकोरपणे पालन करणारे करीमुल्लासारखा पंडितही देशमुख रंगवतात. करीमुल्ला पवित्र कुराणाचा हवाला देऊन सांगतो की "इस्लामनं स्त्री-पुरुषांच्या नात्याला समानता बराबरी बक्ष केली आहे. एका आयतीत म्हटलंय की, स्त्री-पुरुष दोघंही एकाच नफ्स जिवंत हस्तीपासून बनलेले आहे. म्हणून एक दुसऱ्यापेक्षा वरचढ नाही. माझ्या मते ही आयत समानतेचा पाया आहे. या भूमिकेमुळेच करीमुल्लाला पत्नीला तलाक देणे मान्य नाही. दिव्य कुराणानं तलाक ही 'अबगाज अल मुबाहत' म्हणजे परवानगी असलेली पण सर्वांत वाईट व नापसंत असलेली कृती मानली आहे."

करीमुल्लाच्या विवेचनाचा अर्थ असा होतो की प्रेषितांनी अपवाद म्हणून केवळ मुभा दिलेल्या कृतीला उत्तरकालीन पुरुषवर्चस्ववादी लोकांनी जणू नियमच बनवून टाकले.

करीमुल्लासारख्या पात्रामुळे देशमुख इस्लाममधील आणि विशेषत: तेव्हाच्या अफगाणी मुसलमानांमधील आंतरिक संघर्ष टिपण्यात यशस्वी झालेले आहेत. आधुनिक पाश्चात्त्य (आधुनिक) साम्यवादी आणि इस्लाम अशा तीन सांस्कृतिक विश्वांमधला संघर्ष उभा करताना देशमुख इस्लाममधीलच दोन प्रवाहांमधील संघर्ष दाखवायला विसरत नाहीत हे महत्त्वाचे आहे. दुर्दैवाची बाब अशी, की दोन जबरदस्त व प्रभावी आधुनिक विचारधारांच्या दबाव-दडपणाखाली इस्लाममधील अंत:संघर्ष दडपला जातो व कुराणाच्या आधारे इलाममध्ये सुधारणा करण्याची इच्छा असणाऱ्यांनाही इस्लामच्या रक्षणासाठी शेवटी कर्मठ, प्रतिगामी विषमतावादी

प्रवाहाबरोबर वाहवत जावे लागते!

धार्मिक मुद्द्यांबरोबरीने राजकीय संस्कृतीचाही विचार करावा लागतो. कादंबरीत जाता जाता का होईना परंतु गंभीरपणे केलेल्या पंडित नेहरूंनी आखलेल्या अलिप्ततावादी धोरणाचा उल्लेखही कौतुकाने करण्यात आलेल्या आहे. त्याच्याशी अफगाण सत्ताधीशांच्या परराष्ट्र धोरणाची तुलना करता येण्यासारखी आहे. या धोरणाला 'बेतर्फी' असे नाव देऊन त्याचे समर्थन करणारी पात्रे कादंबरीत आहेत. हे धोरण आणि नेहरूंचा अलिप्ततावाद यांच्यात मूलभूत फरक आहे. 'बेतर्फी' धोरणात दोन्ही बाजूंना झुलवत ठेऊन त्यांच्याकडून सारखेच फायदे उपटण्याची चलाखी अनुस्यूत आहे. अलिप्ततावादात दोन्ही सत्तांना सारख्याच अंतरावर ठेवण्याचे व प्रसंगी त्यामुळे होणारे नुकसान सोसण्याचीही तयारी आहे.

देशमुखांच्या कादंबरीचा विस्तार कादंबरी या वाङ्मय प्रकाराला साजेसाच आहे. पण तो अधिक होऊ नये या व्यवहारिक कारणांसाठी त्यांना अनेक महत्त्वाचे मुद्दे केवळ स्पर्श करून सोडून द्यावे लागले आहेत. धर्माला विरोध करण्याचा, त्याला अफूची गोळी मानणाऱ्या मार्क्सवादी विचारधारेचे स्वरूपही उत्तरकालीन मार्क्सवादी भाष्यकारांमुळे इस्लामसारखाच कर्मठ धर्माप्रमाणे बंदिस्त झाले याचे सूचन कादंबरीत आढळते. त्याला निराश्वरवादी धर्म म्हणणे त्याच्या पाठिराख्यांना आवडणार नाही, पण ते एक प्रकारची धर्मप्राय श्रद्धाच बनली असे म्हणण्यास हरकत नाही याउलट भांडवलशाही विचार हा खुला व समावेशक राहिल्याने तो परिस्थितीला प्रतिसाद देत सतत बदलत राहिला. कालमानाप्रमाणे व परिस्थितीच्या रेखाट्याने अनावश्यक, ओझे ठरू शकणाऱ्या गोष्टींना टरफलाप्रमाणे फेकून देत त्याने आपला गाभा अबाधित ठेवला. नवनवी रूपे धारण केली. मार्क्सचा 'कॅपिटल' ग्रंथ कम्युनिस्टांसाठी कुराणाप्रमाणेच धर्मग्रंथाइतका प्रमाण ठरला. त्यांनी त्याची जणू पोथी केली. तसा प्रकार भांडवलशाहीने ना ॲडम स्मिथच्या बाबतीत केला, ना केन्सच्या. भांडवलशाहीचे रूप प्रवाही राहिले. तिच्या प्रवाहीपणाची नीट दखल घेण्याऐवजी त्याच्याकडे फसवेपणा म्हणून पाहिले गेले. खरे तर एकीकडे धर्माच्या विरुद्ध मानल्या गेलेल्या मार्क्सवादात धर्माचे मूलभूत कार्य करण्याची क्षमता आहे हे लक्षात घेतले गेले नाही मार्क्सवादाचे हे सहसा अपरिचित राहिलेले रूपही देशमुख दाखवून देतात. ते रशियन तान्याच्या (ऊर्फ अफगाणी तराणा) तोंडून, ''या उच्च प्रतीच्या बुद्धीला मी धार्मिक न म्हणता नैतिक म्हणेन. जी समतेची स्वप्नं पाहणाऱ्या व ती साकार करणासाठी धडपडणाऱ्या माणसात जरूर असते. त्या माणसांच्या बुद्धीचं समाधान करण्याचं सामर्थ्य मार्क्सवादात आहे. स्वत:च्या पलीकडे असलेल्या तत्त्वाशी एकरूप होऊन निसर्गाशी वा इतर माणसांशी संवादाचं नातं

जोडण्याची जी धार्मिक प्रेरणा माणसाच्या ठिकाणी असते त्याचे समाधान करील असं हे तत्त्वज्ञान आहे.''

इस्लाम आणि मार्क्सवाद यांच्यात हे आणखी एक साम्य आहे. इस्लामला भाष्यकारांनी बंदिस्त करून टाकले तसाच काहीसा प्रकार मार्क्सवादाच्या बाबतीतही घडलेला दिसतो. खरे तर मार्क्सवादामधील अंत:संघर्ष हा एका स्वतंत्र क्रांतीचा विषय होऊ शकतो. लेलिन-स्टॉलिनच्या काळातील रोझा लुक्झेंबर्ग, ट्रॉटस्कीपासून शरद पाटलांपर्यंत हा अंत:संघर्ष चालला आहे. रोझाची आठवण कॉ. श्रीपाद अमृत डांगे यांनी आपल्याला मुलीला तिचं नाव ठेवून जागृत ठेवली एवढंच. देशमुखांच्या कादंबरीत डांग्याचे उल्लेख येऊन जातात याची जाता जाता नोंद घ्यायला हवी.

जागतिक पातळीवर ठिकठिकाणाच्या साम्यवादी पक्षांची सूत्रे रशियाकडे गेली कारण रशियामध्ये साम्यवादी राजवट होती व तिच्याकडून या पक्षांना रसद मिळायची. पर्यवसान रशियाच्या वर्चस्वात झाले. आणि रशियन कम्युनिस्ट मार्क्सवादाचा जो अर्थ लावतील तोच प्रमाणभूत असे मानण्याकडे इतर कम्युनिस्टांची प्रवृत्ती होऊ लागली. असे असले तरी भारतीय कम्युनिस्ट आपले स्वत्व राखण्यात त्यातल्या त्यात यशस्वी झाल्याची देशमुखांची धारणा आहे. ती आनंद आणि अनघा या भारतीय कॉम्रेड दंपतीच्या माध्यमातून व्यक्त होताना दिसते. साम्यवादाला अभिप्रेत असल्याप्रमाणे हे जोडपे निधर्मी आहे. मात्र धर्म आणि संस्कृती यांच्यातील फरक त्याला चांगलाच समजतो. धर्माला दूर ठेऊन सांस्कृतिक सोहळे, उत्सव साजरे करून जीवन अर्थपूर्ण करीत त्याचा आनंद कसा घ्यायच्या याचे इंगित या दोघांना कळलेले असते. ते पाहून अफगाणी कॉम्रेडस् चकित होतात. हिंदूना हे शक्य होते तर मुसलमानांना का होऊ नये? इस्लाम हा हिंदू धर्माच्या तुलनेत सर्वंकष आणि बंदिस्त असण्याच्या हा परिणाम असाव्या हे उघड आहे. इस्लामी संस्कृतीत धर्म जीवनाच्या कोणत्याही क्षेत्राला आपल्या कक्षेच्या बाहेर ठेवण्याची परवानगी देत नाही. इतरत्र धर्म हे संस्कृतीचे एक अंग असते. कदाचित अत्यंत महत्त्वाचे अंगही असेल. पण धर्माला पुरून संस्कृती दशांगुले उरते, तसे इलाममध्ये होत नाही. तेथे धर्मच संस्कृतीला व्यापून राहिलेला आहे.

अशा प्रकारची सार्वभौम सर्वंकषता हे जसे इस्लामचे वैशिष्ट्य आहे तसेच ते मार्क्सवादाचेही आहे. आता या वैशिष्ट्याचा जसा चांगला उपयोग करता येणे शक्य आहे. तसा गैरवापरही शक्य आहे. त्यामुळे टीकेचा रोख त्या विचारसरणींच्या विरुद्ध न राहाता त्यांच्या दुरुपयोग करणाऱ्यांच्या विरुद्ध असला पाहिजे. व त्यांच्या विषयातून या विचारसरणींना मुक्त करण्याच्या प्रयत्न करायला हवा. असे करता आले तर दोन्ही विचारांमधील योग्य गोष्टींच्या समन्वय करता येईल. इस्लामवर

मार्क्सवादाचे कलम करता येणे शक्य होईल. देशमुखांच्या कादंबरीत दोन्ही विचारप्रणालींकडे सकारात्मकपणे पाहणारी पत्रेही आहेत. खरे मार्क्सवादी स्त्रीपूजक असतात असे एका रशियन मार्क्सिस्टाला ठणकावून सांगणारी जमिला आपल्याला भेटते. तसेच स्त्रियांचा आदर करणारा धर्मनिष्ठ मुसलमान करिमुल्लाही भेटतो.

इस्लाम वाचवण्यासाठी काम करीत आहोत अशी भूमिका घेणाऱ्या मुजाहिदीन आणि तालिबान यांच्या संघटनांना अफगाणिस्तानात धर्माच्या नावाखाली आपल्याच स्त्रियांवर कसे अत्याचार करतात त्याचा हिशेबच देशमुख या कांदबरीत मांडतात. इस्लामप्रमाणे आचरण करण्याचा आग्रह धरणाऱ्या या धार्मिकांचे स्वत:चे वर्तन इस्लामशी कितपत सुसंगत आहे असा प्रश्न त्यामुळे आपोआपच उपस्थित होतो.

शेवटी कोणत्याही संस्कृतीचे मूल्यमापन करण्याची महत्त्वाची व निर्णायक कसोटी या कांदबरीतून हाती लागते ती म्हणजे त्या संस्कृतीत स्त्रीला कोणत्या प्रकारची वागणूक मिळते. संस्कृतीच्या संघर्षात आपण कोणाची बाजू घ्यायची हे ठरवताना देखील याच कसोटीचा उपयोग केला जावा असा संदेशही वाचकांपर्यंत अप्रत्यक्षपणे पोहोचतो. जिहादच करायचा असेल तर तो 'इन्किलाबसाठी' का करू नये असा प्रश्नही त्यांच्या मनात निर्माण होतो. आणि त्यातच या कादंबरीचे यश आहे.

❑

आंतरराष्ट्रीय पार्श्वभूमीवरील शोकांतिका

प्रल्हाद वडेर

'नरेच केला हीन किती नर' याचा प्रत्यय देणाऱ्या या कादंबरीत रशियन आणि अमेरिकन संधिसाधू राजकारणाच्या आंतरराष्ट्रीय पार्श्वभूमीवर अफगाणी जनतेची होणारी परवड, कौटुंबिक जीवनाची झालेली शोकांतिका प्रभावीपणे व्यक्त होते.

मराठी पुस्तकांना खप नाही, अशी प्रकाशकांची तक्रार असतानाच अलीकडे विश्वास पाटील, मधू मंगेश कर्णिक, गंगाधर गाडगीळ, अरुण साधू अशा काही लेखकांची जाडजूड पुस्तके, कादंबऱ्या प्रकाशित होताना दिसतात. त्यात लक्ष्मीकांत देशमुख यांच्या ९३३ पानी 'इन्किलाब विरुद्ध जिहाद' या महाकादंबरीचा आता समावेश केला पाहिजे. त्यांचे यापूर्वी तीन कथासंग्रह व दोन कादंबऱ्या प्रकाशित झाल्या असल्या, तरी अफगाणिस्तानातील इन्किलाब (क्रांती) आणि 'जिहाद' (धर्मयुद्ध) यावरील कादंबरीनेच यापुढे त्यांची खरी ओळख होईल, यात शंका नाही.

अफगाणिस्तान गेल्या दशकात तेथील रशियन राजवटीमुळे आणि टोळीवाल्यांच्या गनिमी युद्धाने प्रकाशात आला. रशियाचे विघटन झाल्यावर अमेरिकेने तेथील रशियन राजवट उलथून टाकली आणि मग तालिबानी राजवट संपविली. रशिया व अमेरिका या दोन महासत्तांमधील राजकीय संघर्ष आणि स्वत:चे बाहुले अफगाणिस्तानात सत्तेवर आणून बसविण्याची त्यांची स्पर्धा यामुळे तेथील जनतेची फरफट झाली. त्यातच कडव्या इस्लामी राजवटीमुळे सामान्य जनता व विशेषत: स्त्रिया यांना जी मुस्कटदाबी स्वीकारावी लागली आणि कडव्या मूलतत्त्ववाद्यांनी माणुसकीला न शोभणारे जे अत्याचार केले, त्यामुळे सगळे सुसंस्कृत जग अंतर्बाह्य हादरून गेले. अमीर अमानुल्ला, राजा झहीरशहा, जनरल दाऊदखान, अब्दुल कादीर, नूर महंमद तराकी, बबराक करमाल, हिकमतीयार रब्बानी, मुल्ला ओमर आणि मसूद ही अनेक नावे जगाला परिचित झाली. या सर्वांनी अफगाणिस्तानच्या सुंदर प्रदेशाचा जमेल तेवढा अक्षरश: नरक केला.

धगधगती वाटचाल

'इन्किलाब विरुद्ध जिहाद' ही कादंबरी गेल्या अर्धशतकातील अफगाणिस्तानच्या धगधगत्या वाटचालीची कथा आहे. साम्यवाद आणि भांडवलशाही या दोन प्रभावी विचारप्रवाहांत फरफटत गेलेल्या आणि अखेर कडव्या इस्लामी राजवटीत परिवर्तन झालेल्या त्या देशातील माणसांच्या सुखदु:खांची ही कहाणी देशमुखांनी पूर्वी उल्लेखिलेले वास्तव व राजकीय व्यक्ती आणि त्याभोवती अन्वर, त्याचं कुटुंब व त्यांचा मित्रपरिवार या काल्पनिक पात्रांच्या साह्याने सांगितली आहे. अफगणिस्तानच्या रूपानं आंतरराष्ट्रीय धार्मिक म्हणजे इस्लामी दहशतवादाचा विषय कादंबरीच्या माध्यमातून मांडण्याचा आपण मराठीत प्रथमच प्रयत्न केला आहे, हे त्यांचं म्हणणं खरं आहे.

भारतीय माणसाला अफगाण माहिती आहे, ते महाभारतातील गांधारी कंदाहारमधून आली यामुळे आणि रवींद्रनाथांच्या काबुलीवाला कथेने. आंतरराष्ट्रीय दहशतवाद्यांनी भारताच्या 'आयसी ८०४' विमानचं अपहरण केलं व मौलाना अजहर मसूद याची सुटका दडपण आणून करून घेतली. ही अलीकडची घटना आहे. लक्ष्मीकांत देशमुखांनी अफगाणिस्तानमधील दोन प्रेरणा व त्यातून फोफावलेला मूलतत्त्ववाद यांचा इतिहास कादंबरीच्या माध्यमातून विस्तारानं मांडला आहे. आधी रशियातील साम्यवादी विचारधारा तराकी व इतरांनी रुजवून लष्कराच्या-विद्यार्थ्यांच्या साह्याने सशस्त्र क्रांती घडवून सत्ता मिळविली. पुढे त्याविरुद्ध मुल्ला-मौलवींचा प्रतिकार सुरू झाला. हिकमतयार रब्बानीसारख्या कट्टर पुनरुज्जीवनवादी, कर्मठ मुस्लिमांनी राष्ट्राध्यक्ष करमालविरुद्ध लढा पुकारला आणि रशियन सेनेमुळे देश गुलाम झाला, धर्म धोक्यात आला, हा प्रचार सर्वसामान्य लोकांच्या डोळ्यांत घुसवून अधिक जहाल व अधिक प्रतिगामी सरकार सत्तेवर येऊन अफगाणिस्तानच्या जनतेला अक्षरश: बरबाद केलं. आणीबाणीच्या रोषाला बळी पडल्या त्या स्त्रिया. त्यांचं शिक्षण थांबवलं, नोकऱ्या थांबल्या; पडदा व अन्य जाचक बंधने आली आणि स्त्रियांचा श्वासच घुसमटला. याचं चित्रण देशमुखांनी अप्रतिम केलं आहे. इस्लामची एकेक बंधनं आणि त्यांनी दिलेल्या मध्ययुगातल्या क्रूर शिक्षा अंगावर काटा आणतात. शाळा, शिक्षण व खेळाविना युद्धाच्या छायेत अफगाण बालकांच्या दोन पिढ्या वाढल्या. त्यांच्या हातात पुस्तक न येता एके ४७ मशिनगन्स आल्या आणि अफगाणी माणूस, त्याची सुख - दु:खं, त्याच्या वाट्याला आलेला संघर्ष, भोग हे मध्यवर्ती सूत्र ठेवून आपण कादंबरीची रचना केल्याचे देशमुख यांनी म्हटले आहे. ही कादंबरी फॅक्शन स्वरूपाची आहे अशी एक मराठीत नवी कल्पना त्यांनी मांडली आहे. म्हणजे तिच्यात 'फॅक्ट' आणि 'फिक्शन' यांचे कलात्मक मिश्रण आहे. इंग्रजीत 'इन कोल्ड ब्लड' सारख्या अशा फॅक्टवर

आधारलेल्या कादंबऱ्या आहेत. मराठीत अशा वास्तव व कल्पनेचे मिश्रण असलेली कादंबरी प्रथमच लिहिली गेली आहे, यात शंका नाही.

इतिहास व कादंबरीचा तोल

अफगाणिस्तानानं क्रांती आणि धर्मयुद्ध (इन्किलाब आणि जिहाद) या दोन्हींचा अनुभव घेतला. तिथं १९७८ मध्ये डाव्या विचारसरणीचं झालेलं बंड ही क्रांतीच होती. पण ती इस्लामी श्रद्धा दुखावणारी असल्यानं तिच्यातून प्रतिक्रांती म्हणजे जिहाद आला. त्यातून अमेरिकेबद्दल तीव्र द्वेष रुजवला गेला. रशिया, अमेरिका, पाकिस्तान सगळ्यांनाच तिथं पाय रोवायचा होता आणि हे महासत्तांमधील शीतशुद्ध होतं व आहे. या सर्वांचे चित्रण करताना इतिहास आणि कादंबरी यांचा तोल देशमुखांनी बऱ्याच यशस्वी प्रमाणात साधला आहे. मात्र काही ठिकाणी इतिहासाचे पारडे थोडे अधिक खाली गेलेले दिसते आणि काल्पनिक व वास्तव अशा दोन्ही प्रकारच्या व्यक्तिरेखांच्या भाऊगर्दीमुळे कादंबरीचे एक स्वायत्त जग निर्माण होण्यात थोडाफार अडथळा येतो, नाही असे नाही. वाचकांचाही थोडा गोंधळ उडतो. पण एका विशाल कॅनव्हासवर इतिहास सांगत असतानाच कादंबरीतील पात्रांच्या सुख-दुःखांशी तो निगडित करताना थोडेफार अडथळे व अडचणी येतातच. तरीही कादंबरी व इतिहास ही दोन सूत्रे लेखकाने आलटून पालटून एकमेकांत मिसळून व अलग करून अखेर कादंबरीचे एक देखणे शिल्प रचण्यात यश मिळविले आहे.

सन १९५० ते १९९८ हा कालखंड या कादंबरीत येतो. झहीरशहाच्या राजवटीत जे नेतृत्व उदयाला आलं त्यात दाऊद खान, तरावी, करमाल वैगरे व्यक्तिरेखांचे वैशिष्ट्यपूर्ण चित्रण लेखकाने केले आहे. तालिबानी राजवटीत सर्वांत जास्त कुणी सोसले असेल, तर ते स्त्रियांनी. सलमा, जमिला, रशियन वंशाची तराना, ॲसिडचे डाग मांडीवर झालेली सलमा, झैनाब या सगळ्याच स्त्रिया पुरुषी अहंकाराच्या बळी आहेत. त्यातील जमीलाला तर दगडाने ठेचून मारण्याची शिक्षा होते. कारण तिने एका ब्रिटिशाशी लग्न केले, हा तिचा गुन्हा. साम्यवाद, आधुनिकतावाद, धार्मिक मूलतत्त्ववाद यांच्या आंदोलनातून झालेले सत्तापरिवर्तन, शह-काटशह, रक्तपात यांचा हा इतिहास आहे. त्यातील अन्वर... मध्यवर्ती ठेवून लेखकाने त्याच्या भोवताली राजकारणाचा पट विणला आहे.

प्रारंभी अमेरिकनांमुळे 'इस्लाम खतरे मे है' या घोषणेला फसून जे अतिरेक्यांना मदत करतात, त्यांना पुढे पश्चात्ताप होतो व यापैकी अनेकांच्या वाट्याला क्रूर हत्याकांड येते. त्यांना त्यांची चूक फार उशिरा कळून चुकते.

तरुण पिढी अफू, चरस, गांजाच्या नशेत मश्गूल आहे... विद्यापीठाच्या

प्राध्यापकांना भाजी विकणं नशिबी आले आहे. कारण विद्यापीठं बंद पडली आहेत.... पाऊस नाही, दुष्काळ पडला आहे.... काही थोडे चैनीत गढले आहेत, इस्लामची तत्त्वं त्यांनी गुंडाळून ठेवली आहेत... युवा पिढी बरबाद झाली आहे. त्यातील एक प्रसंग अफगाणिस्तानचं कब्रस्तान कसं झालं आहे, हे दर्शवितो. कोवळी मुलं 'हड्डी ले लो नान दे दो' असं नान - चहाच्या दुकानापुढे घोळक्यानं जमून ओरडत आहेत. 'माझी हाडं आधी घ्या. माझा नंबर पहिला आहे' या प्रकाराचा अर्थ असा की, एक किलो हड्डींना दुकानदार एक नान देतो आहे. पूर्वी तो दोन द्यायचा. ही हाडांची काय भानगड आहे? शहरातून धान्य, फळं गायब आहेत. औषधं नाहीत. धट्टेकट्टे जिहादी लढ्यात कॅम्पमध्ये घरी जखमी; लाचार पुरुष आणि बायका. मग या मुलांची भूक कशी भागणार? आधी त्यांनी मारून खाल्लेल्या जनावरांची हाडं तेल, साबण नि कोंबडीच्या खाद्याच्या सौदागारांना दिली. ती संपली, तेव्हा या मुलांना त्या हाडांच्या व्यापाऱ्यांनी एक नवा मार्ग दाखविला. वीस वर्षात दहा हजार अफगाणी मारले गेले. सगळ्यांच्या नशिबी चांगली कबर कुठली? त्यामुळे कसं तरी पुरलेल्या खडड्यातून अद्याप माती न झालेली हाडं शोधून काढायची नि ती विकायची; त्या बदल्यात नान व पैसे मिळवायचे. एक आठ-दहा वर्षांची बालिका एक किलो हाडांना एकच नान मिळणार हे ऐकून विचारते, ''या हिशोबानं मला तीनच नान मिळणार... घर में पाच आदमी है, कैसे भूक मिटेगी?'' हे दृश्य फारच करुण आहे.

अफगाणिस्तानच्या या भयानक अवस्थेला सगळेच जबाबदार आहेत. इस्लामी शिक्षा, छळ या जोडीला आले आहेत. जमीलाला फटके मारून आणि दगड फेकून जाहीरपणे मारलं जातं, जमीलाची व्यक्तिरेखा एका तेजस्वी स्त्रीची आहे. ती ज्या धैर्यानं शिक्षेला सामोरी जाते, तो प्रसंग काळजाचा थरकाप उडवितो.

तालिबानींचं भीषण चित्र

तालिबान हा शुद्ध इस्लामी राजवटीचा प्रयोग कसा होता, याचं भीषण चित्र या कादंबरीत आहे. तालिबाननं दिलेल्या हुकमाप्रमाणे प्रत्येक अफगाण पुरुषानं दाढी राखली की नाही, पाच वेळा नमाज तो पढतो की नाही.... कबुतरं पाळणं, पतंग उडविणं हे इस्लामला निषिद्ध असणारे शौक कोण करतोय, हे पाहण्यासाठी पोलीस पेट्रोलिंग करतात. दाढी नसलेला पुरुष दिसला की, त्याला ती वाढेपर्यंत जेलमध्ये टाकणं, फटके मारणं, चोऱ्यांबद्दल हात-पाय तोडणं या शिक्षा. स्त्रियांनी तर एकटं बाहेर जायचंही नाही. बरोबर कुणी मर्द हवा. जाण्याचं कारणही योग्य हवं. शिक्षण बंद, नोकरी बंद. गोषा पायघोळ हवा. त्यातून पाय दिसले की पायावर फटके. असे किती तरी फतवे तालिबानी राजवटीने काढले. स्त्रियांनाही या गुलामीची

सवय होते. अफूची शेतं जाळून टाकली; पण पुढं काहींनी त्यातही खोटेपणा करून गांजाची तस्करी केली. या कादंबरीची अखेर जमीलाला दगडाच्या वर्षावाने ठार मारण्यात येते. ती शहीद झाली. करीमुल्ला म्हणतात की, ‘‘इन्किलाब आणि जिहाद यांच्यामधला उदारमतवादी इस्लामी लोकशाही हाच खरा मार्ग. त्यासाठी नव्याने लढायला तयार झालं पाहिजे. जमीला बेटीच्या हौतात्म्याचा हाच संदेश आहे.’’ अल्लाच्या नावानं एका नव्या जिहादासाठी पूर्वतयारी करायला हवी. रशियन व अमेरिकन संधिसाधू राजकारणाच्या आंतरराष्ट्रीय पार्श्वभूमीवर अफगाणी जनतेची होणारी परवड, कौटुंबिक जीवनाची झालेली शोकांतिका या कादंबरीतून प्रभावीपणे व्यक्त होते.

कादंबरीत दोष नाहीत, असे नाही. तिचा ९०० हून अधिक पृष्ठांचा विस्तार खटकतो. (आणि कादंबरीचे वजनही) तसेच या कादंबरीतील भाषा व विशेषत: संवादांत उर्दू, फारसी शब्दांचा वापर काही वेळा अनाकलनीय व गती रोधणारा ठरतो. आपला वाचक मराठी आहे याचे भान ठेवून आवश्यक तेवढ्याच उर्दू व फारसी शब्दांचा वापर वातावरणनिर्मितीसाठी लेखकाने केला असता, तर तिचे वाचन अधिक आनंददायी झाले असते. काही वेळा तिच्यातील चर्चाही बऱ्याच लांबतात व मग अन्वरचे कुटुंब मध्यवर्ती राहून बाजूला पडते. स्त्री-पुरुष संबंधांची काही वर्णनही खटकतात. ती सूचक असती, तर कादंबरीचा परिणाम मुळीच उणावला नसता!

अशा काही उणिवा असल्या तरी एका वेगळ्या पार्श्वभूमीवर इतिहास, संस्कृती, राजकारण, समाजजीवन, स्त्री जीवन या सर्वांना कवेत घेऊन ‘नरेच केला हीन किती नर’ याचा प्रत्यय देणारी ही कादंबरी मराठीत एक महत्त्वाची भर टाकते. भरपूर छायाचित्रे, नकाशे हेही या पुस्तकाचे वैशिष्ट्य आहे.

❑

इन्किलाब विरुद्ध जिहाद

अरुण साधू

आकाराने प्रचंड असूनही तिला सुसंगत असा आवाका, आशयगर्भता व भव्यता, मानवी व्यवहाराची व सृष्टीच्या गुंतागुंतीची बऱ्यापैकी समज, विस्तृत पटावर सोंगट्यांप्रमाणे विखुरलेल्या पात्रांवर घट्ट पकड, वास्तवता पोटात घेणारी कल्पनारम्यता, राजकारण, तत्त्वविचार आणि कथात्मक गुंतवणूक यांची बेमालूम पेड विणण्याचे कौशल्य - अशी गुणसंपन्न व महत्त्वाकांक्षा कादंबरी मराठीत गवसणे हा दुर्मीळ योग आहे. लक्ष्मीकांत देशमुख यांची 'इन्किलाब विरुद्ध जिहाद' ही ९०० पानांची घसघशीत कादंबरी त्या दृष्टीने मराठी साहित्यप्रेमिकांना आशेचे किरण दाखविणारी आहे. विषय, आशय, विस्तार आणि खोली या सर्व गुणविशेषांमध्ये ही कादंबरी मराठीतील पहिल्या रांगेतील कादंबऱ्यांत बसू शकेल, असे म्हणणे पुरेसे नाही; विषय आणि आशय या बाबींमध्ये ती नवी वाट चोखाळणारी कादंबरी आहे. विषय आहे अफगाणिस्तान. तेथील कोणी बादशाह, नेता, व्यक्ती वा प्रेमीयुगल नव्हे. दुर्दैवाच्या, हिंसेच्या व रक्तपाताच्या फेऱ्यात सापडलेल्या अभागी देशाची ही कहाणी. खरे म्हणजे, सामान्य वाचकांना बिचकवून टाकणारा हा विषय, पण देशमुखांनी मानवी कथेचा, त्या देशाचा दुर्दैवाचा, वैचारिक, राजकीय आणि हिंस्र संघर्षाचा असा काही नजारा खुलविला आहे की, जाणकारांनी स्तिमित व्हावे आणि सामान्य वाचकांनीही खिळून जावे.

अफगाणिस्तान हा स्वातंत्र्यपूर्व काळातील आपला शेजारी, अफगाणी पठाणांना भारताविषयी आपुलकी आहे तो तेव्हापासून. कित्येक अफगाणी नेते, बुद्धिमंत त्या काळातील हिंदुस्तानी विद्यापीठांमधून शिकून जात. गिरण्यांच्या फाटकांसमोर उभे राहून सोटे दाखवीत कर्ज आणि व्याज वसूल करणारे मस्तवाल पठाण, एवढीच आपल्यासामोरची अफगाणी लोकांची प्रतिमा. फार झाले तर 'दीवार' मध्ये अभिताभ बच्चनला मदत कणारा, सच्च्या दिलाचा, शब्दाला प्राणापलीकडे जपणारा, बिनधास्त पण प्रेमळ असा अभिनेता प्राणने साकार केलेला पठाण. अफगाणातही सुशिक्षित,

सुसंस्कृत असा मध्यम किंवा उच्च मध्यमवर्ग आहे, हे लगेच लक्षात येत नाही. मराठ्यांचे पानिपत करणारा अहमदशाह अब्दाली हा तर अफगाणी राष्ट्रीयतेचे प्रेरणास्थान. हा टोळ्यांचा देश. खरे म्हणजे, काश्मीरप्रमाणे येथेही इस्लामच्या कडव्या अंधनिष्ठेचे प्राबल्य नव्हते.

पहिल्या महायुद्धानंतर तुर्कस्तानच्या केमाल पाशापासून स्फूर्ती घेऊन सामाजिक व धार्मिक सुधारणा येथे प्रथम झाहीरशाहने सुरू केल्या. त्याला पदच्युत करणाऱ्या दाऊदखानने त्या पुढे नेल्या. त्यानंतर १९७७ ते १९९० - ९१ च्या साम्यवादी खल्क अथवा पीपल्स डेमॉक्रॅटिक पार्टी ऑफ अफगाणिस्तानच्या राजवटीत तर येथे सामाजिक क्रांतीचे वारेच निर्माण झाले होते. पूर्वीही येथील स्त्रिया बुरख्याच्या बाबतीत कर्मठ नव्हत्या. या काळात स्त्रिया शिकू लागल्या. डॉक्टर, इंजिनिअर, मॅनजर, मंत्री बनू लागल्या. मध्यवर्गीय स्त्रिया आधुनिक वेषभूषा करू लागल्या. सन १९८५ ते १९८९ हा नजीकच्या राजवटीचा कालखंड सुख - समृद्धी व शांततेचा मानला जातो. पण त्याच काळात अफगाणिस्तानात पीडीपीएच्या मदतीला आलेल्या सोव्हिएत सैन्याला हुसकावून लावण्यासाठी अमेरिकेने पाकिस्तानामार्फत अफगाणिस्तानातील कडव्या मूलतत्त्ववाद्यांना सर्व तऱ्हेची मदत द्यायला सुरुवात केली. त्याची परिणती कशात झाली, ते आज आपण बघतोच आहोत.

या सर्व फेऱ्यातून जाताना अफगाणी अवामचे मोठे हाल झाले. (अमेरिकेने विध्वंसक बॉम्बहल्ले करून तालिबान राजवट उलथून टाकली, तरी अजून अफगाणी जनतेचे हाल संपलेले नाहीतच.) कधी विज्ञानाने भारलेला आधुनिकवाद, तर कधी मध्ययुगाकडे नेणारा धार्मिक मूलतत्त्ववाद यांच्या हादरविणाऱ्या आंदोलनातून समाज गेला. सत्तापालट, रक्तपात, कुटुंबाची ताटातूट, वैचारिक झगड्यांचे गोळागोळीमध्ये परिवर्तन.... ती प्रदीर्घ गुंतागुंतीची कहाणी देशमुख यांनी मानवी सहृदयतेने आणि सहनशीलतेने चितारली आहे. त्याला भव्य परिमाण आहे ते धर्मसत्ता विरुद्ध राजसत्ता, धार्मिक मूलतत्त्ववाद विरुद्ध धार्मिक सहिष्णुता व उदारमतवाद; मार्क्सवाद विरुद्ध इस्लाम आणि मार्क्सवाद विरुद्ध उदारमतवाद अशा सनातन वैचारिक संघर्षाचे.

मोठी समाधानाची गोष्ट म्हणजे देशमुखांनी कादंबरीमध्ये या संघर्षावर निबंध किंवा प्रवचने लिहिली नसून कथावस्तूच्या वाटचालीतून व पात्रांच्या जीवनप्रवाहातूनच हे झगडे मांडून व उलगडून दाखविले आहेत. आणि पात्रे तरी किती? यामध्ये कोणी एक नायक आहे, असे म्हणता येणार नाही. जमीनदारी घराण्यांतील उदारमतवादी तरुण युवा नेता अन्वर पगमानी हा केंद्रस्थानी धरला, तर त्याच्यापेक्षा किती तरी अधिक रसरशीत, शक्तिमान पात्रे यात आहेत.

अफगाणिस्तानातील दोन टोकाच्या विचारसरण्यांच्या झगड्याचा निरीक्षक म्हणूनही अन्वरला केंद्रस्थानी घेणे कादंबरीकाराला सोयीचे गेले असेल. अन्वरचे धर्मश्रद्ध परंतु मूलतत्त्ववादी नसलेले वडील, त्याचे आधुनिक काका, लष्करातील आधुनिक विचारांचा ज्येष्ठ बंधू, जमीनदारी पाहणारा आणि अफूच्या माध्यमातून मूलतत्त्ववादी तालिबानी चळवळीत शिरलेला मधला भाऊ.... त्याची आई, आजी, आत्या आदी स्त्रिया; त्याची रशियन पत्नी तान्या ऊर्फ तराना, ॲसिडचे डाग मांडीवर बाळगणारी सलमा, त्याची चुलत बहीण व वाग्दत्त वधू झैनब.... दूरच्या नात्यातील धर्माचे प्रकांड पंडित व खोल धर्मश्रद्ध करिमुल्ला - जे तालिबान्यांना सुरुवातीला मदत करतात खरे, पण अखेर त्यांच्या अतिरेकी वागणुकीने हतबल व विफल होतात.... अशी असंख्य काल्पनिक पात्रे देशमुख यांनी या बहुभीतीयुक्त संघर्षाच्या भोवऱ्यात सोडली आहत. त्यांना आधार आहे प्रत्यक्ष इतिहासाच्या पानांतील हाडामांसाच्या व्यक्तिरेखांचा. स्वत: झाहीरशाह, पहिला बंडखोर क्रांतिकारक दाऊदखान, साम्यवादी क्रांतीतील प्रसिद्ध त्रिमूर्ती - नूह महंमद तराकी, हाफिझुल्ला अमीन, बबरक करमाल आणि त्यांच्यानंतरच्या पराभवाचा मरणप्राय भार आपल्या बलिष्ठ खांद्यावर तोलणारा नजीब ..... तसेच धार्मिक मूलतत्त्ववाद्यांचे नेते गुलबदीन हेकमतयार, नंतर ओसामाचा सहकारी आणि आध्यात्मिक नेत्याचे स्थान प्राप्त झालेला मुल्ला ओमर, मेवांडवाल, बुर्हानुद्दीन रब्बानी, दोस्तम.....

अशी बलिष्ठ ऐतिहासिक पात्रे आपापली ताकद घेऊन जेव्हा कादंबरीत उतरतात, तेव्हा देशमुख त्यांना भरकटू न देता आपल्या निवेदनाच्या अंतर्गत शिस्तीत बसवितात. कादंबरीतील स्त्रियाही तेवढ्याच उंच आणि देशाच्या राजकारणात स्वत:ला बेगुमानपणे झोकून देणाऱ्या. पात्रे अतिरकी मूलतत्त्ववादी असोत, की कर्मठ कम्युनिस्ट किंवा उदारमतवादी मध्यममार्गी; ती आपापल्या जागी आपल्या निष्ठा व मूल्ये सांभाळत घट्टपणे उभी आहेत. मूल्यनिष्ठांच्या अतिरेकी कठोरपणाने जेवढी विकृती येत असेल, तेवढीच.

देशमुख हे काही नवखे लेखक नव्हते. 'अंधारयात्रा' ही त्यांची कादंबरी आणि 'उदक' हा कथासंग्रह रसिकांना परिचित आहे, तो त्यातील वातावरणाच्या व तपशिलांच्या अस्सलपणामुळे. तसे देशमुख हे मराठी भाषेचे फार मोठे जादूगार आहेत, असेही म्हणणे कठीण आहे. पण संघर्षांना टोक आणणाऱ्या प्रसंगांमध्ये त्यांची लेखणी ओजस्वी बनू शकते. प्रस्तुत कादंबरीत अशा पुष्कळ घटना आहेत. पुल-ए-चराखीच्या तुरुंगातील भयाण रात्र, पहिल्या क्रांतीच्या वेळी सुरक्षाप्रमुख गुलाम हैदर रसुली याची घालमेल आणि त्याने आपल्या जावयाला गद्दारी करण्याचा दिलेला सल्ला, आपला गुरू आणि प्रतिस्पर्धी तराकी याला ठार मारताना स्वत:च्या मुलीलाही ठार मारून तिच्या प्रेताशेजारी शोक करणारा आणि अखेर स्वत:च खड्डा

खोदून तिचे दफन करणारा राष्ट्रप्रमुख अमीन, करमालचे पुनरागमन, नजीबची भयंकर अखेर आणि पळून जाण्याची संधी असूनही तालिबानच्या राजवटीत दगडाने ठेचून मारण्याची शिक्षा पत्करणारी जमीला..... अशा किती तरी घटना वाचकाला अंतर्बाह्य हादरून सोडतात. ही किमया लेखणीची नसून देशमुखांनी निर्माण केलेल्या माहोलची आणि वास्तवतेशी राखलेल्या इमानदारीची; त्यामुळेच त्यांच्या पात्रांचा रोमान्स कधी अतिरेकी किंवा बाळबोध वाटला तरी खटकत नाही, कारण अफगाणिस्तानचे पाणीच तसे असावे.

देशमुख गेली सात - आठ वर्षेतरी या कादंबरीची तयारी करीत असावेत. अफगाणिस्तानचा भूगोल आणि इतिहास त्यांनी आत्मसात केला आहे, याचा प्रत्यय येतो. काबूल, कंदाहार, पगमान इत्यादी ठिकाणांचे अफगाणी निसर्गाचे खास सौंदर्य तर ते नेटके उभे करतातच; पण शहरांचे, रस्त्यांचे, पुलांचे तपशीलही सराईतपणे उभे करतात. काबूल विद्यापीठाचे बुद्धिवादी वातावरण, अफगाणी रईस, उच्चभ्रूंच्या सुसंस्कृत राहणीची नजाकत, त्यांच्या कविता, त्यांचा इतिहास, त्यांच्या बागा आणि रसिक कलाकारी, भूमिहीनांचे शोषण त्यांचे दारिद्र्य, पिचलेपण, देशातील विविध टोळ्यांमधील सत्तास्पर्धा आणि त्याचे राजकारण, धर्माचे अफगाणी जीवनातील स्थान आणि स्त्रियांची हतबलता.... अनाहिता, सलमा, जमीला आदी बंडखोर स्त्रियांना सोसावा लागणारा सामाजिक छळ...... इत्यादी गोष्टींचे प्रत्ययकारी चित्रण कथानकाच्या सहज ओघात येते.

धर्मचिकित्सेची चिकित्सा, कर्मठ मूलतत्त्ववाद्यांची चिकित्सा, उदारमतवाद की साम्यवाद असा अफगाणी परिस्थितीत उपलब्ध नसलेला विकल्प; किंबहुना या दोहोंची (उदारमतवाद व साम्यवाद) अफगाणी भूमीत पेरणी व रुजवणूक होण्याची असंभाव्यता आणि या विचित्र विरोधाभासाने निर्माण केलेले राक्षसी संघर्ष असेही सर्व या कादंबरीत येते. त्याचबरोबर स्त्रियांचे इस्लाममधील स्थान, उदारमतवादी मुस्लिमांची मूलतत्त्ववाद्यांकडून होणारी कोंडी, साम्यवादी विचारांच्या राजवटीने हाती घेतलेल्या प्रागतिक जमीन सुधारणांना होणारा कडवा विरोध..... पाकिस्तानी, रशियन आणि अमेरिकन गुप्तहेरांच्या कारवाया...... कम्युनिस्टांचा पाडाव करण्यासाठी कडव्या मूलतत्त्ववाद्यांना पोसण्याचे अमेरिकेचे बेगुमान धोरण..... या सर्व गोष्टीचे चर्वितचर्वण कथानकांच्या, संभाषणाच्या आणि घटनांच्या ओघात एवढे सहजपणे येते की, आपण वैचारिक चर्चेमध्ये गुंतून जातो आहोत, हेही वाचकांच्या ध्यानात न यावे. देशमुखांची कादंबरी लिहून झाल्यावरही अफगाणी काबूल नदीमधून पुष्कळ पाणी वाहून गेले आहे. मुल्ला ओमरचा प्रभाव अजूनही पुष्कळ भागांवर आहे. अमेरिकेने एवढा धुमाकूळ घालूनही तालिबानचे सत्तेवरील पुनरागमन शक्यतेच्या

कोटीतील आहे आणि काहीही झाले तरी करझाईची, म्हणजेच अमेरिकेची, सत्ता काबूलपुरतीच मर्यादित आहे. अशा प्रवाही परिस्थितीत देशमुखांची ही महाकादंबरी मराठीत अवतरते आहे.

'राजहंस प्रकाशन' चे दिलीप माजगावकर यांनी ती आपल्या चोखंदळ शिस्तीने प्रकाशित केली आहे. कादंबरीचे मूळ हस्तलिखित उचलले तेव्हा त्यांचा नाजूक खांदाच निखळला होता. असे सांगतात, पण तेवढ्याने हार न मानता कादंबरीतील शब्द शब्द तपासून, तीमधील जादा मेद काढून ती सर्वसामन्य वाचकांनाही फारशी दमछाक न होता पेलता येईल अशी सुटसुटीत करवून घेतली. विशेष श्रम घेऊन करवून घेतलेले मुखपृष्ठ, आतील छायाचित्रांची रेलचेल, नकाशे वगैरे गोष्टी पाहता, माजगावकरांनी देशमुखांच्या या महाकादंबरीवर जीव लावलेला दिसतो. 'राजहंस' च्या सगळ्याच कादंबऱ्यांना हे भाग्य लाभते, असे नव्हे. त्यांचे अंदाज सहसा चुकत नाहीत, यावरूनही चाणाक्ष वाचक आणि अर्थातच हिशेबी ग्रंथविक्रेते कादंबरीचे आपापल्या परीने मूल्यमापन करतील, यात शंका नाही.

कादंबरीकाराने आपल्याच भाषेतील दुसऱ्याच्या कादंबरीचे मन:पूर्वक कौतुक करणे किती अवघड असते, हे मराठी भाषकांना, किमान साहित्य वर्तुळांना चांगलेच ठाऊक असावे. पण ते तेवढेच आनंदाचे व समाधानाचे असते, हे कित्येकांना माहीत नसेल; तशी ही देशमुखांची कादंबरी आहे. मराठी साहित्यविश्वात नवी गुणात्मक भर घालणारी आणि कदाचित नवा पायंडा पाडणारीही.

❑

मोठा अवकाश पेलणारी महाकादंबरी :

अनंत मनोहर

'इन्किलाब विरुद्ध जिहाद' ही महाकादंबरी आहे.

महाकादंबरी म्हणजे (पृष्ठसंख्येने) मोठी नव्हे; तिने व्यापलेला अवकाश मोठा आहे. तिने फार मोठ स्पॅन व्यापला आहे, म्हणून ती महा; तिच्यात वाङ्मयीन महात्मतेचा प्रत्येय येतो.

ज्याला अनेक पदर आहेत, पैलू आहेत, अंग - उपांगे आहेत, अनेक स्तर आहेत - अशी ही महाकादंबरी आहे. ती अनेक ठिकाणी वास्तवाला भिडते, परंतु त्यात अडकत नाही. या वास्तवातील रस, कस शोषून ती अधिक पुष्ट व संपन्न बनते.

वैयक्तिक आशयसूत्रात बांधली गेलेली कादंबरी एकारते. तिची वाढ उंचीच्या एकच एक परिमाणात होते. तिला एकच मिती असते. तसे या कादंबरीचे होत नाही, कारण तिचे आशयसूत्र बहुमितींचे व प्रसरणशील आहे.

ज्या देशात निर्नायकी गेली कित्येक दशके चालू आहे, अत्याचार आणि विध्वंस हा जिथे परवलीचा शब्द बनला आहे... एकाधिकारशाही, जुलमी राजसत्ता, लष्करशाही अशा राजवटीत माणसांची जीवने कुस्करली जात आहेत; अशा एखाद्या देशाचं, समाजाचं चित्रण करणं हा एक महकादंबरीचा विषय आहे, हे देशमुखांनी बरोबर हेरलं. अफगाणिस्तानात तर टोळीवाल्यांचे राज्य गेली अनेक शतकं चालू आहे. अजूनही तिथे काबूलच्या मध्यवर्ती शासनाच्या शब्दापेक्षा टोळीप्रमुखांचा आदेश जास्त मानला जातो.

अफगाणिस्तानची लोकसंख्या दीडएक कोटी.

देशमुखांनी कादंबरीच्या पटावर हा देश घेतला. त्याची शेजारी राष्ट्रे भोवती मांडली. राजकीय, सामाजिक, ऐतिहासिक, सांस्कृतिक हे त्याचे स्तर तपासले. ऐतिहासिक व राजकीय घटनाचित्रणात आपल्याला फारसे स्वातंत्र्य मिळत नसतं.

याचं देशमुखांना भान आहे. ते या दोन घटकांचा उपयोग वास्तव सत्य म्हणून करतात आणि सामाजिक व सांस्कृतिक या घटकांच्या मदतीने 'Fiction' उभी करतात.

आंतरराष्ट्रीय शीत युद्धातील शह-काटशह, आजचा तिथला जहाल इस्लामी आंतरराष्ट्रीय दहशतवाद, बामियानमधील महाकाय बुद्धमूर्तींचे विध्वंसन करण्यामागील मानसिकता, आत्यंतिक धर्मांधता, मुजाहिद व तालिबान यांच्या हातात आलेली सत्ता आणि सत्तेचा मद, श्रद्धाळू अफगाणांची त्यांच्याच नेत्यांनी केलेली दिशाभूल, साम्यवादी सोव्हिएत युनियन आणि पाकिस्तनच्या मागे उभी असलली अमेरिकन भांडवलशाही विचारधारा यांतील संघर्षामध्ये भूमी म्हणून वापरले जाण्याचे परिणाम..... यांच्या जोडीला जहाल इस्लाम पुनरुज्जीवनवाद्यांनी सुधारणा व आधुनिकता आणि ज्ञान व स्वातंत्र्य यांना शत्रू मानून समाजाला धर्माच्या नावाखाली चौदा-पंधराव्या शतकात ढकलण्याचा केलेला प्रयत्न, तालिबानी फतव्यामुळे अफगाण स्त्रीचे उद्‌ध्वस्त झालेले जीवन.... या वास्तवाला लक्ष्मीकांत देशमुखांनी सर्वसामान्य अफगाणी माणसाच्या वाट्याला आलेले भोग, दुःख, हाल, अपेष्टा, अनिश्चितता याचा नवा आयाम जोडला व त्यातून कादंबरी बनत गेली.

अन्वर, करीमुल्ला, इलियास व त्यांचे कुटुंबीय; सलमा, बेनझीर, जमीलाच्या माध्यमातून अफगाणी स्त्रीची प्रखरता; देशाच्या व औरत जातीच्या सन्मानासाठी शहीद झालेली जमीला आणि तिच्या मृतदेहाभोवती उभी असलेली बेनझीर.... हा अत्युच्च बिंदूकडे कांदबरीचा झालेला प्रवास हे या कादंबरीचे वैशिष्ट्य आहे.

एखाद्या दीर्घ कालातील ऐतिहासिक धागे राजकीय घटनांच्या अन्वयार्थाला जोडून त्यात कल्पित पात्रांचे उपयोजन करीत त्यांना उभं करणं, हे आव्हान देशमुखांनी पेललं आहे.

भाषेचा बाज, आवश्यक तेथे केलेल्या भाष्यातील नेमकेपणा, संवादलेखन चातुर्य, आशयसूत्राचे कथानकात केलेले सुरेख रूपांतर, कन्सिव्ह केलेले रसपूर्ण प्रसंग ही अंगेही उत्तम आहेत.

पण यापेक्षा महत्त्वाच्या इतर काही बाबी आहेत आणि त्यामुळे ही कादंबरी मोठीच नव्हे, तर महत्त्वाची ठरते.

मुंबईत झालेले बॉम्बस्फोट, ९ / ११ ची घटना, अल् कायदाचे दूरवर पोहोचणारे हात, जळणारा काश्मीर या स्टिम्युली देशमुखांना आवाहन करीत असतील; परंतु Artist has an ability not to react to immediate stimuli हे तत्त्व देशमुख मानत असावेत. त्यांच्या अंतर्मनात हा विषय मुरत गेला, वाढत राहिला, त्याला निरनिराळ्या मिती मिळत गेल्या आणि जेव्हा या सर्वांचे वजन देशमुखांना असह्य झाले - या ताणातून मुक्त होण्याची निकड त्यांच्या मनाला भासू लागली व

लेखन करणे अपरिहार्य झाले; तेव्हाच ‘इन्किलाब विरुद्ध जिहद’ कडे ते वळले.

लेखनपूर्व आत्मनिष्ठा त्यांना चिंतनशील बनवते. त्यातून आशय - विषयाच्या अपूर्वत्वातून आणि कोणत्याही विचारसरणीची गुलामी न पत्करता कलाकृतीचं शुद्ध रूप जपत तिची देशमुखांकडून निर्मिती झाली आहे, हा मला आजच्या भाषेत म्हणायचं तर युनिक सेलिंग पॉइंट वाटते.

❑

इन्किलाब विरुद्ध जिहाद

विश्राम गुप्ते

राजकीय सत्तेची समीक्षा

"आपण बंदिस्त व जगाच्या अंतापर्यंत न बदलणाऱ्या धर्माच्या आधारे जगण्याचा व पुढे जाण्याचा प्रयत्न करू, तर आपली गती एवढी मंद राहील, की सारं जग कुठच्या कुठे निघून जाईल. आपण इररेलेव्हंट - निरर्थक ठरू."

पुढे अफगाणिस्तानचा राष्ट्राध्यक्ष होणाऱ्या नूरमहंमद तराकीच्या तोंडचे हे शब्द 'इन्किलाब विरुद्ध जिहाद' या लक्ष्मीकांत देशमुखांच्या ९३४ पानांच्या कादंबरीत सुरुवातीसच भेटतात. इस्लामची तरफदारी करणाऱ्या इलियसला पटवून देताना नूरमहंमद तराकी हे बोलून जातो. त्यातून अफगाणिस्थानच्या भविष्याचे भीषण संकेत मिळतात. कादंबरीतला इलियस काल्पनिक आहे. तराकी मात्र ऐतिहासिक आहे.

कल्पना आणि इतिहासाची सरमिसळ असलेली ही कादंबरी म्हणजे, अफगाणिस्थानमधला अपरिवर्तनीय कडवा इस्लाम विरुद्ध पोथीनिष्ठ; साम्राज्यवादी कम्युनिझमची अतिशय अभ्यासपूर्ण, रोचक, डॉक्युमेंटरीच्या अंगानं विकसित होणारी अर्ध्या शतकाची कर्मकहाणी आहे. आकारानं भव्य असलेली, ही कादंबरी अफगाणिस्थानचा गेल्या चाळीस-पन्नास वर्षाचा रक्तरंजित पण लालित्यपूर्ण इतिहास आहे.

अफगाणिस्थानची सर्वंकष सत्ता आपल्या हाती यावी म्हणून सोव्हिएट रशियाप्रायोजित कम्युनिस्ट विचारधारेविरुद्ध स्थानिक इस्लामिक मूलतत्त्ववाद्यांनी दिलेल्या प्रदीर्घ टकरावाची ही कथा आहे. साम्यवाद आणि त्याला प्रतिक्रिया म्हणून, अफगाणिस्थानमध्ये बुलंद झालेल्या इस्लामिक चळवळीचं ध्येय हे अनिर्बंध राजकीय सत्ताच. एकदा सत्तेची अपरिहार्यता मानली, की हिंसा तर्काधिष्ठित ठरून सर्वसामान्य जनतेचं क्रूर दमन ओघानं आलंच. हेच कादंबरीचं प्रमुख विधान.

'इन्किलाब विरुद्ध जिहाद' ही एकूणच राजकीय सत्तेची, तिच्यातल्या अंगभूत

हिंसक प्रेरणांची - विशाल मानवतावादाच्या अंगांनं केलेली कठोर समीक्षा म्हणता येईल. वा इतिहासात दोनच प्रमुख पात्रं. 'इन्किलाबी' म्हणजे कम्युनिस्ट्स आणि 'जिहादी' म्हणजे इस्लामिक अतिरेकी. दोघांच्या हातांवर निरपराध जनतेच्या रक्ताचे डाग आहेत. पैकी इन्किलाबीच्या हातावरचे डाग सुकले असले, तरी जिहादीच्या पंज्यांवरचं रक्त ओलंच आहे.

आंतरराष्ट्रीय दहशतवादाची पार्श्वभूमी लाभलेली ही कादंबरी इतिहासात रममाण होणाऱ्या मराठी वाचकांसाठी चांगला रुचिपालट आहे. पश्चिम महाराष्ट्राच्या अवतीभवती घडून गेलेल्या ऐतिहासिक अफगाणिस्थानच्या पुरुषसत्ताक सांस्कृतिक वास्तवाच्या पार्श्वभूमीवर ही कादंबरी अफगाणी स्त्रीच्या मनाचं पर्यावरण, तिच्या मुक्तीच्या ऊर्मी, तिच्या समतेचा लढा स्त्रीवादी दृष्टिकोनातून चित्रित करते त्यामुळे या मोठ्या कादंबरीचा तोल केवळ पुरुषकेंद्री किंवा केवळ स्त्रीकेंद्री न होता तो उभयकेंद्री होतो. कादंबरीची ही जमेची बाजू. कादंबरीत भेटणाऱ्या सलमा, अनाहिता, तराना, झोरा, झैनाब, झरीना, मरुफ आणि जमिला या मनस्वी स्त्रिया या राजकीय कादंबरीला खऱ्या अर्थानं भावनांची समृद्धी देतात.

घटनांमध्ये स्वत:चा वर्तमानकाळ बुडवून टाकणारा भावुक मराठी वाचक 'इन्किलाब विरुद्ध जिहाद' वाचताना एकदम अटकेपार म्हणजे, टागोरांच्या काबुलीवाल्याच्या देशात, अफगाणिस्थानातच जाऊन पोहोचतो. वाचता वाचता तो या देशाच्या इतिहासाशीच नव्हे, तर भूगोलाशीसुद्धा एकरूप होतो.

रम्य आणि तपशीलवार भौगोलिक वर्णनं ही कादंबरीची वैशिष्ट्यं 'इन्किलाब विरुद्ध जिहाद' मध्ये ठासून भरलेली आहेत. ती वर्णनं वाचून लेखक अफगाणिस्थानमध्ये राहून आल्याचा वाचकाला प्रत्यय येतो. परंतु ती वस्तुस्थिती नाही. देशमुखांनी कल्पनेच्या भरारीवर अवघा अफगाणिस्थान उभा केला आहे. अफगाणिस्थानची गेल्या अर्ध्या शतकातली गोष्ट सांगता सांगता लेखकाची स्कॉलरशिप संपते कुठे आणि त्याचा प्रतिभाविलास सुरू होतो कुठे, याचा वाचकाला थांग लागत नाही.

'इन्किलाब विरुद्ध जिहाद' ही कादंबरी नेमकी कशी समजून घ्यायची? त्यातले राजकीय तपशील आणि विश्लेषण तथ्यावर आधारित असले, तरी काही प्रमुख पात्रांचे भावजीवन, प्रतिभेची निर्मिती आहे. ही सरमिसळ जशी कादंबरीची शक्ती ठरते, तशीच ती आस्वादाच्या अंगाने कूटप्रश्न निर्माण करते. सत्तेची अपरिहार्यता एकीकडे, तर तिच्याशी झुंजणाऱ्या व्यक्तींच्या अंतर्मनाचा कौल दुसरीकडे, असं काहीतरी कादंबरीभर घडतं. हा ताण वस्तुनिष्ठ विरुद्ध व्यक्तिनिष्ठ शक्तींचा आहे. लोकप्रिय, वाचकसापेक्ष ऐतिहासिक कथनाचं, हे वैशिष्ट्यच मानलं पाहिजे.

या ऐतिहासिक कादंबरीची कथावस्तू स्थानिक, म्हणजे पेशवाई, मराठेशाही किंवा मुख्य धारेच्या इतिहासाने दुर्लक्षिलेली अशी 'सबआलटर्न' नाही तर ती 'परदेशी' आहे. त्यामुळे सर्वसाधारण वाचकाला स्पष्ट होईल, असं विवेचन करणं लेखकाला क्रमप्राप्त झालं असावं. त्यामुळे कदाचित कादंबरीत केलेली आंतरराष्ट्रीय घडामोडीची चर्चा काही ठिकाणी पाठ्यपुस्तकांच्या वळणानं जाते. ऐतिहासिक कादंबरीची ही मजबुरी मानली, तरी हिला कवेत घेऊन देशमुखांनी कादंबरी वाचनीय केली आहे, याचं कारण त्याचं राजकीय तथ्यांचं भान उत्तम आहे.

मात्र कादंबरी इन्किलाब-केंद्रित वाटते. कादंबरीचा दोन-तृतीयांश भाग हा कम्युनिस्टांच्या राजवटीवर खर्ची पडला आहे. जिहादला प्राणभूत असलेल्या तालिबान चळवळीचा उल्लेख, साडेनऊशे पानी कादंबरीत सुमारे अठशेव्या पानावर म्हणजे फारच उशिरा येतो. इन्किलाबी म्हणजेच कम्युनिस्ट्स, रशियन महासत्तेच्या अस्तानंतर जवळजवळ नामशेषच झाल्यात जमा आहेत. त्यामुळे या लाल महासत्तेच्या अफगाणिस्थानमधल्या प्रभावाचं विच्छेदन ऐतिहासिक असलं, तरी त्याची धार कालानुरूप बोथट झालेली वाटते.

जिहाद मात्र धगधगीत आणि चालू काळातली एक जाचक कल्पना असल्यामुळे, ही कादंबरी जरा जिहाद-केंद्रित झाली असती, तरी चाललं असतं, कारण त्यातून कादंबरीचं दिशादर्शक मूल्य खचितच वाढलं असतं. जिहादांनी अफगाणिस्थानचा कसा सत्यानाश केला, हे इन्किलाब्यांनी केलेल्या सत्यानाशाच्या तुलनेत कमी प्रत्ययकारी रीतीनं व्यक्त झालेलं वाटतं. लेखकाचा इन्किलाबवरचा रिसर्च हा जिहादच्या रिसर्चच्या तुलनेत समग्र वाटतो. मात्र एका कादंबरीसाठी, एखाद्या विषयाचा आठ वर्ष पाठपुरावा करणाऱ्या या लेखकाला मानाचा मुजरा केलाच पाहिजे.

पौर्वात्य विरुद्ध पाश्चात्त्य द्वंद्व

भारतासारखाच अफगाणिस्थानसुद्धा परंपरा आणि प्रगतीच्या चक्रीवादळात सापडलेला एक देश आहे. स्वदेशी परंपरेचं 'मागासवाणं' चेटूक सामूहिक मनावरून उतरवण्यासाठी पाश्चात्त्य विचारसरणीचा भौतिकवादी, विवेकशील झाडूच हवा, हे आशियामधल्या विकसनशील आणि अर्धविकसित देशांतल्या (मूठभर) बुद्धिवादी अभिजनांना वाटतच असतं. कादंबरीत भेटणाऱ्या ऐतिहासिक पुरुष पात्रांना म्हणजे नूरमहंमद तराकी, बबरक करमाल, अमिन, मजिबुल्ला या इन्किलाबी नेत्यांना प्रकर्षाने वाटतं, तसंच ते अनाहिता, सलमा व जमिलासारख्या ठसठशीत स्त्री-व्यक्तिरेखांनासुद्धा.

देखणा, बुद्धिवान आणि कम्युनिझमची दीक्षा घेतलेला अफगाणी युवक,

अन्वर पगमानी, हा कादंबरीचा नायक म्हटला पाहिजे. यालाच कादंबरीत सर्वाधिक जागा, स्पेस मिळाली आहे, हा समतेच्या विचाराला स्वीकारणारा आणि मुख्य म्हणजे विचारापेक्षा व्यक्ती महत्त्वाची आहे हे मानणारा सामान्य अफगाणी माणूस आहे. अन्वर हाच खरा कादंबरीचा प्रोटागॉनिस्ट आहे. कादंबरी त्याच्या युवावस्थेपासून तो त्याच्या प्रौढावस्थेपर्यंतची सारी भावनिक स्पंदनं टिपते. अन्वरच्या जगण्याची परवड आणि अफगाणिस्थानची परवड एकमेकांत गुंफली गेली आहे.

अफगाणिस्थानमधली जमीनदारी-प्रथा, धर्मांधता, स्त्री-पुरुष विषमता इ. सामूहिक वैगुण्यांबद्दल अन्वरला सच्ची चीड आहे. त्याचे वडील जरी धर्मभीरू आणि स्थानिक मशिदीचे पेशइमाम असले, तरी अन्वर इस्लामबद्दल चिकित्सक दृष्टिकोन बाळगून आहे. समतेचा घोष करणारा इस्लाम आणि समतेच्या विचाराची टवाळी करणारी जमीनदारी प्रथा एकत्र कशा नांदू शकतात, हा अन्वरला पडलेला प्रश्न आहे. म्हणूनच तो त्यांच्या युवावस्थेत कम्युनिस्ट होतो, मॉस्कोत इंजिनिअरिंगची विद्या शिकायला जातो, तिथे रशियन सौंदर्यवती तान्याच्या प्रेमात पडतो. तिच्याशी लग्न करतो आणि देशाची सेवा करण्याच्या उदात्त हेतूने अफगाणिस्थानमध्ये परतून येतो. अन्वर हा सत्ता हस्तगत करणाऱ्या सगळ्याच अफगाणी राष्ट्राध्यक्षांच्या मर्जीतला असूनही सत्तेच्या सारीपाटावर मात्र तो केवळ एक प्यादंच ठरतो. सत्तेच्या राजकारणात साधारण नागरिकाची हीच नियती असते.

कादंबरीत अन्वरहून किंचित कमी जागा व्यापणारी व्यक्तिरेखा म्हणजे प्रो. करिमुल्ला. प्रोफेसरमहाशय इस्लामचे गाढे अभ्यासक आणि शुद्ध इस्लामचे बंदे आहेत. त्यांचे प्रकांड इस्लामिक ज्ञान कादंबरीवर एखाद्या सर्वव्यापी छायेसारखं पडलेलं आहे. गंभीर प्रवृत्तीच्या प्रोफेसरमहाशयांचा इस्लामिक विचार हा कडवा, पश्चिमविरोधी आणि कुराणाला अपरिवर्तनीय मानणारा आहे. मुख्य म्हणजे त्यांच्या विचारांना जितकी इस्लामिक वर्तुळात मान्यता आहे, तितकीच त्यांच्या विरोधकांच्या, इन्किलाबी वर्तुळातसुद्धा.

कादंबरी जशी अन्वर पगमानीच्या आयुष्याचा दीर्घ आलेख मांडते, तशीच ती प्रो. करिमुल्लांच्या खाजगी आणि सार्वजनिक जीवनाचासुद्धा आलेख मांडत त्यातले विरोधाभास पुढे आणते. इस्लामवर अचल निष्ठा असलेल्या प्रोफेसरमहाशयांना इस्लामचा बंदिस्त की खुला विचार प्रिय आहे, हे सुरुवातीला नीट उलगडत नाही. मात्र त्यांच्या व्यक्तिगत आयुष्यात ज्या घटना घडतात, त्यावरून त्यांना उपरती होते आणि ते इस्लामचा खुला, स्त्री-पुरुष समतेचा विचार शिरोधार्य मानून, वा ध्येयाप्रत कार्य करण्यासाठी कटिबद्ध होतात. हे कादंबरीच्या शेवटी घडतं. तोपर्यंत इन्किलाबी व जिहादी विचारसरणीनं अफगाणिस्थानला स्मशानभूमी करून टाकलेलं असतं.

कादंबरीची संवेदनशीलता

अफगाणिस्थानच्या पुरुषसत्ताक सांस्कृतिक वास्तवाच्या पार्श्वभूमीवर ही कादंबरी अफगाणी स्त्रीच्या मनाचं पर्यावरण, तिच्या मुक्तीच्या ऊर्मी, तिचा समतेचा लढा स्त्रीवादी दृष्टिकोनातून चित्रित करते. त्यामुळे या मोठ्या कादंबरीचा तोल केवळ पुरुष-केंद्री किंवा केवळ स्त्री-केंद्री न होता तो उभयकेंद्री होतो. कादंबरीची ही जमेची बाजू. कादंबरीत भेटणाऱ्या सलमा, अनाहिता, तराना, झोरा, झैनाब, झरीना, मरुफ आणि जमिला या मनस्वी स्त्रिया या राजकीय कादंबरीला खऱ्या अर्थाने भावनांची समृद्धी देतात.

या स्त्रियांशिवाय ही कादंबरी म्हणजे अफगाणिस्थानचा रक्तपिपासू, पण शुष्क इतिहासच ठरला असता. पुरुषांमध्ये सेक्सइतकीच सत्तेची प्रेरणा आदिम असते. या पार्श्वभूमीवर जर ही कादंबरी इन्किलाबी विरुद्ध जिहादीच्या सत्तासंघर्षाची कथा म्हणून पेश केली गेली असती, तर या सत्तापिपासू नरांच्या खेळात फक्त AK.47 चे निनादच ऐकू आले असते. नरकेंद्रित शह आणि काटशह, लष्करी बंड आणि रक्ताच्या चिळकांड्यांना कादंबरीत पुरेसा अवकाश (space) असला, तरी या राजकीय कादंबरीचा तोल राज्यशास्त्रीय किंवा शीत युद्धाच्या अतिरिक्त समालोचनाने पूर्णपणे ढळतो असं म्हणता येणार नाही.

याला कारण, या साऱ्या समालोचनाला अर्थ देणारे स्त्री-पात्रांचे व्यक्तिनिष्ठ भावसमृद्ध संदर्भ. ही मानवकेंद्रित व्यक्तिनिष्ठा आणि भावनाच कादंबरीचा आत्मा असते. भावनांच्या उद्रेकांतून आकार घेणाऱ्या अनपेक्षित प्रेरणा जेव्हा वाचकाला भेटतात, तेव्हा वाचकाची स्वत:शीच गाठभेट होण्याची शक्यता असते. कादंबरी वाचण्यामागे ही गाठभेटीची, आत्मज्ञानाची प्रेरणा कधी मध्यवर्ती, तर कधी काठावरची म्हणून वाचकाला नकळत सोबत देत असते. म्हणूनच वाचक कादंबरीच्या प्रमुख आणि दुय्यम पात्रांच्या आयुष्यांशी एकरूप होतो. आत्मज्ञानाशिवाय कादंबरीची इतर प्रयोजनं दुय्यम आहेत.

'इन्किलाब विरुद्ध जिहाद'मध्ये ही प्रक्रिया घडते का? घडते. ती किती जास्त किंवा किती कमी प्रमाणात हा तपशील वाचकसापेक्ष ठरतो. पण १९९९ च्या डिसेंबर महिन्यात, ज्या अफगाणी जिहादींनी भारतीय विमानाचं कंदाहारमध्ये अपहरण केलं आणि त्यातून भारतीय समूहमनाला जी ठसठसणारी अपमानस्पद वेदना दिली, त्या संशयास्पद देशाची प्रथम कम्युनिस्ट्स आणि नंतर जिहादी जी वाताहात करतात, ती वाचताना मराठी वाचक सुटकेचा नि:श्वास न टाकता कादंबरीच्या पात्रांच्या सुखदु:खांशी समांतर जाऊ लागतो, हे 'इन्किलाब विरुद्ध जिहाद' या

कादंबरीचं यश ठरतं.

मात्र या भावनांचा कल्लोळ आदर्शवादी, पुरेसा रोमँटिक आणि बराचसा ख्रिस्ती संवेदनशीलतेच्या जवळ, म्हणजे उपरतीच्या अंगानं जाणारा आहे. प्रखर निष्ठा, अचल श्रद्धा जेव्हा जीवनसंहारक ठरतात, तेव्हा त्या तपासून बघणं आणि त्यांना सोडचिठ्ठी देणं, ही नुसती शक्यतासुद्धा व्यक्तींच्या आत्मज्ञानाची पावती असते. कादंबरीत भेटणारी बरीचशी पुरुषपात्रं आपला घोषित मार्ग बदलून दुसऱ्या मार्गाने जाताना दिसतात. या सर्वांत डोळ्यांत भरणारं उदाहरण हे इस्लामिक स्कॉलर प्रो. करिमुल्ला यांचं आहे. इस्लामिक शुद्धतेचा आग्रह धरणाऱ्या करिमुल्लांचा जिहादींना पुरेपूर आशीर्वाद असतो. त्यानंतर जिहादीचं क्रौर्य आणि त्यांची असहिष्णुता बघून त्यांना उपरती होते आणि ते सूफी तत्त्वज्ञानाला जवळ जाणाऱ्या, सर्वसमावेशक, सहनशील इस्लामाची तरफदारी करू लागतात.

जे इस्लामिक नाहीत, ते नापाक आणि काफीर ठरवणाऱ्या एका धर्मांध व्यक्तीचा हा अंतर्गत प्रवास अचंबित करणारा, म्हणूनच अविश्वसनीय वाटतो. हे घडतं; कारण तराकी, करमाल, अमीन, नजिबुल्ला किंवा मुल्ला ओमर या ऐतिहासिक पात्रांच्या तुलनेत करिमुल्ला हे काल्पनिक पात्र म्हणून कादंबरीत येतं. करिमुल्लांच्या हळूहळू परिपक्व होत जाणाऱ्या जाणिवेत व संयत होत जाणाऱ्या स्वरात सामंजस्याचे प्रतिध्वनी ऐकू येतात; कट्टर भूमिका घेणाऱ्या एका पात्राच्या मनाचं हे परिवर्तन कादंबरीला शेवटी विशालतेचं परिमाण देतात. हे जरा आदर्शवादी वाटतं.

जिहादचा नारा देणारा जिहादी मनात उपरतीची भावना बाळगत नसतो. आपल्याला कयामतीच्या दिवशी पूर्ण न्याय मिळणार आहे, ही त्याची धार्मिक श्रद्धा असते. ही जेव्हा कमी होते तेव्हाच उपरती होते. कडवेपणा हा प्रचलित इस्लामचा गुणधर्म आहे, उपरती किंवा पश्चात्ताप हा फार तर ख्रिस्ती गुण म्हणता येईल. (आठवा : बायबलमधली 'रिटर्न ऑफ द प्रॉडिंगल सन'ची कथा) हिंदूंना होणारी उपरती बहुधा संन्यासाच्या मार्गानेच व्यक्त होते. स्वत:च्या हरवलेल्या केंद्रात परतून जाणारी ही संवेदनशीलता म्हणूनच ख्रिस्ती ठरते. कादंबरीतील बऱ्याच वक्तींचा प्रवास हा 'रिटर्न ऑफ द प्रॉडिगल सन'च्या वळणाने जातो.

मनाला कायम टोचणी देणारी कठोर श्रद्धा खरी, की श्रद्धेला मुरड घालणारी सर्वसमावेशक समजूत? हे द्वंद्व सामान्य माणसाच्या मनात वसत असलं, तरी सत्तेच्या खेळात जर या आंतरिक द्वंद्वाला प्राधान्य दिलं, तर ते सत्तेच्या खेळाशी सुसंगत ठरत नाही. कादंबरीत भेटणाऱ्या इन्किलाबी नेत्यांना, तसंच जिहादींना हे पुरेपूर कळलेलं आहे. राजकीय सत्तेची अपरिहार्यता त्यांना उमगली आहे. तुम्ही तुमची सद्सद्विवेक आणि सत्ता एकत्रपणे भोगूच शकत नाही. सद्सद्विवेकाला

गोंजारलं तर सत्ता हातून सटकते आणि सत्तेला गोंजारलं तर विवेकाला रामराम ठोकावा लागतो, हे वास्तव कादंबरीतले ऐतिहासिक नेते स्वीकारतात, हेच 'रिअलपॉलिटिक'. कादंबरीतले काल्पनिक पात्रं मात्र नेमकं यांच्याविरुद्ध वागताना दिसतात.

कादंबरीच्या ऐतिहासिकतेला कधी समांतर जाणारे तर कधी छेद देणारे करिमुल्ला, इलियस किंवा अन्वरसारखे पुरुष मात्र स्वत:च्या मनाचा आवाज ऐकत, अंतर्मनाच्या प्रकाशाला अनुसरून प्रवास करतात. कादंबरीच्या शेवटी - म्हणजे जमीलाचे शोकात्म हौतात्म्य घडते तेव्हा कादंबरी संपते. पण त्यापूर्वी ऐतिहासिक अपरिहार्यतेला शरण जाणारी कादंबरी व्यक्तिनिष्ठ, भावुक वळण घेते. अप्रत्यक्षपणे का होईना, पण राजकीय सत्तेच्या शुष्क वास्तवावर आदर्शवादाचा उतारा सुचवला जातो. तो उपरतीच्या काल्पनिक अंगाने विकसित होतो. म्हणून 'इन्किलाब विरुद्ध जिहाद' हा प्रचंड मोठा पट असलेला एक रोमँटिक जाहीरनामा ठरतो. याच संवेदनशीलतेमुळे कादंबरीतल्या काही घटना नाटकी वाटतात.

सत्तेवर कादंबरीची अधिसत्ता

सत्तेच्या प्रेरणेचं स्वत:चं तर्कशास्त्र असतं. या तर्कात शुद्धतेचा दुराग्रह जसा स्थायिभाव असतो, तसाच 'आम्ही आणि इतर' हे द्वंद्वसुद्धा या द्वंद्वातले 'आम्ही' शुद्ध तर 'इतर' अशुद्ध ठरतात. अफगाणिस्थानच्या या कादंबरीपुरतं बोलायचं झालं, तर सुरुवातीला सोव्हिएट रशिया प्रेरित कम्युनिस्ट राजवट अफगाणिस्थानच्या केंद्रस्थानी म्हणून 'आम्ही' या कल्पनेत गणली गेली होती. ही 'आम्ही' मंडळी वैचारिक शुद्धतेची खेळी करतात आणि आपल्या विचारांशी समांतर न जाणाऱ्या 'इतर' विचारव्यूहांना अशुद्ध घोषित करतात. त्यांच्याविरुद्ध हिंसेचा वापर करून इतरांचा नि:पात घडवून आणतात. या नि:पाताचं एक तर्कशास्त्र निर्माण झालं की कम्युनिस्ट राजवटीमधलं विरोधकाचं 'पर्जींग' समजून घेता येतं.

शुद्धतेची ही खेळी उलटते आणि अफगाणिस्थानमध्ये 'इस्लाम खतरे में है' ची हाळी सर्वत्र ऐकू येते. मग जिहादी शक्तिमान होतात. कालचे 'इतर' आज 'आम्ही' होतात आणि काफिर कम्युनिस्टांच्या नि:पाताच्या योजना राबवल्या जातात. रक्ताच्या चिळकांड्या उडू लागतात. जन्नतचे दरवाजे उघडले जातात. जिहादींना आश्वस्त वाटू लागतं. इस्लामच्या शुद्धतेचा आग्रह सर्वव्यापी होत आंतरराष्ट्रीय स्तर गाठतो. कादंबरीत येणाऱ्या दोन्ही विचारधारा या अंतिमत: निरंकुश सत्तेच्या आकांक्षा व्यक्त करणाऱ्याच आहेत. अवघं जग पादाक्रांत करण्याचं संभावित स्वप्न बघणाऱ्या आहेत. म्हणूनच कम्युनिझम काय किंवा इस्लाम काय, दोन्हीही साम्राज्यवादी शक्तीच ठरतात.

'महान' विचारधारेची ही शोकांतिकाच म्हटली पाहिजे. प्रत्येक 'महान' विचारधारा - मग ती साम्यवादाची असो की इस्लामाची, हिंदुत्ववादी असो की सेक्युलर, लिबरल डेमॉक्रॅटिक असो की कंझर्वेटिव्ह, अभिजन असो की बहुजन, प्रस्थापित असो की विस्थापित - सगळ्यांमध्ये विरोधाभास असतातच; पण त्यांच्याकडे कानाडोळा करत या विचारधारा स्वविरोधी, 'महान नसलेल्या' विचारांना संपवून टाकण्याचा विडा उचलतात. 'महान विचारांची' खासियत ही निरंकुश सत्ता, तिचं समर्थन आणि तिच्याआड येणाऱ्या लहानमोठ्या विरोधांची मुस्कटदाबी हीच असते. यातूनच पुढे एकसंध समाज निर्माण करण्याची देदीप्यमान स्वप्नं बघितली जाऊन विचारवैविध्याचं निर्घृण निर्दालन होतं. जसा कालचा 'इन्किलाबी' विचार याला अपवाद नव्हता, तसाच आजचा 'जिहादी' विचारसुद्धा याला अपवाद नाही.

कृतक् वैचारिकता ही स्वत:मध्ये रममाण होणाऱ्या, स्वत:च्या प्रेमात पडलेल्या रमणीसारखी असते, तिला स्वत:च्या आवाजाचे प्रतिध्वनीच तेवढे ऐकू येतात. ती सूक्ष्मरूप धारण करत असली तरी तिचे दमनयंत्र बटबटीत असतं. कुठल्याही विचारधारेची (ideology) शोकांतिका ही तिची सत्ताकांक्षाच असते. पण इतके स्वच्छपणे हे कुठल्याही सत्ताधीशाला कळलेलं नसतं. आपल्या सत्तेचं समर्थन देत तिचा परीघ वाढवणं हेच त्याचं आद्य कर्तव्य. मात्र जे राष्ट्राध्यक्षांना, पक्ष कार्यकर्त्यांना, श्रद्धाळू अनुयायांना किंवा बलिदानाच्या प्रेरणेने मुसंडी मारणाऱ्या 'मानवी बॉंब'ला दिसत नसतं ते लेखकाला दिसतं. कादंबरीकाराला उमगतं.

समूहजीवनाच्या राजकीय, सामाजिक व सांस्कृतिक कप्प्यांमधल्या घडामोडींना अतिरिक्त महत्त्व देत व्यक्तीच्या मानवी आकाराच्या व्यक्तिगत आशा-आकांक्षांना हीन लेखणाऱ्या, त्यांना तुच्छ लेखणाऱ्या राजकीय / धार्मिक / आदर्शवादी वगैरे वगैरे विचारांचं वैयर्थ्य फक्त कादंबरीकारालाच उमगतं. कारण त्याच्या निर्मितीची कच्ची सामग्री निसरडे विचार नसून धगधगीत भावना असतात.

अर्थ हरवलेल्या शब्दांचा बेरका वापर करून सत्तापालक प्रजेला भूल देतो. तर शब्दांचा हरवलेला अर्थ लेखक वाचकाला शोधून देत त्याचे अर्थाचे भान तीव्र करतो. राजकीय विचारसरणी संपते कुठे आणि वैचारिक दडपशाही सुरू होते कुठे, हे फक्त अस्सल राजकीय कादंबरीकारच सांगू शकतो. तोच सामान्य वाचकाला वैचारिक शुद्धतेच्या आग्रहाकडे खेळकर नजरेनं बघणं शिकवतो. कादंबरी सत्य-असत्याचे पाठभेद शिकवते. 'इन्किलाब विरुद्ध जिहाद'मधून हे काही अंशी साध्य होतं म्हणून ही कादंबरी सत्तेच्या निर्घृण वाटमारीच्या तुलनेत आगळीवेगळी मौलिक घटना ठरते. यासाठीच तिचं स्वागत!

❑

'इन्किलाब विरुद्ध जिहाद' मधील धार्मिक आणि राजकीय चर्चा व चिंतन

वि. दा. वासमकर

'इन्किलाब विरुद्ध जिहाद' ही लक्ष्मीकांत देशमुख यांची महत्त्वाची कादंबरी आहे. सतत हिंसाचाराने त्रस्त असणाऱ्या अफगाणिस्तानच्या जनतेच्या हलाखीची नरकप्राय यातनांची कथा आहे. १९७० नंतरचा अफगाणिस्तानचा इतिहास कथन करणे आणि रशियाप्रणीत धोरणाला अनुसरून चालणाऱ्या राजवटी आणि इस्लामला महत्त्व देऊन वाटचाल करणाऱ्या मुजाहिदीन, तालीबान टोळ्यांचा सत्ता प्रस्थापित करण्यापर्यंतचा व्यापक पट लक्ष्मीकांत देशमुख यांनी कादंबरीत मांडला आहे. आकाराने प्रचंड असूनही या कादंबरीला सुसंगत आवाका लाभला आहे. राजकारण आणि धर्म यांचा वास्तव पातळीवर वेध घेताना देशमुख यांनी कल्पनेचाही कौशल्याने वापर करून ही कादंबरी सिद्ध केली आहे.

प्रस्तुत निबंधात 'इन्किलाब विरुद्ध जिहाद' या कादंबरीतील धार्मिक आणि राजकीय पातळीवरील चर्चा आणि चिंतन यांचे स्वरूप काय आहे, याचा विचार करावयाचा आहे.

प्रस्तुत कादंबरीतील केंद्रवर्ती असलेल्या दोन पक्षांचे वर्णन पुढीलप्रमाणे येते सहाव्या दशकाच्या उत्तरार्ध व सातव्या दशकाचा प्रारंभ हा अफगाणिस्तान - विशेषत: काबूल शहरासाठी धार्मिक - इस्लामिक पुनरुज्जीवनाच्या चळवळीनं व्यापलेला आहे. वाढत्या कम्युनिझमला विरोध म्हणून तेवढ्याच तीव्रतेनं धार्मिक निदर्शनं, चळवळी चालू होत्या. त्याच्यामागे शोर बाजारचे हजरतसाहेब, नक्शबंदी संप्रदायाचे जनाब मीर अली व पीर सय्यद जिलानीसारखे परंपरेतून पुढे आलेले नेते आहेत. तसेच प्रोफेसर करीमुल्लांसारखे धार्मिक बुद्धिवादी नेतेही आहेत व संसद सदस्य लतीफसारखे लोकप्रतिनिधीही आहेत. सर्वात महत्त्वाचे योगदान आहे ते मात्र गुल, रब्बानी, शमसू या त्रयीचं. पुढील काळात ही त्रिमूर्ती आणि सोव्हिएन युनियनवादी तराकी, करमाल, अमीन ही त्रिमूर्ती यांचा दिलचस्प तीव्र संघर्ष

होण्याची बीजें या सातव्या दशकात पेरली गेली आहेत. (पृ. १०१)

हा संघर्ष धार्मिक आणि राजकीय स्वरूपाचा आहे. इस्लामिक देशांमध्ये धर्म आणि राजकारण यातल्या सीमारेषा फार पुसट असतात. या कादंबरीतील धर्म आणि राजकारण याविषयीच्या चर्चा अशाच स्वरूपाच्या वाटतात. येथे प्रथम धर्मासंबंधीचे चिंतन आणि चर्चा यांचा विचार करू.

धर्म विषयक चिंतन आणि चर्चा

प्रस्तुत कादंबरीतील करीमुल्ला ही व्यक्तिरेखा महत्त्वाची आणि केंद्रवर्ती आहे. करीमुल्ला धर्मशास्त्राच्या चौकटीतच वावरणारे बुद्धिवादी नेते आहेत. त्यांना प्रगती हवी आहे ती इस्लामच्या चौकटीत. करीमुल्ला व अन्वर यांची धर्मविषयक आणि अफगाणिस्तानच्या विकासासंबंधी चर्चा होते. अन्वर हा त्या कादंबरीचा नायक, तो मार्क्सवादी विचारांचा पाईक आहे. या दोघांमधील चर्चा परंपरा आणि विकास यावर प्रकाश टाकते. 'खल्क' या साप्ताहिकातील नूर महमद तराकी यांच्या लेखावरून करीमुल्ला आणि अन्वर यांच्यामध्ये विचारमंथन होते. तराकीच्या लेखाचा सारांश असा की, "अफगाणिस्तान हा देश इस्लामपायी विज्ञान आणि वैज्ञानिक दृष्टिकोनाला नकार देत आहे त्यामुळे तो मागास राहिला आहे. इस्लामच्या पलीकडे जगच नाही या भावनेवर तराकी हल्ला करतो. विज्ञान व तंत्रज्ञान यांच्याविना गरिबी आणि भूक नष्ट होणार नाही. धर्मपरंपरेच्या नावाखाली आधुनिक तंत्रज्ञानाचं शिक्षण देण्याऐवजी मदरसा शिक्षणावर भर देणे योग्य नव्हे. युरोपनं विज्ञानयुगाची कास धरल्यामुळे त्याचा विकास झाला. पवित्र दिव्य 'कुराण' मधील मथितार्थ जाणून त्यानुसार आजच्या जमान्याशी सुसंगत गोष्टींसाठी पुढे येणं हाच आपल्या प्रगतीचा पाया ठरणार आहे. कमी बुद्धीच्या मौलवींच्या हट्टासाठी गरीब भुकेल्या व पशुवत जिणं जगणाऱ्या अवामसाठी आपण लढले पाहिजे." या भूमिकेवर करीमुल्ला म्हणतात, "मी व्यक्तिश: कोणत्याही प्रकारच्या स्वातंत्र्याच्या संकोचाविरुद्ध आहे.... पण आता धर्मग्रंथावर समाजसंस्था उभारण्याचे दिवस गेले, हा त्यांच्या लेखातील मुद्दा मला पटत नाही. आपल्या देशाची प्रगती मलाही जरूर हवी आहे, पण इस्लामियत सोडून नव्हे. मी सश्रद्ध मुस्लीम आहे व 'दीनेकामील' ची भूमिका म्हणजे आपल्या पवित्र धर्मग्रंथात बदल संभवत नाही, हा याचा पाया वा गाभा आहे. माझ्यावर 'अल अझर' मध्ये त्याचाच संस्कार झाला आहे. बहुसंख्य अवामची पण यावर श्रद्धा निष्ठा आहे. ते. धर्मग्रंथांच्या आधारेच प्रगती घडवून आणली पाहिजे. त्यासाठी शास्त्रार्थ दिला पाहिजे, तरच अवाम तिचा स्वीकार करील."

त्यावर 'आपण धर्मचिकित्सेला का घाबरतो' असा प्रश्न अन्वर त्यांना

विचारतो. त्यावर करीमुल्ला संभ्रमित होतात. इस्लाममधील बहुपत्नीत्वाची पद्धत अन्वरला काळानुरूप अयोग्य वाटते. परंतु धर्माज्ञा म्हणून इस्लामी जनता तिला मानते हे त्याला खटकते. अन्वर तर्कनिष्ठ पद्धतीने आपले म्हणणे मांडत राहतो. तो म्हणतो, "सर, प्रत्येकाला धर्म हा लागतोच, त्या अर्थानं मीही धार्मिक आहे. मुसलमान आहे. आपला धर्मग्रंथ अनेक बाबतीत प्रगतीशील आहे. त्यानंच मानवी इतिहासात प्रथम स्त्रीला मालमत्तेचे अधिकार दिले आहेत. तरीही आज ज्या वेगानं जग बदलत आहे, त्याच्याशी आपण मिळत जुळतं घेऊ शकत नाही, कारण डोक्यावर धर्मग्रंथाचं ओझं आहे. प्रत्येक बाबीसाठी कुराण - हदीसचा आधार घेण्याचा अट्टाहास का? धर्माचं खरं महत्त्व आहे, माणसाची आध्यात्मिक भूक भागवण्यासाठी, पण आधुनिक काळात राजसत्ता व धर्मसत्ता अलग झाली आहे. युरोपात हेच घडलं आहे, तुर्कीमध्ये केमाल पाशानं हाच प्रयत्न केला आहे. आपला शेजारी पाकिस्तान इंग्रजी शिक्षणाने काही प्रमाणात तरी आधुनिक होत आहे ..... जनाब तराकी वा आमचा हाच दृष्टिकोन आहे की, आम्हाला अवामची जिंदगी बेहतर करायची आहे. त्यासाठी प्रत्येक बाबीसाठी कुराणे शरीफ वा हादिसकडे धाव घेण्याची गरज नाही. धर्माचं स्थान उपासनेसाठी व आध्यात्मिक भुकेच्या पूर्तीसाठी महत्त्वाचं आहे, हे आम्हीही अमान्य करीत नाही." यावर अन्वरच्या तर्कशुद्ध प्रतिपादनाचं कौतुक करीत आपलाच मुद्दा पटवत राहतात व शेवटी म्हणतात. 'अन्वरभाई, मलाही अवामची प्रगती हवी आहे, तुझ्या मार्गानं नव्हे, तर इस्लामच्या चौकटीत. मला खात्री वाटते की, ती मुमकीन आहे." (पृ. ८१,८२) यावर अन्वर हतबुद्ध होतो. या ठिकाणी करीमुल्ला हे प्राध्यापक असूनही धर्मभावनेच्या जोखडातून बाहेर येऊ शकत नाहीत असे दिसून येते. यावरील "कमी बुद्धीच्या कर्मठ मौलवीशी साधा संवादही शक्य होणार नाही. अवामला प्रागतिक विचार समजणं सोडा, त्यांच्यापर्यंत आपण पोचूही शकणार नाही." हे अन्वरचे भाष्य वाचकाला खूप अंतर्मुख करणारे आहे. हेच प्रा. करीमुल्ला युनोच्या आश्रयाला असलेल्या नजीब यांना तालीबान सैनिक निर्घृणपणे मारताना पाहून आणि समस्त स्त्रीवर्गाला घर आणि बुरखा यांच्यात डांबलेले पाहून तालीबानशी नातं तोडून टाकताना आपली बहू बेनझीरला म्हणतात, "बेटी, मी आजपासून तालिबानशी नातं तोडून टवकत आहे. त्यांच्या इस्लामसंमत नसलेल्या कृत्यांबाबत आवाज उठवेन. त्यासाठी लेखणी चालवेन ....!" आणि कादंबरीच्या शेवटी जमिलाला तालिबानी कायद्याने जमाव ठार मारतो त्यावेळी प्रा. करीमुल्ला पूर्ण बदलतात आणि तालिबानींच्या विरुद्ध लढायला सिद्ध होतात. प्रा. करीमुल्ला यांच्या व्यक्तिमत्त्वाचा विकास लेखकाने कौशल्याने वर्णिला आहे.

तराना ऊर्फ तान्या ही अन्वरची बायको. ती अन्वरच्या प्रेमासाठी रशिया सोडून अफगणिस्तानात येऊन राहते. मात्र आपण के. जी. बी. ची गुप्तहेर आहोत हे अन्वरपासून लपवते. अन्वर आणि तरानाचे धर्मविषयक विचार थोडक्यात पाहू. तरानाशी लग्न केल्यानंतर लवकरच अन्वरची काबूल विद्यापीठात प्राध्यापक म्हणून नियुक्ती होते. तेथे रुजू झाल्यावर तरानाशी गप्पा मारताना अन्वर म्हणतो, ''तान्या, मला आता खरंच धर्म ही संकल्पनाच निरर्थक वाटू लागली आहे. मार्क्स म्हणाला ते खोटं नाही. धर्म ही खरंच अफूची गोळी आहे!'' त्यावर तराना म्हणते, ''मी तर साम्यवादी देशात वाढलेली आहे. आमची पूर्ण जीवनपद्धती या सूत्राभोवती गेल्या चाळीस वर्षांत विकसित झाली. 'चर्च हटाव' ची मोहीम स्टालिननं राबवली खरी, पण महायुद्धाशी सामना करताना त्यालाही चर्चचा आधार घ्यावा लागला. आणि म्हणूनच मला वाटतं, मार्क्सवादी असूनही धार्मिक राहता येतं.... धर्माचा मार्क्सने व्यापक अर्थाने विचार केला नव्हता. तो फक्त संस्थात्मक धर्माचा विचार करीत होता. पण याहून उच्च प्रतीची धार्मिक बुद्धी असू शकते, नव्हे आहे, असं माझं मत आहे.'' यावर आजच्या विज्ञानयुगात इहवादच युगधर्म बनतोय, या अन्वरच्या मतावर तराना पुढे बोलते, ''पण माणसाचं एवढ्यानं भागत नाही, अन्वर. माणसाला विश्वाच्या व मानवी व्यक्तिमत्त्वाच्या समग्र स्वरूपाचं एक चित्र हवं असतं. असं चित्र बनविण्याची त्याची खोल प्रवृत्ती असते आणि या चित्राच्या संदर्भात कशा रीतीनं जगलं असता खरंखुरं साफल्य मिळतं हे त्याला समजून घ्यायचं असतं. इहवादी विचारसरणीला असं समग्र चित्र बनविता येत नाही.'' या तरानाच्या विचारावरून ती धर्म आणि मार्क्सवादी भूमिकेचा समन्वय साधू इच्छिते हे दिसून येते. ती अन्वरच्या आई-वडिलांच्या इच्छेखातर धर्मांतर करते. अन्वरला तिच्या धर्मांतराची कल्पना रुचत नसते. यावर ती जे विचार प्रकट करते त्याला सारांश असा - हजरत महंमद हे शेवटचे प्रेषित आहेत अशी सर्व मुस्लिमांची जी श्रद्धा आहे ती योग्याच आहे. इस्लाममधीलही 'खातमुल नबुवत' ही भूमिका महत्त्वाची आहे. त्यानुसार येशू व ज्यू धर्माचा मोझेस हे एका परीने इस्लामचे प्रचारक आहेत. याचा अधिक अर्थ स्पष्ट करताना तराना म्हणते, ''मानवजातीच्या विकासासाठी परमेश्वराने अनेक प्रेषित पाठविले पण प्रेषितांचे संदेश लोक स्वार्थासाठी उलटे सुलटे करीत. म्हणून अलम माणूस-जातीसाठी परमेश्वरानं शेवटचा एक प्रेषित पाठवला. हे शेवटचे प्रेषित म्हणजे हजरत मोहमद पैगंबरसाहेब! ते शेवटचे प्रेषित असल्यामुळे पवित्र कुराणात काही बदल होऊ शकत नाही. ज्यू व ख्रिश्चन हे इस्लामपूर्व धर्म आणि मोझेझ आणि येशू हे त्यांचे प्रेषित; पण परमेश्वरी संदेशात गढूळता आली म्हणून शेवटी महंमद पैगंबरांना पाठवलं. म्हणून पवित्र कुराण हा

परमेश्वराचा संपूर्ण व शुद्ध उपदेश आहे. मुस्लिम पंडित म्हणतात की, ज्यूंच्या, ख्रिश्चनांच्या काही चालीरीती इस्लामनं उचलल्या, ही भूमिकाच बरोबर नाही. खरी गोष्ट अशी की मोझेझ व येशू हे दोघेही इस्लामचाच प्रचार करीत होते. म्हणून ज्या बाबी समान आढळतात त्या सर्व बाबी परमेश्वराने जगताच्या प्रारंभापासून सांगितलेल्या इस्लामचाच भाग आहेत. त्या शुद्ध इस्लाममध्ये सापडतात.'' हे तरानाचं अखंड अस्खलित भाष्य ऐकून अन्वर थक्क होतो. आपल्या धर्मनिष्ठ वडिलांनाही हे जमणार नाही असे त्याला वाटते. तराना हे सर्व अभ्यासपूर्वक बोलते. या प्रतिपादनातून आपण इस्लामचा डोळसपणे स्वीकार करीत आहोत हे तिला दाखवायचे आहे. आणि अन्वरचा विश्वास संपादन करून तिला आपला कार्यभाग साधायचा आहे, हे ती अन्वरपासून लपवते. अन्वरवरचे तिचे प्रेम मात्र सच्चे आहे आणि ते शेवटपर्यंत ती टिकवते.

राजकीय विचार व चर्चा

प्रस्तुत कादंबरीत राजकीय स्वरूपाची जी चर्चा येते ती मार्क्सवाद, समाजवाद आणि साम्यवाद या संकल्पनांच्या संदर्भात. अफगाणिस्तानातील तरुणांनी सुरू केलेली राजकीय व धर्मविषयक सुधारणांची चळवळ पी. डी. पी. ए या संघटनेच्या वतीने चालविली जाते. 'धर्म ही अफूची गोळी आहे.' ह्या कार्ल मार्क्सच्या विचाराने प्रभावित झालेल्या अन्वरला वाटते की, अवामच्या बेहतर जिंदगीसाठी समाज आणायचा आहे. त्यांना शिक्षण-आरोग्य सुविधा द्यायच्या आहेत. त्यांना त्यांच्या गुलामीची, हलाखीची जाणीव करून देत त्यांच्यात वर्गसंघर्षाची बीजं पेरायची आहेत, हेच तर आपल्या पक्षाचं इतिहासदत्त कार्य आहे व त्याचे आपण निष्ठावान सैनिक आहोत.'' (पृष्ठ ९१) या त्याच्या चिंतनातून अन्वरचे व्यक्तिमत्त्व उठून दिसते.

अन्वर व अमीन तराकीला भेटून हेरतला परत येत असताना जी चर्चा करतात त्यातून अमीनचा आणि तराकी यांचा लष्करी क्रांतीचा विचार अन्वरला कळतो. अमीन म्हणतो, ''नेमक्या याच (सरकारवर दबाव आणणे) थिंकिंग प्रोसेसमधून मीही गेलो आहे. या मार्गांनी क्रांती घडवायला शतकं लागतील. शिवाय शिक्षणानं मन नवोन्मेषशाली बनतंच असं नाही! तुझे ते प्रोफेसर करीमुल्ला घे. एवढे विद्वान, पण पक्के धार्मिक, म्हणून आपल्या क्रांतीसाठी अडसर. खरंच, या धर्मांधतेच्या सीमेवर पोचलेल्या कट्टर इस्लामिक बांधवांमध्ये क्रांतीची बीजं रोवणं फार कठीण .... म्हणून मी आणि जनाब तराकी वेगळा मार्ग चोखाळत आहोत. लष्करी अधिकारी व विद्यार्थी त्यांच्यात क्रांतीचा स्फुल्लिंग पेटवला की त्यांच्या माध्यमातून

लष्करी क्रांती होऊ शकते, पण तिची विचारधारा मात्र मार्क्सवादी असेल.'' (पृ. ९२)

मार्क्सवाद हा समता मानणारा विचारव्यूह आहे. पण तो अमलात आणणारे लोक कसे आहेत यावर त्याचे स्वरूप अवलंबून राहणार हे उघड आहे. पीडीपीए पक्ष फुटतो. त्यातून करमाल व अनाहिता वेगळे होतात. आणि तराकी व अमीन एका बाजूला. इलियास या फुटीची कारणमीमांसा अन्वरला सांगतो, त्यातनू उच्च-नीचतेचा विचार साम्यवादी विद्वानांमध्येसुद्धा कसा असतो याचे प्रत्यंतर येते. करमाल हा सरदार घराण्यातला तर तराकी अन् अमीन हे अफगाणिस्तानच्या समाजरचनेत हलक्या वंशाचे समजले जातात. त्यामुळे ही फूट अटळ होती.

अफगाणिस्तानातील राजकीय स्थित्यंतरे.

ऐंशी आणि नव्वदच्या दशकात अफगाणिस्तानात सतत सत्तांतरे होत होती. कधी हिंसक मार्गाने तर कधी रक्तहीन राज्यक्रांतीने. या सत्तातरांना कुदेत्ते असे म्हटले जाते. प्रथम अफगाणिस्तानच्या बादशहाला तो रोमला उपचारासाठी गेला असता १७ जुलै १९७३ रक्तहीन राज्यक्रांती होऊन जनरल दाऊदखान हा सत्तेबर आला; तर एप्रिल ७९ मध्ये दाऊदखानला हटवून नूर महमद तराकीची कम्युनिष्ट राजवट आली - या घटनेला सौरक्रांती असं संबोधण्यात आलं. १६ सप्टेंबर १९७९ रोजी हाफिजुल्ला अमीन यांनी नूर महंमद तराकीला ठार करून सत्ता मिळविली आणि अमीनला विषप्रयोग करून डिसेंबर ७९ मध्ये बबराक करमालने सोव्हिए युनियनच्या मदतीने काबूलवर ताबा मिळविला. आणि नजीबने १९८६ मध्ये त्याची सत्ता संपवली व आपण अध्यक्षपादाची सूत्रे घेतली. ही सर्व साम्यवादी विचारसरणीची सरकारे होत. आणि नजीबची शेवटची साम्यवादी सत्ता संपवून १९९३ च्या सुमारास मुजाहीदन टोळ्यांची राजवट आली. शेवटी तालिबानी समर्थकांनी शेवटचा कम्युनिस्ट प्रसिडेंट नजीबला अत्यंत निर्घृणपणे ठार केले.

सौरक्रांती :

एप्रिल १९७९ मध्ये नूरमहंद तराकीचे सरकार आले याला पहिली सौरक्रांती म्हटले जाते तर डिसेंबर ७९ मधील बबराक करमालच्या सरकार स्थापनेला दुसरी सौरक्रांती म्हटले जाते.

या सौरक्रांतीबद्दल नूरमहंमद तराकी आणि अन्वर यांच्यामध्ये जी चर्चा होते तिचा आशय असा. तराकी म्हणतो, ''अन्वर, मी प्रत्यक्ष जगण्यातून मार्क्सवाद

शिकलो आहे. तुझ्यासारखं वा जनाब करमालसारखं बुद्धी व विचाराने नव्हे! त्यामुळे मी कधीच परंपरा व रूढीला मानलं नाही. पण अवामच्या दिलोदिमागावर त्याचा केवढा गहरा असर असतो व बदलाला ते किती अनुत्सुक असतात, हे मात्र मी ध्यानात घेतलंच नाही. आणि मुख्य म्हणजे सामाजिक सुधारणा, बदल यासाठी टप्पाटप्प्यानं होणाऱ्या दशकांच्या, नव्हे शतकांच्या उत्क्रांतीवर माझा विश्वास नाही. मला तेवढा वेळ नाही... मेरे जीते जी मैं वो सारा इन्किलाब और बदलाव देखना चाहता हूँ।''

पण ही सौरक्रांती म्हणजे एक मिथ आहे का अशी शंका तराकी बोलून दाखवतो. कारण या सौरक्रांतीनंतर लगेचच सामान्य नागरिकांनाही, तसेच प्रशासनातील सामान्य सेवक, लष्करातील नोकरांनाही या सौर क्रांतीच्या दमनचक्राचा त्रास होऊ लागला तेव्हा सौरक्रांती ही अवामसाठी आहे, की मूठभर मार्क्सवाद्यांसाठी आहे, असा सवाल निर्माण झाला. या दमनचक्राचा रोख मुल्ला मौलवीविरुद्ध होता. पण ते अवामचे धर्मगुरू असल्याने जनतेची नाराजी वाढू लागली. हीच गोष्ट दुसऱ्या सौरक्रांतीचीसुद्धा सांगता येईल. त्यामुळे अतिरेकी विचारसरणीच्या राजकीय गटांना बळ मिळू लागले. आणि त्यातून नरसंहार सुरू झाला. अवामवर कडक इस्लामी कायद्याचा वरवंटा फिरू लागला. मुजाहिदीन किंवा तालिबानी विचारसरणीचे अंमली पदार्थाच्या तस्करीच्या द्वारे सत्तेत येऊ लागले. इस्लामला मंजूर नसलेल्या अनेक घटना घडू लागल्या. असे जेव्हा होत असते त्याचा सर्वात जास्त फटका स्त्रीला बसतो. याचे ज्वलंत उदाहरण म्हणून रशियन शिक्षक लायकाचं सांगता येईल. लायका ही अफगाणिस्तानमध्ये कृषिसाक्षरता वर्गासाठी आलेली होती. ती स्त्रियांना शिकवते हे तिथल्या पुरुषांना आवडत नाही. आणि एका दिवशी ते तिच्यावर बलात्कार करून तिच्या नवऱ्यासह मारून टाकतात. शेवटी जमिलालाही जमान दगडांनी ठेचून मारतात. यातूनही हेच दिसून येते. यातून धर्मभावनेशी लढाई करणे किती अवघड आहे याचा प्रत्यय येतो.

जिहादी विचार :

परकी सत्ता उलटून टाकण्यासाठी जिहाद पुकारला जातो. सौर क्रांतीने सत्तेवर आलेल्या कम्युनिस्ट राजवटीला उलथवून टाकण्यासाठी प्रा. करीमुल्ला आसुसलेले होते. प्रा करीमुल्लांना आर्मी कोअर ग्रुपशी समोरासमोर झालेल्या चकमकीचं वर्णन करताना अब्बास म्हणतो, ''मामला मोठा कठीण होता. पण उमरची दिलेरी, जिगर आणि सैन्यातलं प्रशिक्षण कामी आलं! विषम संख्येचा

सामना असूनही आम्ही जवळपास तीस जणांना कंठस्नान घातलं. बाकीचे पळून गेले, तर काही शरण आले.'' आपल्या शिष्यांना जंगे मैदानवर पाठवून करीमुल्ला कुराणेशरीफचे पठण करू लागले. दुपारी अल्ला हो अकबरचा बुलुंद गगनभेदी जल्लोश त्यांना ऐकू आला तेव्हा आपले बहादूर शिपाही फतेह हासील करून आल्याची त्यांना जाणीव होते. या युद्धाचं वर्णन शमशुद्दीन करतो. ''भाई जान, बडा मजा आया! दुश्मनची संख्या आमच्या दुप्पट होती. दोन टँक्स व पाच ट्रकसह शेकडो बंदुका अन दारूगोळा घेऊन त्यांचा काफिला जात असताना आम्ही दबा धरून त्यांच्यावर धावा बोलला. किती घमासान लढाई झाली म्हणून सांगू! उमरसाहेबांच्या बहादुरीची कमाल बया करायला माझ्याजवळ शब्द नाहीत. अब्बास भाई पण काय लढले. मीही, भाईजान, तुमच्या सदिच्छेने नेटानं लढलो.'' तुम्ही सारे सलामत आहात ना? असे विचारल्यावर दुसरा म्हणतो, ''जंगमध्ये प्राणांचा बळी द्यावाच लागतो.'' उमरचा एक डोळा फुटतो यावर तो म्हणतो, ''ये जिहाद के लिए बहोत कम है सर!'' वरील चर्चेवरून जिहादी तरुणांची मानसिकता लक्षात येते.

जमिलाचे राजकीय विचार

जमिला ही अन्वरची पुतणी. लहानपणापासून तिच्यावर मार्क्सवादी विचारांचे संस्कार झालेले होते. मात्र ती जशी पोथीनिष्ठ मार्क्सवादी नाही तशीच पोथीनिष्ठ मुसलमानसुद्धा नाही. नजीबच्या मंत्रिमंडळात स्थान मिळाल्यावर ती जे निवेदन करते यावरून तिचे हे व्यक्तिमत्त्व लक्षात येते. शेवटचा रशियन सैनिक फेब्रुवारी १९८९ मध्ये परतला तेव्हा जमिलानं मुजाहिदीना आवाहन केलं. त्याचा आशय असा - डिसेंबर १९७९ मध्ये महासत्ता सोव्हिएन युनियनने एक लाखाच्यावर रेड आर्मी पाठवून आपला देश गुलाम केला तेव्हा मी मार्क्सवादी असूनही मुजाहिदीनांना साथ दिली कारण कारण रेड आर्मी परकी होती. आमच्या देशात कोणतं सरकार असावं हे ठरविण्याचा अधिकार आम्हाला हवा. म्हणून मीही एक मुजाहिदीन झाले. आता नजीब सरकारने रशियन सैन्य परत पाठवून आपले वचन पाळले आहे. आणि मुजाहिदीन टोळ्या इथल्या आवामला छळत आहेत. स्त्रियांना अंधार-कोठडीत डांबत आहेत. मुजाहिदीनांच्या या प्रतिगामी विचारसरणीशी मी तेव्हा सहमत नव्हते आणि आजही होऊ शकत नाही. म्हणून आमचे रस्ते आता अलग झाले आहेत. अफगाण देशाच्या आबोहवामध्ये कट्टर धार्मिकता कधीच नव्हती. अफगाण संस्कृती ही इस्लामचे प्राणतत्त्व घेऊन जरूर वाढली आहे. पण त्यात अतिरेकवादाला आणि कुराणप्रणीत इस्लामिक राज्याला फारसं स्थान नाही. खरं

तर, इस्लामला किंवा कुराणला इस्लामिक राज्य असं काही अभिप्रेत नाही. त्यामुळे इस्लामशी फारशी सुसंगत नसलेली जिहादी चळवळ बहुसंख्य अवामला मंजूर नाही. झपाट्यानं जग बदलत असताना त्याच्या गतीशी जुळवून घेत देशाची प्रगती साधायची असेल तर आधुनिक विचार अर्थात भोगवाद, स्वच्छंदता टाळून आपण स्वीकारला पाहिजे. हे तथाकथित जिहादी मार्क्स व त्याचा मार्क्सवाद कम्युनिझम देव मानत नव्हता म्हणून परका, काफिर मानतात. पण त्या मार्क्सनं गरीब शोषितांच्या भाकरीचा विचार केला. लोकसंख्येचा अर्धा भाग जो आम्हा स्त्रियांचा आहे, त्यांचा समतेचा विचार केला, आणि कोणतं तत्त्व धर्मपंथाच्या नावानं मूठभरांना श्रीमंत करीत बहुसंख्यांना कंगाल करतं, दारिद्र्यात खितपत ठेवतं, याचं विश्लेषण केले आहे. त्यामुळे त्याचे काही विचार देशाच्या भवितव्याचा विचार करून स्वीकारून त्यांना देशी वळण देऊन त्या आधारे देश चालवला पाहिजे. म्हणून सर्व मुजाहिदीन बांधवांना आवाहन आहे की त्यांनी जिहादी जुनूनची मानसिकता त्यागून आधुनिक पुरोगामी विचारांची साथ द्यावी. व जगाच्या बरोबर राहावं! या विचारातून मी पुन्हा पी. डी. पी. ए. मध्ये सामील व्हायचा निर्णय घेतला आहे.'' (पृ. ३३९)

या जमिलाच्या आवाहनात इस्लाम व मार्क्सवाद यांच्या विचाराचं यथायोग्य भान दिसतं. असंच भान तिनं कम्युनिस्ट विचारसरणीच्या आपल्या सहकाऱ्यांना जे आवाहन केले आहे त्यातही दिसते. ती म्हणते, ''मेरे अजीजो, आपण कितीही अफगाण जीवनात आधुनिक इहवादी मूल्यं रुजवायचा प्रयत्न करीत असलो तरी हा देश मूलत: इस्लामी देश आहे व अवामला इस्लाम सोडून कोणतीही प्रगती फारशी पसंद नाही. या पार्श्वभूमीवर आपण व पी. डी. पी. ए. ला अवामनं का स्वीकारलं नाही, हे लक्षात घ्या..... ज्यांच्यासाठी आपल्याला सारं काही करायचं आहे त्यांच्यापासून अलग राहून कसं करता येईल?'' (पृ. ३४३)

जमिलाच्या या विवेचनात तिचे समतोल वृत्तीचे व्यक्तिमत्त्व उठून दिसते. परंतु याच जमिलासारख्या स्त्रीला इस्लामी कायद्यान्वये दगडाने ठेचून मारले जाते हे पाहून मन उद्ध्वस्त होते. निडर स्वभावाची जामिला आपला मृत्यू अटळ असल्याचे पाहून न डगमगता काझीला आपले मनोगत व्यक्त करते, त्यातून ती सर्व स्त्री जातीचीच प्रतिनिधी आहे असे वाटते. ती म्हणते, ''..... मला हा गुन्हा कबूल नाही, तशीच ही शिक्षाही मान्य नाही. काझीसाब, मध्ययुगीन काळातल्या या शिक्षा - देहदंड सरेआम देणं, हात-पाय तोडणं आज जगातील कोणत्याच मुस्लीम देशात लागू नाहीत.... मध्ययुगीन काळाचे कायदे व शिक्षा आजच्या नव्या दुनियेत पुन्हा लागू करून आपला देश आणखी पाच-दहा शतकं मागे नेणार आहोत? नाही

काझीसाब, हे मला देशावर प्रेम करणारी एक इन्सान म्हणून मान्य नाही. म्हणून तुमच्या या तथाकथित इस्लामी कायदेकानूनचा मी सरेआम निषेध करते. ते बदलून आधुनिक नागरी कायदे आणावेत, अशी इल्तिजा करते. तरीही त्याचं पालन करून मी देहदंडाला मी देहदंडाला सामोरी जाणार आहे. लेकिन खुदा करे, मैं इस कानून तहत मरनेवाली आखरी इन्सान ठरूँ, फिर कमी किसीपर थे नौबत न आये....'' (पृ. ४५७)

जमिलाच्या आवाहनात संपूर्ण स्त्रीजातीचं दु:ख लपले आहे. जमिलाच्या संपूर्ण विचारात समतोल विचार आढळतो. या कादंबरीला कोणताही एक नायक किंवा नायिका आहे असे दिसत नाही. पण अन्वर ही व्यक्तिरेखा मध्यवर्ती आहे. आणि मध्यवर्ती नसली तरी जमिला आपल्या समतोल आणि परखड विचाराने या कादंबरीत उठून दिसते आणि वाचकांच्या मनावर आपला ठसा उमटवते असे म्हणता येईल.

सारांश, लक्ष्मीकांत देशमुख यांनी वास्तववादी चित्रण करणाऱ्या कादंबरीत आपल्या प्रतिभेने प्रचंड आवाका असलेल्या आशयाचा वाचकांच्या मनावर प्रत्ययकारी ठसा उमटवला आहे, असे म्हणता येईल.

❑

क्रांतीच्या ज्वाला आणि धर्मांधतेची राख

अभिजित वैद्य

'इन्किलाब विरुद्ध जिहाद' ही श्री. लक्ष्मीकांत देशमुख यांची कादंबरी आधुनिक मराठी साहित्यातील अनेक अर्थांनी एकमेवाद्वितीय, मराठी साहित्याला नवी वाट दाखवणारी धाडसी कलाकृती आहे असं म्हटलं तर अतिशयोक्ती होणारी नाही. उच्चशिक्षित अक्षरशत्रूंची नवी पिढी वाढत असण्याच्या या काळात सव्वानऊशे पानांची कादंबरी लिहिणं हेच एक धाडस आहे. त्यातही कादंबरीचा पट अफगाणिस्तानसारख्या देशाच्या आणि तिथल्या गेल्या अर्धशतकाच्या राजकीय, सामाजिक आणि धार्मिक स्थित्यंतराच्या भव्य पार्श्वभूमीवर बेतणं हेही एक धाडसच मानलं पाहिजे. मराठी साहित्याच्या इतिहासात भारताच्या सीमा उल्लंघून हे धाडस करणारे लेखक अपवादानेच आढळतात. या ठिकाणी विश्राम बेडेकरांची 'रणांगण' आणि रमेश मंत्री यांची 'महानगर' या कादंबऱ्याचा उल्लेख अपरिहार्य आहे. यातील रणांगण ही छोटेखानी कादंबरी दुसऱ्या महायुद्धाच्या कालखंडात घडणाऱ्या मृत्यूच्या तांडवाच्या पार्श्वभूमीवर युरोपात फुललेली. एक भारतीय तरुण आणि पाश्चात्त्य तरुणी यांच्यातील विलोभनीय काव्यमय प्रेमकथा आणि शोकांतिका. 'महानगर' लक्षणीय असली तरी वाचकांच्या मनावर साहित्यिक कलागुणांनी दीर्घकालीन ठसा उमटवण्यास असमर्थ ठरते. पाश्चात्त्य लेखकात बालवाङ्मय लिहिणाऱ्या लेखकांनी देशांच्या सीमापलीकडे जाऊन टारझन, गलिवर्स ट्रॅव्हल्ससारख्या अभिजात कलाकृती निर्माण केल्या. तरीही त्यात निखळ मनोरंजन करणारी अद्भुत सृष्टी निर्माण करण्यापलीकडे दुसरा हेतू नव्हता. मार्गारेट मिचेलच्या 'गॉन विइथ द विंड'ला अमरिकन यादवी युद्धाची भव्य पार्श्वभूमी लाभली असली तरी ती एक मानवी नातेसंबंधांच्या गुंतागुंतीचा वेध घेणारी कादंबरी होती. मिचेल स्वत: अमेरिकन असल्यानं हे सारे अनुभव तिला परके नव्हते टॉलस्टॉयच्या 'वॉर अॅड पीस' बद्दल असंच म्हणावं लागेल. सॉमरसेट मॉमनं जगभर हिंडून विविध भौगोलिक पटाच्या

पार्श्वभूमीवर अनेक कथा ताकदीनं लिहिल्या, परंतु तिथलं जीवन रेखाटण्याचा मॉमचा मूळ हेतू नव्हता. असा प्रयत्न पाश्चात्त्य लेखकानं जबरदस्त ताकदीनं केला तो पर्ल बकनं. 'गुड अर्थ' सारख्या कादंबऱ्यातून पर्ल बकनं चीनच्या ग्रामीण जीवनाचा, तिथल्या मातीत वाढलेल्या साध्या माणसांच्या सुखदु:खांचा जिवंत आणि अस्सल अनुभव दिला. परंतु इथेही पर्ल बकला चिनी जनजीवन जवळून अनुभवायला मिळालं होतं हे विसरून चालणार नाही. देशमुखांची कादंबरी याच जातकुळीतील असली तरी ती देशमुखांनी अफगाणिस्तानात प्रत्यक्ष न जाता लिहिली आहे, हे लक्षात घ्यायला हवं. जो भौगोलिक प्रदेश आपण पाहिलेला नाही; जो समाज, संस्कृती आपण जवळून अनुभवलेली नाही अशा प्रदेशावर आणि समाजावर कादंबरी लिहून तिथल्या समाजाचं रसरशीत चित्र वाचकांपुढे उभे करायचं, त्या समाजाच्या वेदनांचा जिवंत अनुभव वाचकांना द्यायचा, तिथल्या राजकीय स्थित्यंतरांचा अधिकारवाणीने वेध घेत त्याचं विश्लेषण करायचं. यासारखं आव्हान दुसरं असू शकत नाही आणि देशमुखांनी ते अत्यंत समर्थपणे पेललं आहे हे मान्यच करायला हवं.

लेखकाच्या प्रतिभेची झेप आणि धाडस यांचा हा वेगळा पैलू मात्र अनपेक्षितपणे माझ्यासमोर आला. कादंबरीची पहिली दोन एकशे पानं मी वाचली आणि ध्यानीमनी नसताना खुद्द लेखकाची भेट झाली. स्वाभाविकपणे मी त्यांना विचारलं, "आपल्याला अफगाणिस्थानात किती काळ वास्तव्य करण्याची संधी मिळाली?" यावर देशमुख हसून उतरले, "छे हो! मी अजून अफगाणिस्तानाला गेलोच नाहीये. अनेक अडचणींमुळे ते शक्य झालं नाही." हा मात्र मला धक्काच होता. कारण तोपर्यंत मी मनानं अफगाणिस्तानात पोहोचलो होतो. 'एका बाजूला चमकदार निळ्या रंगाचं आकाश तर दुसऱ्या बाजूला चकचकीत सोनेरी पिवळं ऊन. पांढऱ्या शुभ्र बर्फाच्या सोनेरी-रुपेरी शाली पांघरलेले निळे-जांभळे डोंगर. चहूबाजूंनी वर्तुळ केलेल्या प्रशस्त दरीमध्ये काबूल व त्याच्या आसपासचा परिसर. पगमान हे त्यातलं एक गाव.....' अशा वर्णनांतून अफगाणी निसर्गसौंदर्याचा अभिजात नमुना असलेलं 'काबूल' आणि एखाद्या पर्शियन काव्याची दाद देणारं, 'पगमान' यांची अनुभूती घेत होतो. खानदानी मुस्लीम घरातील रस्मोरिवाज, सुसंस्कृत वागण्यातील नजाकत आणि ताणे-बाणे अनुभवत होतो. हा सारा माहोल, अफगाणी निसर्ग आणि माणसं खूप जवळून अनुभवलेला कोणी निर्माण करू शकतो असं शब्दगणिक वाटत असतानाच स्वत: लेखकानंच मला हा धक्का दिला, हे सत्य कळूनही मन ते नाकारत गेलं आणि मी तितक्याच झपाटल्यासारखी पुढची सातशे पानं संपवली. प्रत्यक्ष अनुभूती न घेता वाचकाला वेगळ्याच विश्वात नेण्यासाठी लेखकाकडे अपूर्व प्रतिभा आणि अपरंपार कष्ट वेचण्याची तयारी लागते. देशमुख या दोनही

कसोट्यांवर पुरेपूर उतरले आहेत. या ठिकाणी डेबोरा एलीस या कॅनडातील ख्यातनाम लेखिकेने लिहिलेल्या 'द ब्रेडविनर' या कादंबरीचा उल्लेखही अपरिहार्य आहे. अर्थात ही कथा आहे 'परवाना' नामक एका अफगाण मुलीच्या अतुलनीय धाडसाची, तालिबानी राजवटीचा अमानुष चेहरा उघडा करणारी, युद्धात बेचिराख होणाऱ्या शहरांची, होरपळणाऱ्या स्त्रिया, मुले आणि माणसांची. 'द ब्रेडविनर' आणि 'इन्किलाब' दोनही कादंबऱ्यांत स्त्रियांवर होणाऱ्या अत्याचारांचे, राखेतून हाडे शोधणाऱ्या माणसांचे आणि रक्तमांसाचे, चिखलातही शिल्लक राहिलेल्या माणुसकीचे अनुभव देणारे सारखेच प्रसंग आहेत. परंतु डेबोरा यांनी अफगाण निर्वासितांत दीर्घकाळ काम केलं होतं, या सर्वाचा थरारक अनुभव जवळून घेतला होता, हे लक्षात घ्यायला हवं.

देशमुखांनी अफगाणिस्तानला प्रत्यक्ष भेट दिलेली नाही हे कळल्यावर एक प्रश्न मात्र माझ्या मनाला सारखा सतावू लागला की मग अफगाणिस्तानच का? प्रत्यक्ष अफगाणिस्तानात वास्तव्य करण्याची संधी मिळालेल्या साहित्यिकाला तिथल्या पार्श्वभूमीवर लेखन करावंसं वाटणं हे स्वाभाविक ठरलं असतं. देशमुखांच्या एवढ्या प्रदीर्घ लेखनप्रपंचाची प्रेरणा काय असावी? कारण ही कादंबरी म्हणजे नुसत्या मानवी नातेसंबंधांची कहाणी नाही, वा एखादी प्रेमकथा नाही, किंवा नुसती सामाजिक वा राजकीय कथा नाही. ही कादंबरी म्हणजे अफगाणिस्तानच्या गेल्या अर्धशतकाच्या धगधगत्या राजकीय वाटचालीची, दोन राजकीय विचार-प्रणालींच्या रक्तरंजित संघर्षाची आणि यात भरडल्या गेलेल्या अफगाणी अवामची कहाणी आहे. जागतिक महासत्तांच्या शीतयुद्धात निर्घृणपणे एखाद्या प्याद्याप्रमाणे बळी गेलेल्या एका अभागी देशाची ही कहाणी आहे. या साऱ्याला पाश्चात्त्य संस्कृती आणि इस्लाम यांच्यातील सॅम्युएल हंटिंग्टनच्या 'संस्कृती संघर्षाच्या सिद्धान्ताची'ही पार्श्वभूमी आहे आणि त्याचबरोबर धार्मिक मूलतत्त्ववाद आणि आंतरराष्ट्रीय दहशतवादाच्या उगमाचा मागोवा घेण्याचाही हा एक प्रयत्न आहे. या साऱ्या संदर्भांचा संबंध आपल्या देशात धर्माच्या जोरावर राजकीय सत्ता बळकावण्याच्या प्रयत्न करणाऱ्या 'भगव्या तालिबान्यांशी'ही आहे आणि म्हणूनच 'इन्किलाब विरुद्ध जिहाद' ही कोण्या एका देशाची कहाणी न राहाता एक जगतिक संदर्भ बनून येते.

ही संपूर्ण कादंबरी ऐतिहासिक सत्य अणि कल्पनाविलास यांचं बेमिसाल मिश्रण आहे. अफगाणिस्तानच्या इतिहासातील अनेक वास्तव व्यक्तिरेखांच्या बरोबर अनेक काल्पनिक व्यक्तिरेखाही कांदबरीमध्ये इतक्या सहजपणे आणि कथानकाचा अविभाज्य भाग बनून वावरतात की वास्तवापासून कल्पना वेगळी करणे जाणकारालाही

अशक्य वाटावं. यातील ऐतिहासिक व्यक्तिरेखा त्यांच्या राजकीय वाटचालीला आणि तत्त्वज्ञानाला न्याय देऊन रेखाटणं हे एक आव्हानच हातं. १९१९ साली इंग्रजांविरुद्ध लढून अफगाणिस्तानला स्वातंत्र्य मिळवून देणारा आणि पुरोगामी विचारांची किंमत मोजून १९२९ नंतर इटलीत निर्वासिताचं जीवन जगणारा अमीर अमानुल्ला आणि राणी सोरय्या, १९३३ पासून अफगाणिस्तानचा असलेला बादशहा जहीरशहा, त्याला रक्तहीन क्रांतीत पदच्युत करून १९७३ मध्ये राष्ट्राध्यक्ष झालेला राजांचा पंतप्रधान व चुलतभाऊ जनरल दाऊदखान, १९७८ मध्ये जनरल दाऊदखानला हटवून 'सौरक्रांती' यशस्वी करणारा जनरल अब्दुल कादीर आणि त्यानंतर आलेल्या कम्युनिस्ट राजवटीत राष्ट्राध्यक्ष होणारा, समाजवादी राजवटीची स्वप्ने पाहणारा नेता व प्रतिभावंत लेखक तराकी; १९७९ मध्ये तराकीला मारून राष्ट्राध्यक्ष होणारा अतिमहत्त्वाकांक्षी प्रा. अमीन, त्यानंतर थोड्याच दिवसांत सौरक्रांतीशी प्रतारणा करणाऱ्या अमीनला रशियाच्या मदतीनं पदच्युत करून राष्ट्राध्यक्ष झालेला, मार्क्सवादी पक्षाचा मूळचा आधारस्तंभ आणि १९८६ मध्ये डॉ. नजीबुल्लाकडे सत्ता सोपवून विजनवासात जाणारा करमाल, कम्युनिस्ट राजवटीचा अंत करून मुजाहिदीनांच्या काळात राष्ट्राध्यक्ष झालेला प्रा. रब्बानी आणि शेवटी तालिबानचा सर्वोच्च नेता मुल्ला उमर. अशा अनेक ऐतिहासिक व्यक्तिरेखा लेखकाने समर्थपणे रेखाटल्या आहेत. राष्ट्रप्रेम, राजकीय तत्त्वज्ञानावरची निष्ठा आणि व्यक्तिगत महत्त्वाकांक्षा या तीनही गोष्टी सत्तेच्या उलथापालथीत कमी अधिक भूमिका कशी बजावतात आणि आपली राजकीय महत्त्वाकांक्षा साध्य करण्यासाठी राजकीय नेते किती निर्घृण वागू शकतात याचं स्तंभित करणारं दर्शन यात घडतं. त्याचबरोबर धार्मिक मूलतत्त्ववादी जेव्हा राजकीय सत्ताकांक्षेने पछाडतात, तेव्हा तर ते किती हिंस्र आणि क्रूर बनतात, सर्व मानवी नीतिमूल्ये कशी पायदळी तुडवतात याचंही भीषण दर्शन घडतं. या सर्व राजकीय सत्ता - आकांक्षांमध्ये रशिया आणि अमेरिकेसारख्या महासत्तांचे स्वार्थ मिसळतात तेव्हा तर राजनीती अमानवी चेहराच धारण करते. परक्या महासत्तांच्या आधाराने होणाऱ्या सत्ताबदलात सर्वसामान्य जनतेच्या इच्छा-आकांक्षांचं प्रतिबिंब कधीच उमटत नाही. आणि देशातील आम जनतेला अशा राजवटी परक्याच वाटत राहतात, हे एक कटू ऐतिहासिक वास्तव या व्यक्तिरेखांच्या अनुषंगानं आपल्यापुढे येतं. ही सर्व वास्तवं आपल्या देशापुढे वाढून ठेवलेल्या भविष्यातील धोक्यांची पूर्वसूचनाच देत आहेत, असंही वाटून जातं.

प्रत्यक्षात इन्किलाबचा साक्षीदार आणि मार्क्सवादाच्या मानवी चेहऱ्यावर अढळ श्रद्धा ठेवणारा अन्वर पगमनी आणि जिहादचा तात्त्विक पाया रचणारा, पण इस्लामधील मानवी मूल्यंवर गाढ श्रद्धा ठेवणारा प्रकांड पंडित करीमुल्ला या दोन

काल्पनिक व्यक्तिरेखांच्या अक्षांभोवती ही कादंबरी खऱ्या अर्थानं फिरत राहते. या दोन काल्पनिक व्यक्तिरेखांच्याभोवती त्यांच्या कुटुंबाचा भाग बनून इतरही अनेक व्यक्तिरेखा येतात. या सर्वच काल्पनिक व्यक्तिरेखांचा ऐतबार लेखकानं प्रस्तावनेत केलेला असूनही कादंबरीच्या प्रवाहाचा त्या एक अविभाज्य भाग बनतात आणि वाचकालाही गुंगवून टाकतात. सर्वांत महत्त्वाची गोष्ट म्हणजे मार्क्सवाद आणि इस्लाम या दोन्हीची अन्वर आणि करीमुल्ला यांच्या व्यक्तिरेखांच्या आधाराने लेखकाने केलेली परखड चिकित्सा, इस्लामची चर्चा हा यातील सर्वात नाजूक भाग. देशमुखांनी कादंबरीतील विविध व्यक्तींमध्ये घडणाऱ्या संवादरूपाने ती अशा पद्धतीनं केली आहे, की इस्लामच्या जाणकारालाही तिची दखल घ्यावीशी वाटावी; आणि सर्वसामान्य वाचकालाही खिळवून ठेवणारी वाटावी. कोणत्याही तत्त्वज्ञानाचं टोक हे तीक्ष्णच असतं. ते माणसाला अतिरेकाकडे नेतं आणि शेवटी माणसाचंच रक्त मागतं! आणि म्हणूनच कादंबरीच्या शेवटी करीमुल्ला अन्वरला म्हणतात, "तुझा इन्किलाब आणि आमचा जिहाद यांच्या मधला मार्ग...... उदारमतवादी इस्लामी लोकशाही.... हाच खरा मार्ग.... त्यासाठी नव्यानं लढायला तयार झालं पाहिजे... तरच मादरे वतनमें चैन अमन येईल.....

या कादंबरीचं आणखी एक बलस्थान म्हणजे त्यातील स्त्रियांच्या व्यक्तिरेखा. यातील डॉ. अनाहिता ही वास्तव तर सलमा, जमिला या काल्पनिक. या सर्वच स्त्रिया अत्यंत बुद्धिमान, स्वतंत्र आधुनिक विचारांच्या, इस्लामची गुलामी झुगारणाऱ्या आणि त्याचबरोबर आपल्या मातृभूमीवर प्रेम करीत, समर्थ राजकीय नेतृत्व करणाऱ्या; वेळप्रसंगी बलिदानास सज्ज असलेल्या आहेत. त्यांच्या आयुष्यात आलेल्या पुरुषांच्या बरोबरीने त्या 'कॉम्रेड' च्या भूमिकेत वावरतात. त्याचबरोबर भावनिक नात्यांसाठी नैतिकतेची रूढ बंधनंही झुगारतात आणि वेळप्रसंगी वास्तवाला कठोरपणे सामोरे जाऊन त्याचे परिणामही भोगतात. यातील जमिला ही तर प्रतिभावंत कवयित्री, जी पुढे कम्युनिस्ट राजवटीत केन्द्रीय मंत्रिपदापर्यंत पोहोचते, तिचा पूर्वाश्रमीचा प्रियकर झाकीर धार्मिक अतिरेक्यांकडे ओढला गेल्यानं पुरोगामी जमिला त्याचा त्याग करते. पण तालिबानी राजवटीत जमिलावर बलात्कार करूनही तिच्यावर पुरेसा सूड उगवला गेला नाही असं वाटून ईर्षेनं तिच्याविरुद्ध व्यभिचारांचा खोटा बनाव झाकीर रचतो आणि मौलवींतर्फे जमिलाला जाहीरपणे दगडांनी ठेचून मारण्याची शिक्षा देववितो. धर्माचा पवित्र झेंडा खांद्यावर घेणारे धर्माच्या नावाखाली सैतान कसे बनतात याचा 'झाकीर' हा प्रतीकात्मक नमुनाच! मानवी इतिहासात सर्व धर्मांच्या कडव्या अनुयायांनी ही सैतानी वृत्ती दाखवली आहे. जमिला मात्र निर्भयपणे शिक्षेला सामोरं जाते. इतकेच नाही तर जमावाला, "आधुनिक तालमीत तयार झालेली माझ्यासारखी

स्त्री मृत्यूला किती बेडरपणे सामोरी जाते, हे इथे शेवटपर्यंत पाहा.' असं ऐकवून मृत्यूला कवटाळते.

या अफगाणी स्त्रियांबरोबर लेखकानं रेखाटलेली अन्वरची रशियन पत्नी तान्या उर्फ तराना ही एक विलोभनीय व्यक्तिरेखा, अन्वराच्या प्रेमात आकंठ बुडून अफगाणिस्तानला मातृभूमी आणि इस्लामला आपला धर्म म्हणून स्वीकारणारी, तान्याची झालेली ही तराना! कादंबरीच्या शेवटी तिने आपल्याशी केलेला प्रेमविवाह हा के. जी. बी. या रशियन गुप्तहेर संघटनेचा आदेश होता हे सत्य उघड झाल्यानं अन्वर कोलमडतो आणि अन्वरबरोवरील वैवाहिक वाटचालीत खरोखरच त्याच्यावर अलोट प्रेम करायला लागलेली तान्या त्याच्यावरील निष्ठा सिद्ध करण्यासाठी मरण कवटाळते. अशा एक ना अनेक व्यक्तिरेखांच्या आयुष्याच्या अनुषंगाने देशमुखांनी या कादंबरीत मानवी नातेसंबंधांच्या गुंत्यांचे गहिरे रंग भरले आहेत.

तान्याच्या व्यक्तिरेखेतून सत्तेच्या खेळात मानवी नाती ही आपल्या मर्जीनुसार बेतून त्यांना कळसूत्री बाहुल्या बनवण्याचा प्रयत्न जागतिक महासत्ता कसा करतात, हेही आपल्यापुढे येतं. तरुणपणातील अमेरिकेच्या वास्तव्यात एका धनाढ्य व्यक्तीमुळे गामवलेली अमेरिकन प्रेयसी प्रा. अमीनना परत मिळवून देण्यासाठी त्या व्यक्तीच्या खुनाचा सी. आय. ए. ने. रचलेला बनाव हा भाचाच एक पुरावा. महासत्तांच्या मदतीनं मिळवलेल्या सत्तेला आणि ती मिळवणाऱ्या सत्ताधीशाला जनमानसाच्या हृदयांत स्थान मिळत नाहीच; परंतु सत्ता टिकवण्यासाठी आणि महासत्तांचे राजकीय, आर्थिक स्वार्थ साध्य करण्यासाठी आपल्याच जनतेवर अत्याचार करून असंतोषाचा आवाज चिरडण्याची वेळ येते, हे सत्य यातून लक्षात घ्यायला हवं. त्याचबरोबर अशी सत्ता उलथवल्याशिवाय जनता राहात नाही, हेही विसरून चालणार नाही. परंतु अशा वेळेला जनताही तितकीच क्रूर बनू शकते. कादंबरीत सक्तीनं प्रौढ साक्षरता वर्ग चालवणाऱ्या आणि अफगाणी स्त्री-पुरुषांना तुच्छतेनं वागवणाऱ्या रशियन शिक्षिकेवर पुरुषांनी केलेला सामूहिक बलात्कार, तिच्या नवऱ्याची केलेली खांडोळी आणि या बलात्काराला आपल्या नवऱ्यांना प्रोत्साहन देत शेवटी स्त्रियांनी तलवारींनी केलेली तिची हत्या हा प्रसंगच अंगावर शहारे आणणारा आहे. उन्मत्तपणे सत्ता गाजविणाऱ्यांबद्दलचा सूड घेताना जनता पाशवी उन्मादानं कशी बेहोष होते हेच यातून दिसतं. इथेच महात्मा गांधींची प्रकर्षाने आठवण झाल्याशिवाय राहात नाही. पाशवी उन्मादांच्या आहारी न जाता, माणसातील माणूसपण टिकवून जनता परकीय सत्ता उलथवून टाकू शकते हा विश्वास त्यांनी जगाला दिला, ज्याचा विसर जगाला आणि दुर्दैवानं आपल्यालाही आज पडला आहे.

अशा अनेक राजनीतिक सत्यांसाठी 'इन्किलाब विरुद्ध जिहाद' चा संदर्भ

आज आपल्या देशासाठीही महत्त्वाचा ठरतो. मानवी इतिहासात धर्माची निर्मिती हा माणसच्या वैचारिक उत्क्रांतीचा एक टप्पा होता. धर्मानं विषमतेविरुद्ध कधी दंड थोपटले नाहीत. धर्म नाकारून समतेचा आग्रह धरणारा मार्क्सवाद हा वैचारिक उत्क्रांतीचा पुढचा क्रांतिकारक टप्पा होता. परंतु समतेचं गीत गाणारा मार्क्सवाद अतिरेकी साम्यवाद आणि हुकूमशाहीच्या वाटेवर जाऊन विरोधकांना चिरडण्याची भाषा करायला लागल्यावर लोकांना पुन्हा धर्माचा आश्रय घ्यावासा वाटू शकतो. परंतु धर्माधिष्ठित राजसत्ता आणि ती राबवणारे अशा हुकूमशहांपेक्षाही अधिक क्रूर ठरतात हेही इतिहासानं दाखवून दिलं आहे. आपल्या देशातही नरेंद्र मोदीनं घडवलेला नरसंहार आणि तोगडियांची बेलगाम भाषा याचीच आठवण करून देतात. प्रश्न अफगाणिस्तानच्या ह्या फरफटीतून आपण आत्मपरीक्षण करून काही शिकणार आहोत की नाही, एवढाच आहे आणि यासाठी लोकशाही आणि समतेवर विश्वास असणाऱ्या आणि नसणाऱ्यांनीही 'इन्किलाब विरुद्ध जिहाद' आवर्जून वाचायला हवं.

❑

‘इन्किलाब विरुद्ध जिहाद’ची कथनव्यवस्था

दत्ता घोलप

लक्ष्मीकांत देशमुख यांची ‘इन्किलाब विरुद्ध जिहाद’ (२००४) ही एका वेगळ्या विषयावरची कादंबरी आहे. या कादंबरीत एका विशिष्ट भूप्रदेशातील निश्चित काळातील समाजस्थिती आणि समाजाच्या विविध स्तरावरील अंत:-संबंध या अनुषंगाने येणारे सत्यशोधन या संबंधाने आशयाचा विचार येतो. अफगाणिस्तानातील जवळ जवळ पन्नास वर्षांच्या राजकीय स्थित्यंतराला कवेत घेत हा आशय आकाराला आला आहे. हा आशय विविध सामाजिक स्तरांना, मानवी संबंधातील जगण्याच्या पातळ्यांना स्पर्शत जातो. अफगाणिस्तानातील हे जीवनदर्शन सामाजिक सांस्कृतिक परिप्रेक्षात घडविले असून यामागील आंतरराष्ट्रीय राजकारणाची पार्श्वभूमीही उलगडून दाखविली आहे. आंतरराष्ट्रीय राजकारण, धर्मकारण, दहशतवाद आणि त्याचा परक्या भूमीवरील उच्छाद हे मराठी कादंबरीच्या इतिहासात हे प्रथमच आलेले आहे. हा सबंध अवकाश उभा करताना वापरलेली कथनव्यवस्था, स्वीकारलेला रूपबंध महत्त्वपूर्ण आहे.

कादंबरी विस्तृत अवकाशात घडत, विकास पावत असते. अनेक केंद्र आशयांची सजगतेने मांडणी करताना लेखक कथनाच्या विविध पद्धतींचा तारतम्याने उपयोग करत असतो. कादंबरी कथनरूपाचा अन्वयार्थ लावताना हे वेगळेपण विचारात घ्यावे लागते. “आधुनिक काळातील कादंबरीकडून वास्तवचित्रणाची अपेक्षा असते. कादंबरीत वाचकांना खरेखुरे वाटावे असे एक जग उभे केलेले असते. वास्तव हे अनेक पदरी, अनेक केंद्री असते. स्थळ - काल - घटिते यांच्या साहाय्याने कादंबरीकार वास्तवाची रचना करतो. बाह्य जगातील व्यक्तींशी, स्थळांशी, घटितांशी साधर्म्य हा वास्तवाविषयीचा एक दृष्टिकोन आहे. मन आणि विचार असलेल्या विविध व्यक्तींची समजात गुंतागुंत असते. कादंबरीकार केवळ घटनांचे चित्रण करीत नसतो, तर त्या घटनांमध्ये सामील असलेल्या व्यक्तींच्या मनांचीही

क्रिया - प्रतिक्रिया, उलाघाल व्यक्त करतो. कादंबरीकार स्वत:शी वास्तवाचे आकलन करून घेतो, त्याचा अर्थ लावतो, आणि मग त्याचे चित्रण करतो हे चित्रण करताना कथनाच्या निवेदनाच्या कोणत्या पद्धती वापरायच्या हेही ठरवतो. (वसंत डहाके : मराठीतील कथनरूपे पृ. १२७) हे ठरविणे कादंबरीच्या बाबतीत महत्त्वाचे असते. या निवेदनाच्या कृतीतून हा सगळा व्यवहार अभिव्यक्त होत असतो. कादंबरीतील कथानक घटना आणि पात्र कथनातूनच आविष्कृत होतात. त्यांच्या अवतरण्याचे महत्त्वाचे सूत्र हे कादंबरीतील कथनतंत्रामध्ये असते. कादंबरीतील जग कथनातून वाचकापुढे येते. म्हणजे या कथनातून कादंबरीतील कथा आकार घेते. 'इन्किलाब विरुद्ध जिहाद' या बृहतकादंबरी संरचनेच्या आशयाचा आविष्कार करताना लक्ष्मीकांत देशमुख यांनी कथाबाह्य (तृतीय पुरुषी) कथन पद्धतीचा वापर प्रामुख्याने केला आहे. समूहजीवनाची वाटचाल व्यापक पटावर चित्रित करताना कथनासाठी हा कथाबाह्य निवेदक उपयुक्त ठरतो.

कथाबाह्य निवेदन असणाऱ्या या कादंबरीत कथांतर्गत निवेदनाचाही वापर होतो. लक्ष्मीकांत देशमुख यांनी कथाबाह्य निवेदनाबरोबरच कथांतर्गत निवेदनाच्या शक्यता वापरल्या आहेत. या दोन्ही पद्धतींच्या सीमारेषा धूसर करून पात्राचा भोवताल आणि त्याची भावस्थिती प्रभावीपणे व्यक्त केली आहे. कादंबरीची सुरुवात, "कितीतरी वेळ अन्वर दोन्ही हातांच्या तळव्यांच्या उशीवर डोकं ठेवून अस्तास जाणाऱ्या फिकुटलेल्या चंद्रकोरीकडे पाहात स्वस्थ पडून होता. अंगावर अम्मीनं स्वत:च्या हातानं विणलेली उबदार मखमली रजई होती. त्यामुळे पहाटेच्या थंडावा सुखदायी वाटत होता. पगमानला आलं की, उन्हाळ्याच्या दिवसांत घराच्या समोरील अंगणात देवदार, पाईन व चिनारच्या झाडांनी सावल्या धरलेल्या मोकळ्या जागेत नवारीचा लाकडी पलंग टाकून झोपायची त्याची जुनी सवय." (पृ. ०१) या पद्धतीने होते. तेथे कथाबाह्य निवेदन आणि कथांतर्गत निवेदन यांची सरमिसळ दिसते. निवेदक अन्वरविषयी सांगतो. पगमानची त्याची जुनी झोपायची सवय सांगतो. तसेच 'पहाटेचा थंडावा सुखदायी होता.' हे अन्वरचे वाटणेही निवदेकच सांगतो. तृतीयपुरुषी निवेदनात आत्मनिवेदनाची वैशिष्ट्यं सहजपणे येतात.

कथाबाह्य निवेदनाबरोबरच कथांतर्गत निवेदनाच्या शक्यता वापरल्या आहेत या दोन्ही कथनपद्धतींचा आशयाच्या गरजेतून उपयोग होतो. समाजवास्तवाची तपशिलात मांडणी करताना कथाबाह्य निवेदनाच उपयोग केला आहे उदा. "अचानक विद्यार्थ्यातून पोलिसांच्या दिशेनं एक दगड येतो, पोलिस काठ्या सज्ज करीत पुढे होतात. समूहाची सुरू झालेली रेटारेटी. पुन्हा काही दगड. दोन पोलिसांची डोकी फुटून रक्ताची वाहू लागलेली धार, लाल झालेले चेहरे, पोलीस इन्पेक्टरचा हुकूम 'ॲटॅक'. पोलिसांनी

सुरू केलेला लाठीहल्ला. घाबरलेल्या विद्यार्थ्यांची सुरू झालेली पळापळ.. चेंगराचेंगरी, पोलिसांचा वाढता उन्माद..... अचानक एका मागोमाग दोन तीन गावठी हात बॉम्बचा स्फोट. काही विद्यार्थी व दोन पोलिसांचे त्यामुळे जखमी होऊन कोसळणं ... बेभानं जमावाकडून त्यांची होणारी तुडवातुडवी... फागरचा आदेश ... गोष्टीबार आसंमतात उमटलेल्या करुण किंकाळ्या 'या अल्ला'. पाहता पाहता विद्यार्थीवर्ग विखुरला जाणं.... आणि पार्लमेंट हाऊससमोर चार मृत विद्यार्थी, त्यात एक मुलगी आणि शंभर दीडशे घायाळ, जखमी विद्यार्थी...'' (पृ. ७५) या घटनाप्रसंगातील बारीकसारीक तपशील दिले आहेत. त्यामुळे स्थळकालासहित घटनाप्रसंग उभा राहतो. कथाबाह्य निवेदक सर्वसाक्षीत्वाने घटना दाखवत असल्याने वाचकांसमोर प्रसंग घडतो आहे असे वाटते तर कधी हाच निवेदक पात्रांच्या मनोविश्वातही प्रवेश करून त्यांच्या अंतर्मनाचे तळकोपरे प्रकाशमान करतो.

''रात्रभर अन्वरला झोप आली नाही. टीचभर इवल्याशा हृदयात आनंदाच्या व भावी अफगाणिस्तानच्या आदर्श समाजवादी स्थितीबद्दलच्या स्वप्नांच्या कल्पनांची कारंजी भुईभुई नाचत होती. त्यामुळे डोळ्यांतील झोप कुठे गेली होती कुणास ठाऊक, पण ताण नव्हता. पर्वाही नव्हती.'' (पृ. ७७) येथे कथाबाह्य निवेदक कथांतर्गत निवेदकाच्या शक्यता वापरताना दिसतो. तेही सहजतेने येते. कथनाच्या दोन्ही पद्धतींच्या शक्यता आजमावत कथा आशय जोरकसपणे अभिव्यक्त करण्याकडे लेखकाचे कौशल्य दिसते. या कथन पद्धतीच्या सर्व शक्यता अजमावत कथाविश्वाकडे व्यापक परिप्रेक्षातून पाहतो. व्यक्तिरेखा आणि घटनाप्रसंग निर्मितीमध्ये निवेदकाच्या व्यापक दृष्टी प्राप्त होते. या आपल्या सामर्थ्यांचा उपयोग करत कादंबरीचा आशय सामाजिक वास्तवाला व्यापक पटावर चित्रित केला जातो. समूह जीवनाच्या सामाजिक, सांस्कृतिक, राजकीय घटना घडामोडींना या कथपद्धतींमधून समग्रतेने कवेत घेण्यात येते.

कथाबाह्य आणि कथांतर्गत कथन पद्धतीच्या सजग वापरातून साकार होणाऱ्या या कादंबरीत संवाद व चर्चा व कथनरूपाचाही उपयोग मोठ्या प्रमाणावर केला आहे पात्रांच्यामधील गुंतागुंतीचे संबंध या चर्चात्मक रूपातून साकार होतात. सामाजिक, राजकीय, धार्मिक, दहशतीच्या पातळीवरील कादंबरीगत वास्तव उभे राहते. कादंबरीत समाजवास्तवाचा तळठाव, तत्त्वशोधन करण्यास या चर्चांचा उपयोग होतो. पात्रांमधील चर्चांमुळे आशयाभिव्यक्तीला अनेक परिमाणे प्राप्त होतात. पात्रांच्या क्रिया-प्रतिक्रिया यातून दुसऱ्या प्रदेशातील अनुभवविश्व उलगडण्यास या संवादांचा उपयोग होतो. एकाच घटनेकडे अनेक संभाव्य कोनातून बघणे लेखकाला शक्य होते. ''पण सर, पाकिस्तान चूप बसेल? त्यांच्या भूमीवर लाखो

अफगाण निर्वासित आहेत, तोवर त्यांचा इथला रस कमी होणं शक्य नाही. त्यांच्या देशकारणाचा पायाच मुळी इस्लाम. आपल्या देशात कम्युनिस्ट विचारधारा मजबूत होणं त्यांना परवडणारं नाही. त्या भीतीपोटी झिया जिहादी भूत जिवंत ठेवायचा प्रयत्न करणारच. तसंच सौदी अरेबिया, गल्फ आणि इस्लामी खोमेनीचा इराणही मुजाहिदींनाना मदत करीत राहणार. रूसी सेनेविना आपण त्यांचा मुकाबला करू शकू?''

''त्याचं ब्लॅक अँड व्हाईट असं साफ उत्तर आजच्या घडीला माझ्याजवळ नाहीय.'' स्वच्छ कबुली देत नजीब म्हणाला होता, ''पण प्रत्येक अनुकूल संधीचा लाभ उठवीत आपली सौर क्रांती मजबूत करणं व मुजाहिदींचा तात्त्विक पाया किती पोकळ आहे, हे अवामला पटवून देणं या दुहेरी नीतीनं काम केलं पाहिजे. त्याचवेळी युद्धभूमीवर मुजाहिदीनांना परास्त केलं पाहिजे.... पुढील वर्ष-सहा महिने निर्णायक आहेत. अन्वर, आपण दोन वर्षं टिकाव धरू शकलो तर जिंकलो. फक्त हा काळ कठीण परीक्षेचा आहे.''

''त्यात तुम्ही जरूर उत्तीर्ण व्हाल सर.'' अन्वर मनापासून म्हणाला होता, ''वीर धैर्यशील पुरुषाला नेहमी यश मिळतं.'' (पृ. ३३५, ३३६) या पद्धतीने कादंबरीभर चर्चा येतात. बहुतांश आशय पात्रांच्या संवादातूनच अभिव्यक्त होतो. सामाजिक, सांस्कृतिक, धार्मिक आणि राजकीय संदर्भात घडणाऱ्या घडामोडींचे, व्यक्तीच्या संदर्भातील मनोव्यापाराचे दर्शन या संवादातून घडते. अफगाणिस्तानातील धार्मिक कट्टरतावाद, मार्क्सवादी जाणिवा, स्त्रियांचे असाहाय्य जगणे यासंबंधीच्या मुस्लीम जगतातील समूहदर्शन, त्याचबरोबर त्याला असणारे आंतरराष्ट्रीय राजकारणाचे दाब या चर्चांतून साकार होतात. आशय व्यापक स्तरावर पोहचतो; परस्परविरोधी आवाज यात मिसळले जातात. त्यामुळे ही कादंबरी अनेक आवाजी होते. पात्रांच्या संवादलेखनाचा आणखी एक विशेष नोंदवता येईल की, पात्रांच्या बोलण्यातून त्याचे मनोविश्व, वैचारिकता जशी कळते त्याच पद्धतीने प्रसंगही या बोलण्यातूनच उभा केला जातो. घटना आणि तिचे कथन एकाच काळात येते हे याच संवादाचे वैशिष्ट्य आहे.

यथोचित वर्णन हा आणखी विशेष या कादंबरीच्या कथनव्यवस्थेच्या बाबतीत नोंदवता येईल. घटना, प्रसंग, निसर्ग वर्णन किंवा व्यक्तिरेखा संदर्भाने येणाऱ्या वर्णनाने या कथनाला प्रत्ययकारिता प्राप्त होते. ''पाना-फुलांवर व गुराढोरांवर प्रेम करणारा, त्यांची निगा राखणारा, त्यांना जपणारा सईद शेतात राबणाऱ्या कुळांसाठी मात्र अस्सल जमीनदार होता. तो रोज सकाळी नाष्टा करून जमीनदारीच्या गावांची आळीपाळीनं पाहणी करायला निघायचा. एक एक शेत, पीक व फळबाग काळजीपूर्वक निरखायचा. पाच हजार जिदाब जमिनीवर अनेक शेतमजूर कुटुंबं कामाला असायची.

त्यांच्या कामाची माहिती घेणं, कामचुकारांना अस्खलित शिव्या हासडणं, प्रसंगी चाबकानं फोडून काढणं, क्वचित कामावरून काढणं, गावातून हाकलून लावणं.... असं त्याचं दुपारपर्यंत काम चालायचं. खांद्यावर रुळणारा चामड्याचा चाबूक, पायात काबूलच्या कोना बाजारातून आणलेले युरोपियन गमबूट, लष्करी धाटणीचा व शेता-मळ्यांतून हिंडण्यासाठी उपयुक्त असलेला तंग सुरवार व बंडीचा पोशाख, कमरेला आवळलेला पट्टा, भरघोस गलमिशा असा त्याचा रुबाब पाहिला की कुळांच्या छातीत धडकी भरायची.'' (पृ. ०६) या वर्णनात सईदचा दिनक्रम आला आहे. यातून त्याचा वर्तनव्यवहार तसेच स्वभाव-विशेषही येतात. व्यक्तीच्या स्वभाववर्णनानंतर त्याच्या बाह्य व्यक्तिमत्त्वाचे वर्णन येते. या वर्णनात अनावश्यक तपशील कुठेही येत नाही. अतिशय सामान्य प्रसंग चित्रित करून जीवनदर्शन अर्थपूर्ण बनविले आहे. त्यामुळे या वर्णनपरतेला आशयाभिव्यक्तीचे परिमाण प्राप्त होते.

कथन, संवाद तसेच वर्णनातून घटनाप्रसंग निवेदित करताना भाष्यं येतात. ही भाष्यं मुस्लीम धर्माच्या आणि मार्क्सवादाच्या पोथीनिष्ठतेच्या संबंधाने येतात. ही भाष्यं लेखकाच्या वैचारिकतेची, त्याने केलेल्या चिंतनाची साक्ष देतात. या संपूर्ण समाजाचे कादंबरीगत समाजवास्तवाचे आतून दर्शन होते. यासाठी कादंबरी संरचनेत कथनाच्या विविधांगी शक्यता वापरल्या आहेत. फोनवरील संवाद, किंवा वेगवेगळ्या माध्यमातील 'बातमी'चाही वापर मोठ्या कौशल्याने केला आहे त्यामुळे दोन स्थळ-काळ एकदम जोडले जाऊन आशय प्रवाही होतो. हे सर्व कथन आशयभिव्यक्तीच्या मागणीतून होते. विविध दिशांनी फाकत जाणारा आशय या कथनातून साकार होतो. व्यापक परिप्रेक्षातनू साकारणारे आशयदृष्य या कथनव्यवस्थेने तोलून धरले आहे.

❑

भ्रष्ट व्यवस्थेचे शोकात्म दर्शन

प्रा. अजित साळुंखे

मराठी साहित्यातील मोजक्याच पण निवडक विषयांवर ताकदीच्या कादंबऱ्या लिहून स्वत:चे स्थान मिळवणाऱ्या लेखकांमध्ये लक्ष्मीकांत देशमुख यांचे स्थान अग्रणी आहे. विशेषत: मराठी साहित्यिकांच्या वेगाने गमावत चाललेल्या सामाजिक जाणिवांच्या पार्श्वभूमीवर विद्यमान समाजातील उग्र असलेल्या सामाजिक प्रश्नांना वाचा फोडण्याचे, त्यातील समकालीन दाहक प्रश्न मुखर करण्याचे महत्त्वाचे कार्य लक्ष्मीकांत देशमुख यांच्याकडून होत आहे. त्यातूनही ठळकपणे समोर येणारी बाब म्हणजे भारतीय प्रशासन सेवेत सनदी अधिकारी म्हणून काम करताना स्वत:ची संवेदनशीलता व विवेक जागृत ठेवून अभ्यासपूर्ण पद्धतीने तरीही बोजड न वाटता विविध समस्यांचा वेध घेणारे लेखन देशमुख करीत आहेत.

या पार्श्वभूमीवर या दशकाच्या पूर्वार्धात देशमुखांच्या 'भ्रष्टाचार' या विषयावर लिहिलेली लघु - कादंबरी 'ऑक्टोपस' चे विश्लेषण करणे ही मराठी साहित्यातील अनिवार्य गोष्ट ठरते. भ्रष्टाचाराच्या मुद्द्यावर भारतीय समाजात अलीकडच्या काळात मोठे रणकंदन उभे राहिलेले असताना व राजकीय सत्ताबदलापर्यंत या एका मुद्द्यावर भारतीय जनमानसाचा प्रवास झालेला असताना ही कादंबरी महत्त्वाची ठरते.

कादंबरीचा नायक आहे जिल्हाधिकारी पदावर काम करीत असलेला मध्यमवयीन व आदर्शवादी आनंद पाटील. त्याच्या जोडीला दुसरा समांतर नायक आहे आनंद पाटील यांचा आदर्शवाद हे सर्वोच्च मूल्य मानून उभा राहिलेला तलाठी भगवान काकडे. कादंबरीत भ्रष्टाचाराच्या अजस्त्र ऑक्टोपसच्या विळख्याशी लढताना हे दोन्ही नायक विविध स्तरांवर अपयशी होत जातात व अखेरीस वैफल्यग्रस्त होऊन व्यवस्थेला शरण जातात किंवा पलायतवादी भूमिका स्वीकारतात. तसेच दहावीच्या परीक्षेत जिल्ह्यात प्रथम आलेला तलाठी भगवान काकडे याचा मुलगा आनंद

काकडे, जो वडिलांच्या Love - hate Relationship मध्ये सापडलेला असतो, जो संघाचे कथित आदर्शवादी विचार बाळगून मेडिकल कॉलेजमध्ये जाऊन नंतर गरिबांच्या सेवेचे स्वप्न पाहात असतो, त्याच्या अध:पतनाची, स्वप्नभंगाची दुर्दैवी कहाणी देशमुखांनी अत्यंत तरलपणे साकारलेली आहे.

आनंद पाटील हा ध्येयवादी व मध्यमवर्गीय तरुण सुरुवातीस प्रांताधिकारी म्हणून हजर होतो व पदावरील नवीन अधिकारी असतानाच लाखांचा भाविक जमाव व मूठभर पोलिस यांच्यातील बाचाबाचीतून उद्‌भवलेल्या दंगलीचा अत्यंत संवेदशील व जबबादार पद्धतीने गोळीबार होऊ न देता लाखोंचा जमाव नियंत्रणात आणतो व त्या दिवसापासून त्याची कीर्ती वाढू लागते. त्याच भागात तलाठी असलेला भगवान काकडे हा आदर्श तलाठी म्हणून नावारूपास येतो व दोघांचे स्नेहसंबंध जुळतात. भगवान काकडे हा ध्येयवादी साहेब आनंद पाटील यांचंच नाव स्वत:च्या मुलाला ठेवतो.

सामाजिक वनीकरणामध्ये, कुटुंबकल्याण योजना व अल्पबचत या क्षेत्रांमध्ये पुढाकार घेऊन भरीव कामगिरी करणारा भगवान काकडे हा एक आदर्श व स्वच्छ तलाठी म्हणून काम करत असतो. परंतु एक दिवस लाचलुचपत प्रतिबंधक खात्यातर्फे भगवान काकडेला फेरपाराच्या नोंदीसाठी चारशे रुपयांची लाच घेताना अटक होते. आनंदला या गोष्टीचा धक्का बघतो. भगवान काकडे पुन:पुन्हा विनवून सांगतो की मी कुठलीच लाच घेतली नाही व हा केवळ एक सापळा आहे. तरीही तहसीलदार पाध्येंच्या रिपोर्टवर पूर्ण विश्वास ठेवून आनंद स्वत:ची आदर्श प्रतिमा जपण्यासाठी काकडेला निलंबित करतो. एम. ए. मराठी झालेला, वाचनाचे वेड असलेल्या काकडेला खितपत पडावे लागते. त्याची भ्रष्ट पोलीस अधिकाऱ्याची मुलगी असलेली बायको भागीरथी, काकडेला सोडून टग्या पुढारी खंदाडेची रखेल म्हणून राहू लागते. भगवान काकडेचा मुलगा आंदू हा काकडेचा विलक्षण द्वेष करू लागतो. काकडेची केस ही खोटी असते व त्याच्या दुर्दशेला आपण कारणीभूत झालो ही अपराध भावना कलेक्टर आनंद पाटीलला छळत राहते. दुसऱ्या बाजूला काकडे व्यसनाच्या आहारी जातो. बायको सोडून गेलेली, मुलगा द्वेष करणारा अशा स्थितीत काकडेच्या गावातली जुनी मैत्रीण रुक्मी हे पात्र त्याला दिलासा देण्यासाठी अवतरते. दैववशात् रुक्मीचे भरपूर धिंडवडे निघालेले असतात व ती वेश्या बनलेली असते. भगवान काकडेला रुक्मी मानसिक आधार देते, इतकेच नव्हे तर काकडेच्या मुलाला आईसमान वागणूक देते. भगवान काकडेच्या जीवनातील उलथापालथ आणि जिवापाड प्रेम असलेला त्याचा मेरिटमधला मुलगा आंदू तसेच रुक्मी ही पात्रे अत्यंत ठसठशीतपणे डोळ्यांपुढे उभी राहतात.

आदर्श कलेक्टर आनंद पाटील व 'व्यवहारी' पोलीस अधीक्षक मराठे यांच्यामध्ये कॉलेजकन्येचा पोलिस स्टेशनमध्ये विनयभंग करणाऱ्या पोलिस निरीक्षक गायतोंडेची केस उभी राहते. मुलीला खरोखरीच विनयभंग व मारहाण करणाऱ्या गायतोंडेच्या पाठीशी मराठे उभे राहतात, कारण तो त्यांचाच 'माणूस' असतो. शिवाय गायतोंडेचे मंत्रीपातळीवर संबंध असतात. भ्रष्टाचाराच्या साखळीच्या जोरावर जिल्ह्याचा प्रमुख एक पोलीस निरीक्षकामुळे हतबल होतो. स्वच्छ असलेल्या भगवानला निलंबित करणारा आनंद पाटील खरोखर भ्रष्टाचारात लडबलेल्या अधिकाऱ्यांवर काहीही कारवाई करू शकत नाही. तो म्हणतो " 'भ्रष्टाचार' हा परमेश्वराप्रमाणे शासनात सर्वत्र पसरलेला आहे. आपण फक्त आपल्याच प्रामाणिकतेचा हवाला देऊ शकतो. इतरांवर आपल्या सच्च्या वर्तनानं थोडंफार नियंत्रण ठेवू शकतो इतकंच. मात्र हा भ्रष्टाचार उखडून टाकणं सर्वस्वी अशक्य आहे."

अशाप्रकारे मूळ आदर्शवादी असलेला आनंद पाटील काळाच्या ओघात भ्रष्टाचाराच्या - ऑक्टोपसच्या वर्चस्वाला मान्यता देऊ लागतो. अपराध बोच व भ्रष्टाचाराची अपरिहार्यता यांच्या कोंडीत सापडलेल्या आनंद पाटीलची व्यक्तिरेखा लेखकाने ताकदीने उभी केलेली आहे. प्रत्यक्ष पैशांच्याद्वारे भ्रष्टाचार न करणारा आनंद उत्तरकाळात पालक मंत्र्याच्या मेहुण्याने गिळलेली शासकीय जमीन नियमित करण्यासाठी व स्वतःच्या मुलांची शैक्षणिक कारकिर्द बिघडू नये म्हणून बदली टाळण्यासाठी भ्रष्टाचाराला पाठिंबा देतो व कादंबरीतील समांतर नायक - आता मंडलनिरीक्षक असलेला - भगवान काकडे याचा बळी देतो! आनंद पाटीलची भ्रष्टाचाराच्या अक्राळविक्राळ ऑक्टोपस समोर सुरू झालेली ही अंतिम घसरण असते!

गिरदावर म्हणून पुनर्स्थापित झालेला भगवान काकडे वरिष्ठ अधिकाऱ्यांची रात्रंदिवस सरबराई करणे, त्यांना सर्व प्रकारच्या दारू, मटण, तमाशा, बाया इ. सुविधा पुरवणे याला विटून स्वतःची बदली करून घेतो व पुनश्च आदर्शवादाची वाटचल सुरू करतो. जो आदर्श होता त्याचे अधःपतन व जो पूर्ण वाया गेलेला होता त्याचे ऊन्नयन लेखकाने उत्कटपणे मांडलेले आहे. परंतु आता कादंबरीतील पुढची पिढी या नाट्यात अवतरते. आनंद पाटीलचा मुलगा करण, भगवान तलाठीचा मुलगा आनंद व पोलीस अधीक्षक मराठे यांची मुलगी निशा एकाच वर्गात शिकत असतात. बुद्धिमान असलेला आनंद काकडे जिल्ह्यात सर्वप्रथम येतो, निशा तिसरी येते व करण पाचवा येतो. वडिलांप्रमाणे करण आय. ए. एस. परीक्षेसाठी कला शाखेत प्रवेश घेतो तर आनंद व निशा मेडिकलला जाण्यासाठी सायन्सला प्रवेश घेतात.

बिनधास्त व फटाकडी आणि सुंदर असलेली निशा व तारुण्याच्या उंबरठ्यावरील आनंद यांना एकत्र शिकता शिकता आलेल्या जवळीकीतून जबरदस्त आकर्षण निर्माण होतो. या कोवळ्या प्रेमसंबंधाचे चित्रण लेखकाने अत्यंत भावस्पर्शी व तरलपणे केलेले आहे. मेडिकलचे स्वप्न पाहाणारा आनंद निशाच्या रोजच्या भेटीगाठीतून अभ्यासातून हद्दपार होत जातो. तर निशाला पोलीस अधिकारी असलेले वडील कुठेही डोनेशन देऊन मेडिकलला प्रवेश घेऊन देतील, हे माहीत असते व त्यामुळे ती बिनधास्त असते.

बारावीच्या परीक्षेचे निकाल धक्कादायक लागतात व प्रेमात गुरफटलेले दोघेही जीव कसेतरी पास होतात व मेडिकलचे स्वप्न धुळीला मिळते. निकाल लागल्यानंतर आनंद व निशा यांची चर्चा आदर्शवादला तिलांजली देऊन भ्रष्टाचारी व्यवस्थेचा उघड उघड स्वीकार करण्याकडे जाते. सध्याच्या तरुण पिढीची भाषा लेखक निशाच्या तोंडून व्यक्त करतो. ''तू आदर्शवादी आहेस, नैतिकता मानतोस. पण आनंद, आज जगात या दोन्ही गोष्टी आऊटडेटेड झाल्या आहेत. ज्याला तू व तुझे पप्पा आदर्श मानत होतात, त्या कलेक्टरांचे पायही मातीचे निघाले. तुझ्या पप्पांनीही कलेक्टरांप्रमाणे व्यवहार पाहून तडजोड स्वीकारली असती तर ते इथंच राहिले असते व तेही मालामाल झाले असते. आदर्शांना आजच्या जगात स्थान नाही.' भ्रष्ट व्यवस्थेने घेतलेला हा अखेरचा बळी म्हणजे पुढची पिढी. व्यवहारी जगात टिकण्यासाठी 'वाटेल ते' करण्याची तयारी व कुठलेही बंधन झुगारून देण्याची इच्छा यातून आनंद काकडे त्याच्या आदर्शवादी पित्याचे, भगवान काकडेचे, मतपरिवर्तन करतो. एकेकाळी करप्ट म्हणून बापाचा द्वेष करणारा आनंद आता पुन: सदाचाराची वाट चोखाळलेल्या बापाला निशाबद्दलचे आकर्षण व खाजगी कॉलेजमध्ये मेडिकलला प्रवेश घेणे यासाठी भ्रष्टाचारी बनण्यास स्वत:च प्रवृत्त करतो ही शोकांतिका कादंबरीत विलक्षण पद्धतीने समोर येते. तर भ्रष्ट व्यवस्थेतून सर्व प्रकारच्या अपराध भावनेने निराश झालेला कलेक्टर आनंद पाटील राजीनामा देऊन बहुराष्ट्रीय कंपनीत नोकरी पत्करतो!

अशा प्रकारे ओघवत्या भाषेत विद्यमान समाजव्यवस्थेतील आंतरिक हितसंबंधांचे जाळे, शासन व प्रशासनातील बारकावे, मानवी भावभावनांचे हेलकावे हे तरल पद्धतीने मांडत लेखक लक्ष्मीकांत देशमुख वाचकाला आपल्या सोबत घेऊन जातात. विचार करायला, अंतर्मुख व्हायला भाग पाडतात. या घडामोडी जरी एका उस्मानाबाद जिल्ह्यातील दाखवल्या असल्या तरी त्या संपूर्ण भारतीय वास्तवाचेच चित्रण करतात. समकालीन लिहिणे हे सर्वात अवघड काम असते, मात्र लेखक त्यात कमालीचा यशस्वी झालेला आहे.

तशा अर्थाने ही कादंबरी म्हणता येणार नाही, कारण तिचा पट विस्तीर्ण आहे व त्यानुसार लेखकाने अजून परिश्रम घेतले असते तर याहीपेक्षा उत्कृष्ट व तपशिलांचा वेध घेणारी कादंबरी देशमुखांसारख्या प्रतिभावंत लेखकाला शक्य झाली असती. कादंबरीतील मित्रा, करण व रुक्मीसहित इतर स्त्री प्रतिमांच्या मानसिक आंदोलने व प्रकटीकरण याला अधिक वाव देणे अपेक्षित होते. आनंद पाटील व भगवान काकडे या दोघांची द्वंद्वात्मक अशी ही कादंबरी असून गोविंद निहलांनी यांच्या गाजलेल्या 'अर्धसत्य' या चित्रपटाची आठवण करून देते. आजच्या काळातील महसुली व्यवस्थेच्या चक्रातील आरे म्हणून काम करणाऱ्यांसमोरील आव्हाने, मोह व असाहाय्यता यांचे अंगावर येणारे चित्रण करणारी, आशा-निराशेच्या गर्तेत हिंदकाळे घ्यायला लावणारी आणि अखेरीस शोकांतिकेचे दर्शन झाल्यामुळे सुन्न करणारी ही महत्त्वाची समकालीन कादंबरी आहे.

❑

हरवलेलं बालपण कादंबरीचे वेगळेपण

अविनाश सप्रे

('डॉकु - नॉवेल' स्वरुपाची वाचकांच्या डोळ्यात झणझणीत अंजन घालणारी कादंबरी)

लक्ष्मीकांत देशमुख यांच्या 'हरवलेलं बालपण' या कादंबरीतमध्ये 'बालमजुरी' (चाईल्ड लेबर) या समस्येचा मूलगामी वेध घेण्यात आला आहे. बालमजुरी करावी लागलेल्या मुलांच्या सर्वांगीण शोषणाचे अस्वस्थ करणारे दर्शन त्यामध्ये आहे. बालकामगारांचे दीनवाणेपण, अस्वस्थपण, गरीबपण, निराधारपण, हतबलता असाह्यता संबंध कादंबरीभर सावलीसारखे पसरून राहिले आहे. तशी लहानमुलं आपल्या अवतीभवती काही काही प्रकारचे काम करताना आपण बघत असतो (आणि त्याकडे दुर्लक्षही करीत असतो) पण बालमजुरी ही एक समस्या आहे, एवढंच नव्हे तर, एक गंभीर समस्या आहे आणि ती सर्वत्र आहे याचे भान ही कादंबरी सुजाण आणि संवेदनशील वाचकाला घडवते.

श्री. लक्ष्मीकांत देशमुख एक उच्चपदस्थ अधिकारी म्हणून शासकीय सेवेत कार्यरत राहिले. व्यवस्थेत राहूनही कल्याणकारी परिवर्तन करण्यासाठी अखंडपणे, आणि प्रामाणिकपणे प्रयत्नशील राहिले. आपल्या कार्यकाळात नानाविध प्रकारचे जे बरेवाईट अनुभव त्यांना आले, ते त्यांच्यातल्या सर्जनशील दृष्टीने टिपले आणि अक्षरबद्ध केले. त्यातून त्यांच्या साहित्यसंपदेला अधिकृतता प्राप्त झाली. अनुभवांना कल्पकतेने कल्पितामध्ये (फिक्शनमध्ये) रूपांतरित केल्यामुळे त्यांना वाचनीयता प्राप्त आली; आणि "What we thought but never expresse so well" (पोप) असे त्यांना स्वरूप प्राप्त झाले. लक्ष्मीकांत देशमुख यांच्या इतर कथा / कादंबऱ्याप्रमाणेच 'हरवलेले बालपण' या अलीकडेच प्रकाशित झालेल्या कादंबरीतूनही याचा प्रत्यय येतो.

श्री. देशमुख यांची लेखक म्हणून असलेली कथनपद्धती तशी पारंपरिक

आहे, पण आशय आणि विषयाकडे बघण्याचा दृष्टिकोन ‘आधुनिक’ आहे, मानवतावादी आहे आणि मुख्य म्हणजे आशावादी आहे. जगण्यातही ‘व्यस्तता’ आणि ‘अर्थशून्यता’ जाणवली तरी One has to create and live amidst the desert (अल्बेर कामू) अशी त्यांची भूमिका आहे. आणि आशयद्रव्य वास्तववादी आहे.

चित्रपटामध्ये ‘डाक्यूफिल्म’ नावाचा एक प्रकार आहे. डाक्युमेंटरी आणि ‘चित्रपटा’ला अंगभूत असणाऱ्या आवश्यक घटकांच्या ‘मेळातून’ फ्युजनमधून अशी फिल्म तयार केली जाते. (उदाहरणार्थ, अमोल पालेकर यांचा र. धो. कर्वे यांच्या जीवनावरचा ‘ध्यासपर्व’ किंवा डॉ. जब्बार पटेल यांचा यशवंतराव चव्हाण यांच्या जीवनावरचा चित्रपट) कादंबरी हा अत्यंत लवचीक आणि खुला वाङ्मय प्रकार असल्यामुळे तिच्यामध्येही ‘डाक्यु नॉव्हेल’ असा प्रकार निर्माण होऊ शकतो असे देशमुखांच्या प्रस्तुत ‘हरवलेले बालपण’ या कादंबरीचे आविष्काररूप लक्षात घेता म्हणता येते. वास्तवाचे कल्पित कथेत रूपांतर करताना श्री. देशमुख यांनी बाळमजुरीला प्रतिबंध करणारे जो कायदे शासनाने केले आहेत, ज्या योजना केल्या आहेत, ज्या प्रकारचे उपक्रम प्रायोजित केले आहेत, शासकीय यंत्रणांना जे आदेश दिले आहेत. त्यांचा थेट उल्लेख केला आहे; त्यातून काय साध्य करायचे आहे, अपेक्षित आहे, याची चर्चा केली आहे; शासकीय यंत्रणेचे स्वरूप विशद केले आहे. या संदर्भात सर्वसाधारणपणे शासकीय नोकरशाहीचे स्वरूप आणि वर्तन कसे असे असते तेही निवेदनाच्या ओघात सांगितले आहे. आणि या साऱ्या समवेत कल्पितरूपातले पात्र - प्रसंग - घटना - घडामोडी इ. चे चित्रणही केले आहे. चित्रपटात ज्याप्रमाणे लाँगशॉट्स, क्लोजशॉट्स, झूम्स, व्यक्तिदर्शन, समूहचित्रण, इ. चा वापर केलेला असतो, त्याचप्रमाणे ‘हरवलेले बालपण’ या कादंबरीची रचना केलेली आहे. कादंबरीत कविता आहेत. गाणी आहेत, संवाद आहेत. फ्लॅशबॅक्स आहेत. आणि प्रसंगोपात्त घडामोडींविषयीची थेट भाष्येही आहेत. माहिती देणे, प्रबोधन करणे आणि जाणीव जागृती करणे अशा विविध स्वरूपात हरवलेले बालपण प्रस्तुत करण्यात आली आहे.

अरुणभैय्या हा या कादंबरीचा नायक आहे (तसा तो लेखकाचा माऊथपीसही आहे) बालमजुरी निर्मूलन आणि बचपन बचाव हे त्याचे जीवितकार्य (मिशन) आहे आणि आपले अवघे आयुष्य पणाला लावून तो हे काम करतो आहे. या क्षेत्राची निवड करण्यामागे त्याच्यासाठी एक खास कारण आहे. लहानपणी तोही बालमजुरी करीत होता. शिवकाशीच्या फटाक्याच्या दुकानात बालमजूर म्हणून काम करीत असताना मोठा स्फोट झाला, पण सुदैवाने तो त्यातून वाचला. बाप हमाली करताना रक्त ओकून मेला आणि आई धोंडीने आधारासाठी काशिनाथशी लग्न

केलं. काशिनाथ दारुडा होता, या सावत्र बापाने अरुणला रॉकेल विक्रीच्या आपल्या गाडीचे काम करायला भाग पाडले, हा रॉकेलचा गाडा 'चौधरी अँड सन्स' शी संबंधित होता. काळाबाजार करून या धंद्यातून भरपूर कमाई केली जात होती. काशिनाथ अरुणला राबराब राबवून घ्यायचा. आईला मारझोड करायचा. अरुणचे बालपण अशा विपरीत परिस्थितीत गेले. अनेक भयंकर प्रसंगांतून त्याला जावे लागले, पण याही परिस्थितीवर मात करून आणि स्वकर्तृत्वाने अरुण मोठा आला. बालमजुरी हे या देशातले एक भयानक वास्तव आहे हे त्याच्या लक्षात आले आणि म्हणूनच याच क्षेत्राच्या उद्धाराचे काम करण्याचा पण त्याने केला आणि तो धडाडीने कामाला लागला. निराधार, निराश्रित बालमजुरी करणाऱ्यांचे पुनर्वसन करण्यासाठी त्याने एका महाप्रकल्पाचा संकल्प केला आणि त्याचे नाव 'स्वप्नभूमी' ठेवले. हा संकल्पही त्याने प्रत्यक्षात आणला आणि अनेक बालमजुरांना नवजीवन आणि नवसंजीवन दिले. हे एक असिधारा व्रत होते. अनेक आव्हाने पुन्हा पुन्हा पुढे ठाकत होती. हताश होऊन जावे असे प्रसंग येत होते. पण या साऱ्याला त्याच्यातला दुर्दम्य आशावाद पुरून उरत होता. "अनंत आमुची ध्येया-सक्ती, अनंत अन् आशा, किनारा तुला पामराला" या कुसुमाग्रजांच्या कवितेतील ओळींचा साक्षात आविष्कार म्हणजे अरुणभैय्याचे जीवन आणि कार्य होय. एका स्तरावर 'हरवलेले बालपण' ही अरुणच्या उदंड जिद्दीची आणि कर्तृत्वाची रोमहर्षक आणि प्रेरक कहाणी आहे.

बालमजुरी करणाऱ्यांचे हरपलेले बालपण, करपलेले जीवन आणि सर्वांगीण शोषण पहिल्यांदाच इतक्या सविस्तरपणे आणि प्रभावीपणे मराठी कादंबरीत आले आहे. हे वास्तव संवेदनशील आणि विचारी वाचकांना अत्यंत अस्वस्थ करणारे आहे. कँटीन, हॉटेल, गॅरेज, वीटभट्टी, फटाक्यांचे कारखाने, रॉकेलविक्री, बालवेश्यागृहे, बांधकाम, जरीचे काम, सराफी दुकाने अशा अनेक ठिकाणी ही अमानुष बालमजुरी राजरोसपणे चालू असते आणि अशा ठिकाणी या मुलामुलींचे नुसते आर्थिक शोषणच नव्हे तर लैंगिक शोषणही होत असते. बाल लैंगिकतेचे असे अनेक प्रसंग प्रस्तुत कादंबरीत चित्रित करण्यात आले आहेत. एवढेच नव्हे, तर या बालकांमध्येही लैंगिक विकृती कशी निर्माण होते तेही इथे स्पष्टपणे दाखवले आहे. बच्चू, अस्लम, सुकय्या, खंडू, राजू, कचऱ्या, बबन्या, लुल्ला, टिपू अशा किती तरी बालव्यक्तिरेखा या कादंबरीतून सामोऱ्या येतात, आणि त्यांच्या जगण्यातली परवड दाखवली जाते. ही मुले या व्यवसायात कुठून कुठून आली? का आली? कशी आली? अशा अनेक प्रश्नांचा वेध कादंबरीत घेतला जातो. त्यांचे कुपोषण, त्यांचे विकार, त्यांची वाढ खुंटणे, इ.वरही प्रखर प्रकाशझोत टाकला जातो. डोळ्यावर ताण देणारं आणि बसून-वाकून काम करावं लागत असल्यानं पाठीच्या

कण्यावर विपरीत परिणाम करणारं जरीचं काम करण्यासाठी जहांगीर मालिकनं बिहारहून आणलेल्या शंभर-सव्वाशे बालकामगारांची मुंबईतून सुटका करून अरुण आणि संदीप त्यांच्या मूळगावी रेल्वेने घेऊन जातात तेव्हा तिथलं दारिद्र्य, अज्ञान आणि असाह्यता त्याना दिसून येते, चांद मुखीयासारखे मोठे दलाल, तिथल्या गरीबांना अडचणीच्या वेळी भरमसाठ व्याजाने पैसे देतात आणि त्यांची परतफेड करता न आल्याने त्या गरीबांची मुले ताब्यात घेतात आणि आणि त्यांना जरीकामासाठी मुंबईला आणले जाते, हे त्यांच्या लक्षात येते. त्या मुलांची सुटका केल्याचा आनंद असला तरी गावाकडे कामधंदा नसल्याने ही मुलं काय करणार? मग त्यांच्या कुटुंबीयांना कशी मदत होणार? अशा प्रश्नांनी अरुणच्या अस्वस्थतेत भर पडते. ''क्या करेंगे घर जावे साब? यहाँ कमसे कम पेटतो भरता है,'' हे एका बालकामगाराचे उद्गार त्याच्या मनात उद्विग्नता निर्माण करते. भले, बालमजुरीला प्रतिबंध करणारे कायदे शासनाने केले असोत किंवा अरुण पालीमकर सारखे समाजसेवी 'स्वप्नभूमी' च्या माध्यमातून अशा बालकामगारांचे पुनर्वसन करण्याचे, त्यांना शिक्षण देण्याचे, त्यांच्या अंगभूत कौशल्यांना विकसित करण्याचे अथक प्रयत्न करीत असोत- मूळ प्रश्न देशातल्या महाकाय दारिद्र्याचा असतो, आणि त्याचबरोबर आपल्या सामाजिक मानसिकतेच्या विकृतीचा असतो. उपभोगवादी 'आहे रे' वर्गातल्यांना त्याबद्दल फिकीर नसते, चिंता नसते. 'हरवलेले बालपण' आपले लक्ष अशा मूलभूत प्रश्नांकडे वेधते, आणि बालमजुरीमध्ये अमानुष प्रकारचे शोषण तर आहेच, पण त्याच्याही पुढे जाऊन ही शोषणप्रक्रिया एकूणच आपल्या समाज आणि संस्कृतीचाच अभिन्न भाग आहे की काय, असे वाटू लागते.

या अनुषंगाने आर्थिक, राजकीय, सामाजिक, कौटुंबिक आणि शासकीय अशा विविध प्रकारच्या ज्या व्यवस्था कार्यरत असतात आणि त्यातून जे प्रश्न, समस्या निर्माण होतात, त्यांनाही ही कादंबरी स्पर्श करते, आणि त्यांची वर्तमानकालीन स्थिती-गती कशी आहे, त्यांचे स्वरूप कसे आहे हेही लक्षात आणून दिले जाते. राजकारणातल्या हितसंबंधांमुळे दुर्गाभाईसारखे गुंड निर्माण होतात आणि पोसले जातता. त्यांचा मोकाट वावर सोयिस्कररीत्या दुर्लक्षिला जातो, 'दुर्गाभाई एक व्यक्ती नाही, प्रवृत्ती' बनत त्याला शिक्षा करायची म्हटले तरी कायद्यातल्या पळवाटा कामी येतात. अशा लोकांच्या अवैध धंद्यांना राजकारण्यांचा, लोकसेवक म्हणणाऱ्यांचा असलेला पाठिंबा आर्थिक हितसंबंधातून निर्माण झालेला असतो. अशांच्यामुळे कर्तव्यदक्ष आणि कायद्याचं पालन करीत काही कृती करणाऱ्या अधिकाऱ्यांची कशी पंचाईत होते हे या कादंबरीत प्रसंगानुरूप दाखवण्यात आले आहे. शासनाने लोकांच्या कल्याणासाठी कायदे केलेले असतात आणि त्यांची

अंमलबजावणी करण्याची जबाबदारी शासकीय यंत्रणेतील सर्व स्तरावरील अधिकाऱ्यांची असते; जिल्हाधिकारी हा जिल्हा स्तरावरील सर्वांत प्रमुख अधिकारी असतो. या यंत्रणेतले सर्वच जिल्हाधिकारी सरसकटपणे वाईट असतात, भ्रष्ट असतात असे लेखक दाखवत नाही. याही व्यवस्थेत मनीषसारखे कर्तव्यदक्ष आणि प्रामाणिक अधिकारी असतात आणि ते कायद्यांची अंमलबजावणी करण्यासाठी दक्षही असतात. पण असे अधिकारी हितसंबंधांच्या आड येत असल्याने त्यांना मोठीच किंमत द्यावी लागते, मनस्ताप सहन करावा लागतो. या उलट, याच यंत्रणेत काम करणारे पांडेसारखे उच्चपदस्थ अधिकारी अंगालाही लागणार नाही, त्रास होणार नाही अशा सोयीस्करपणे आणि ब्युरोक्रॅटिक मानसिकतेने प्रशासन करीत असतात, देशमुखांनी बालमजुरी प्रतिबंध कायद्याच्या अंमलबजावणीच्या संदर्भात नोकरशाहीच्या या दोन प्रवृत्ती मनीष आणि पांडेच्या कार्यपद्धतीच्या रूपाने दाखवल्या आहेत अधिकारपदाकडे बघण्याचे दृष्टिकोनही दोन प्रकारचे असतात. एक - मिळालेल्या पदाचा उपयोग निष्ठेने, निर्भयपणे आणि कर्तव्यबुद्धीने अपेक्षित कार्यासाठी करणे. जिल्हाधिकारी मनीष या दृष्टिकोनाचा अंगीकार करणारा आणि म्हणून Value conscious (मूल्यभान असलेला) आहे आणि दोन - मनीषची पत्नी मीनल अशा उच्चपदाकडे व्यावहारिक दृष्टीने पाहणारी, मूल्यांपेक्षा व्यवहार, यश, महत्त्वाकांक्षा यांना महत्त्व देणारी; त्यासाठी तडजोडी करायला हव्यात, संबंधित माणसांशी जवळीक ठेवायला हवी असे मानणारी आणि म्हणून करीअर कॉन्शस आहे. या दोन भूमिकांमुळे निर्माण होणारा तणाव मनीष आणि मीनलच्या स्वभावातून व्यक्त होत राहतो. 'आदर्शवादाचा जमाना संपला. बी प्रॅक्टिकल' असे मीनल मनीषला वारंवार सांगता असते आणि मनीष मूल्यासाठी किंमत द्यायला तयार असतो. मनीषला अरुण करीत असलेल्या सामाजिक कार्याबद्दल मन:पूर्वक आस्था आहे. त्या कामाचे महत्त्व त्याने जाणले आहे, बालमजुरीच्या विरोधात शासनाने केलेल्या कायद्याची अंमलबजावणी करणे, त्याला आपल्या कर्तव्यच्या आड येणारे, मग ते कोणीही असोत, त्यांच्या विरोधात कारवाई करण्यास तो कचरत नाही. त्याची किंमत त्याला मोजावी लागते. मनीषची बदली होते. त्याच्या जागी आलेले सिद्धार्थ पांडे विचाराने आणि कृतीने अगदीच वेगळी आणि सोयीस्कर भूमिका घेणारे. जोवर देशात गरिबी आहे, पुरेशा शाळा नाहीत, तोवर बाल कामगार राहणारच हे त्यांचे ठाम मत आहे, त्यामुळे बालमजुरीबद्दल ते गंभीर नाहीत. एवढेच नव्हे, तर आपल्या सहकाऱ्यांकरवी सर्व्हे केल्याचे नाटक करून ते आपल्या जिल्ह्यांत फक्त अकरा बालकामगार आहेत असे पत्रकार परिषदेत जाहीर करतात. शासकीय यंत्रणेत एखादा अधिकारी काही चांगले काम करीत असेल किंवा असे काम करण्याला साहाय्य करीत असेल, आणि त्याची

बदली झाली, तर त्याच्याजागी येणारा नवा अधिकारी हे काम पुढे चालू ठेवेलच असे होत नाही, किंबहुना द्वेषबुद्धीने अशी कामे बंदही करतो आणि त्याचे हुशारीने समर्थनही करीत असतो ही बाब इथे लेखकाने अधोरेखित केली आहे. कायदा आणि सुव्यवस्थेची जबाबदारी असणाऱ्या पोलीस यंत्रणेबाबतही असेच म्हणता येते. कायदे आणि नियम कुणाची सोय बघतात आणि कुणाला डावलतात हे या कादंबरीमध्ये अनेक प्रसंगांतून दाखवले आहे. अर्थात, याही क्षेत्रात कर्तव्यदक्ष पोलीस अधिकारी आणि पोलीस अपवादाने का होई ना, असतात आणि आपले काम ते चोखपणे करीत असतात असे प्रदीप कांबळेच्या व्यक्तिरेखेतून लेखक दाखवून देतो.

अरुणभय्याने आपल्या सहकाऱ्यांच्या मदतीने रेलशाळा, पोलीस शाळा सुरू करणे, बालमजुरी करणाऱ्या मुलांना त्या त्या उद्योगातून सोडवून आणणे, त्यांचे पुनर्वसन करणे, शासकीय आदेशांचा पाठपुरावा करणे, मुलांच्यातल्या अंगभूत कौशल्यांचा विकास करणे, त्यांच्या अभिनव अशा फॅशन शोचे आयोजन करणे, चर्चच्यावतीनं उदारपणे देण्यात आलेल्या इमारतीत आणि मोकळ्या जागेत 'बचपन बचाव ट्रस्ट'च्या वतीनं नर्सरी आणि के. जी. ची शाळा सुरू करणे, कचऱ्याच्या आयुष्यावर फिल्म तयार करून 'जी' पत्रकारांना दाखवून त्याद्वारा या जगाचं भयंकर रूप लोकासमोर आणणे, स्वप्नभूमीच्या मार्फत माया बेबीचा चंदा, मधू अशा एकेकाळच्या अडगळीतल्या वंचित आणि उपेक्षित मुलींच्यामधल्या कौशल्यांचा विकास करून त्यांना रोजगारक्षम बनवणे, त्यांच्यामध्ये आत्मविश्वास निर्माण करणे, बालवेश्यांची सोडवणूक करणे अशी कितीतरी विधायक कामे सुरू केलेली असतात. अरुण वंचितांचा आधारवड झालेला असतो. हे सारे तो निरपेक्ष आणि समर्पण वृत्तीने करीत असतो. त्यामागची त्याची भूमिका अल्बेर कामूच्या 'प्लेग' या कादंबरीतल्या नायकाप्रमाणे "What interest me is living and dying for what one loves" अशी असते. (ज्याच्यावर आपले प्रेम आहे, त्यासाठी जगणे आणि मरणे यातच मला रस वाटतो.)

एखादा दुसरा अरुण पालिमकरसारखा नि:स्वार्थ आणि समर्पण वृत्तीचा कार्यकर्ता आणि 'स्वप्नभूमी' सारख्या संस्थेमुळे बालमजुरीचा जटिल प्रश्न सुटेल असा भाबडेपणा कादंबरीतून व्यक्त होत नाही, पण असे प्रकल्प आणि असे काम 'पथदर्शी' निश्चित ठरू शकते असा सकारात्म दृष्टिकोन ही कादंबरी दाखवते.

मराठीमध्ये बोधवादी कादंबऱ्यांची एक दीर्घ परंपरा आहे. वि. स. खांडेकरांनी या परंपरेला प्रतिष्ठा प्राप्त करून दिली, तर साने गुरुजींची 'श्यामची आई' ही कादंबरी या परंपरेतून कळस ठरली. श्री. लक्ष्मीकांत देशमुख यांची 'हरवलेले बालपण' ही कादंबरी या परंपरेला पुढे नेणारी आणि वर्तमान वास्तवाबद्दल

वाचकांच्या डोळ्यात झणझणीत अंजन घालणारी आहे.

ता. क. - 'बचपन बचाव' हे आंदोलन करणाऱ्या समाजसेवक श्री. कैलाश सत्यार्थी याना या वर्षीचा जागतिक कीर्तीचा 'नोबल पुरस्कार' मिळाला आहे. त्यामुळे श्री. लक्ष्मीकांत देशमुख यांच्या 'हरवलेले बालपण' मधली बालमजुरी हा विषय आता जागतिक स्तरावर अधोरेखित झाला आहे. एका अर्थाने, श्री देशमुख यांच्या या साहित्यकृतीचा हा सन्मानच आहे असे म्हणता येईल.

❑

सहृदय माणसाला हादरून टाकणारी कलाकृती

प्रा. अजित साळुंखे

भारतीय समाज नव्या आर्थिक परिवर्तनाकडे वेगवान वाटचाल करीत असतानाच आणि 'सर्वांगीण विकास' व 'समृद्धी' हे मध्यमवर्गाचे स्वप्न साकार होत असताना, त्याच वेळी या संपूर्ण समाजाला भेडसावणारे प्रश्न अकराळ विकराळ स्वरूपात पुढे येत आहेत. समाज म्हणजे केवळ मध्यमवर्ग, उच्च श्रीमंत वर्ग, बडे उद्योगपती, राजकीय नेते, अंडरवर्ल्डमधील दादा, नोकरशहा यांनीच बनत नाही. उलट या सर्वांची शक्ती प्रचंड असली तरी फार मोठा जनसमुदाय परिघावर जगत असतो. गरीब, दारिद्री, अशिक्षित, आदिवासी, शेतमजूर, वेश्याव्यवसाय करणाऱ्या महिला यांचा प्रत्येक दिवस नव्या जागतिक नफेखोर अर्थव्यवस्थेत नरकतुल्य अवस्थेकडे निघालेला आहे. या नरकातील सर्वांत भेसूर बळी आहेत लहान मुले...! सर्व जाती-धर्मांच्या अवकाशातील अत्यंत गरीब व वंचित समाजातील मुले व मुली यांना जगभर अत्यंत छळ, दमन, पीडन व लैंगिक अत्याचार यांना तोंड द्यावे लागत आहे.

मुलांचे प्रश्न, त्यांच्यावर होणारे अत्याचार व त्यांचे पुनर्वसन करण्याचा विडा उचललेले भारतीय सामाजिक कार्यकर्ते कैलाश सत्यार्थी यांना नुकतेच शांततेच्या नोबेल पुरस्काराने गौरवण्यात आले. सत्यार्थी यांच्या नावाची घोषणा झाल्यावर दगडी राज्यकर्ते, वर्तमानपत्री, वाचनावर अवलंबून असलेले मध्यमवर्गीय, बातम्या 'इन्स्टंट' व 'फास्ट' 'तयार' करण्यात माहीर असलेले पत्रकार हे अचानक गोंधळून गेले. कारण त्यापैकी बहुतेकांना कैलाश सत्यार्थी यांचे काम व त्याचा विस्तार याबद्दल कोणतीच कल्पना नव्हती! सत्यार्थी यांनी मुलांचे आर्थिक, शारीरिक व लैंगिक शोषण तसेच मुलांची तस्करी, वेठबिगारी याविरुद्ध जगभर आवाज उठवलेला आहे व त्याविरुद्ध सक्रिय चळवळ उभी केलेली आहे. एकशेवीस कोटी लोकसंख्या असलेल्या आपल्या देशात शाळेचा उंबरठा देखील न ओलांडलेली, बालपणापासूनच अनाथावस्थेत भटकणारी,

फूटपाथवर राहून पोट भरणारी, फटाके किंवा विणकाम, जरीकाम या प्रकारच्या कारखान्यांत बालमजूर म्हणून अठरा तास काम करणारी निदान २ कोटी मुले असावीत असा अंदाज आहे. शिवाय असंघटित क्षेत्रातील वीट कामगार, हॉटेल कामगार, सफाई कामगार, ऊस तोडणी कामगार याशिवाय बालवेश्या, बारबाला; सक्तीने भिकारी बनवलेली मुले, चोरीच्या उद्योगात स्मलिंगमध्ये केला जात असणारा बालकांचा वापर यांची अचूक आकडेवारी आजमितीला भारतासारख्या खंडप्राय देशात मिळणे जवळपास अशक्य आहे. त्यातही नवीन ट्रेंडनुसार लहान मुलांना पळवून आणून विविध दहशतवादी गट त्यांना शस्त्र चालवण्याचे व स्फोटके हाताळण्याचे प्रशिक्षण देत आहेत. थोडक्यात, मुलांचा प्रश्न हा केवळ स्थानिक नसून तो जागतिक स्तरांवरचा गंभीर विषय आहे आणि त्याची भीषण उग्रता ही आशियाई देशांत, विशेषत: भारतात, अंगावर येण्याइतकी तीव्र आहे.

अशा पार्श्वभूमीवर मराठीतील नामवंत लेखक श्री. लक्ष्मीकांत देशमुख यांनी लिहिलेल्या 'हरवलेले बालपण' या अत्यंत दर्जेदार व उत्कृष्ट कादंबरीचा विचार करणे व त्यांनी या विषयाला ज्या जबरदस्त पद्धतीने वाचा फोडलेली आहे, त्याबद्दल त्यांचे अभिनंदन व स्वागत केले पाहिजे.

शिवकाशी येथील फटाक्यांच्या कारखान्यात काम करीत असताना स्फोटात भाजून निघालेला आणि त्यातून वाचलेला बारा वर्षांचा मुलगा अरुण हा भविष्यात चांगले शिक्षण घेऊन बालमजुरीच्या निर्मूलनाची शपथ घेतो व त्यासाठी स्वयंसेवी चळवळ उभी करतो. दरम्यानच्या काळात अरुण रॉकेलची हातगाडी चालवणे, बूट पॉलिश करणे, गॅरेजकाम करणे ही कामे करीत रस्त्यावरच जगतो व वाढतो. अरुण पालिमकर 'बचपन बचाव' या चळवळीतून पन्नास गावे बालमजुरीमुक्त करतो व त्यानंतरचा पुढचा टप्पा म्हणून बालहक्कांच्या संदर्भात भव्य प्रकल्पाची आखणी करतो. 'स्वप्नभूमी' - हजारो बालकांचं शिक्षण, खेळ, आरोग्य व मनोरंजनाचं स्वप्न पूर्ण करणारी स्वप्नभूमी. या प्रकल्पात त्याच्या मदतीला सक्रिय उभे राहातात फायदर मायकल गायकवाड, गावचे सरपंच लोखंडे आणि शासकीय अधिकारी कलेक्टर मनीष दवे!

पालकमंत्र्यांच्या जवळचा असलेला रॉकेल माफिया, संघटित भिकारी व्यवसाय चालवणारा व फटाक्यांचे कारखाने बालकांच्या वेठबिगारीवर चालवणारा दुर्गाभाई आणि अरुण पालिमकर यांच्यात सुरू झालेल्या संघर्षातून कादंबरीची सुरुवात होते. फटाक्यांच्या कारकान्यात झालेल्या स्फोटांत सतरा बालमजूर गंभीर जखमी होतात व अरुण पालिमकर कलेक्टर मनीष दवेच्या सहकार्याने दुर्गाभाईला अटक करवतो. मिंधे असलेले पोलीस अधिकारी, दडपणापुढे कच खाणारे नोकरशहा

आणि सोयिस्कर मीडियावाले यांच्यासमोर अरुणला बालकांना न्याय मिळवून देण्यासाठी अखंड संघर्ष करावा लागतो. सुदैवाने त्याला मनीष दवे सारख्या नि:स्पृह व संवेदनशील कलेक्टरची साथ मिळते.

मनीष दवे एके ठिकाणी म्हणतो, "बालकामगारांचे प्रश्न सोडवण्यासाठी त्रिसूत्री आहे बालक केंद्रित शिक्षण, पालक केंद्रित आर्थिक पुनर्वसन आणि मालक केंद्रित दंडशासन - यामधील फक्त पहिल्या मुद्द्यासाठी शिक्षणाच्या मूलभूत अधिकाराचा कायदा आला. गरीब व दारिद्री समाजाचे आर्थिक पुनर्वसन करण्याचा विचारही आता राजकीय - आर्थिक व्यवस्थेने मागास ठरवून सोडून दिला आहे. तर मुलांना मजुरीला लावणाऱ्या मालकांना दंड किंवा शिक्षा करण्याऐवजी त्यांच्याकडून हप्तेबाजी करणे व सोईस्कर काणाडोळा करणे, हीच मानसिकता संबंधित अधिकाऱ्यांची दिसून येते. सत्तासोपानाच्या खेळात दुर्गाभाई स्वत:च्या राजकीय हितसंबंधांच्या जोरावर कलेक्टर मनीष दवेची बदली करतो. आणि आता एकट्या पडलेल्या अरुण पालिमकरला व्यवस्थेच्या अकराळ विकराळ हातांशी स्वत:च लढण्याची वेळ येते.

या कथानकात अरुण दुर्गाभाईला भेटण्यासाठी त्याच्या घरी स्वत:हून जातो व त्याचे मतपरिवर्तन करायचा प्रयत्न करतो– हा प्रसंग हृदयद्रावक पद्धतीने लेखकाने चित्रित केला आहे. लहान मुलांवर लैंगिक अत्याचार करणारा दुर्गाभाई एडस्‌ने बाधित झालेला असतो. अरुण त्याच्यासारख्या बाहुबलीलासुद्धा विचार करायला भाग पाडतो. दुर्गाभाई म्हणतो, "भरपूर झोकली, तरी पण टकुऱ्यातून तुझे बोल जात नाहीत. आमच्या धंद्यात परतीची वाट नाही. पुना इथं पॉवर आहे, पैसा आहे, सर्व प्रकारच्या नशेचं सुख आहे. जमेल तेवढं लुटायचं. मग मरून जायचं एडस्नं किंवा हार्ट बंद पडून. काय फरक पडतो? त्यामुळं पुनांदा ठरलंय की, म्या असंच जगणार. यातच मला गोडी आन् सुख हाय. तू माझ्याशी उगी लढू नकोस. तुला मी बर्बाद करीन. पण आज तरी तुला एक डाव माफ केलं....!"

कादंबरीतील सामाजिक कार्यकर्ता अरुण पालिमकर ही व्यक्तिरेखा लेखकाने अत्यंत ताकदीने उभी केलेली आहे. अरुणचे बालपण, घरातील सावत्र बापाकडून झालेला छळ, घर सोडून निघून जाणे, रस्त्यावरचे जीवन याशिवाय स्वत:च बालकामगार म्हणून व्यवस्थेचा बळी ठरल्यामुळे लढाईमध्ये येणारी आत्यंतिक निष्ठा व उत्कटता यांसह अरुणची मानसिक आंदोलने लेखकाने बिनतोड उभी केलेली आहेत.

रेल्वेस्टेशनवर आश्रयाला आलेल्या मुलांसाठी रेलशाळा सुरू करणारा अरुण वेश्या व्यवसायातून मुलींची सुटका करून त्यांना आधार देणारा अरुण, विद्यमान

व्यवस्थेतील प्रशासनावर दबाव टाकणारा अरुण, तर समाजातील विविध घटकांना आपलेसे करून स्वत:चे नैतिक बळ उभारणारा अरुण. ही व्यक्तिरेखा लेखक अक्षरश: जगलेला आहे. त्यासाठी लागणारा ध्यास व तळमळ ही लेखक देशमुख यांच्या ठायी ओतप्रोत असल्याशिवाय असे चित्रण लिहिणे शक्य नाही, हे नोंदवणे आवश्यक आहे.

कादंबरीतील शेवटचे कथानक म्हणजे बिहारमधून रोजगार मिळवून देतो म्हणून महाराष्ट्रात जरीकामाच्या कारखान्यात आणून डांबून ठेवलेल्या मुलांची यशस्वी सुटका. रोज सकाळी सहा ते रात्री बारापर्यंत सतत काम करणारी मुले. त्यांना सतत अर्धपोटी ठेवून वर सतत मारहाण केली जात असे. अठरातास काम करताना हात थकायचे, डोळे दुखू लागायचे. वाकून काम केल्याने पाठ दुखायची. सुया टोचून बोटं रक्ताळायची. चुकारपणा झाला तर जेवण मिळायचे नाही. शिवाय भयंकर मारहाण.

या भीषण जाचातून चांगल्या पोलीस अधिकाऱ्याच्या साहाय्याने अरुण सव्वाशे बालमजुरांची मुक्तता करतो. इतकेच नव्हे तर त्या बालकांना स्वत: घेऊन ट्रेनने बिहारला जातो. परंतु गावात पोहोचल्यावर त्याच्या लक्षात येते की गावातील ज्येष्ठांची मानसिकता बालमजुरीला अनुकूलच असते. गावाचा मुखिया चाँद अरुणला सुनावतो, 'वो काम नहीं करेंगे, तो भूखे मरेंगे! वो सब गरीब है! काम करना उनकी मजबूरी है। आप उनके मुँह का निवाला छीनते हो।''

प्रत्यक्षात चाँद मुखिया व जमीनदार वर्ग हे मुंबईतल्या कारखानदारांसाठी दलाल म्हणून काम करीत असतात. लग्न, आजारपण, मर्तिक यासाठी गरिबांना व्याजावर पैसे देऊन थकलेल्या कर्जापोटी मुलांना सक्तीने महाराष्ट्रात कामाला पाठवीत असतात. परंतु याही वेळी बिहारमधील कलेक्टर पियूष शर्मा याला अरुणचा राग येतो व या प्रकरणात 'बिहार' बदनाम होत आहे असे त्याला वाटते.

संपूर्ण कादंबरीचे कथानक सांगणे हा या लेखनाचा उद्देश खचितच नाही. असंख्य संकटे व अडचणी, बदनामीचे आरोप इत्यादीशी अरुण तत्त्वनिष्ठेने लढा अखेरपर्यंत चालूच ठेवतो. वेगवान व घडामोडींनी भरलेल्या या कथानकाचे प्रवाही व संवादपूर्ण सादरीकरण लेखकाने शैलीदार पद्धतीने केलेले आहे. यातील बालकामगार असलेली पात्रे सुबन्या, अफजल, बच्चू, कचऱ्या, लुळ्या इत्यादी मुलेमुली तसेच हिंदू-मुस्लीम दोन्ही समुदायांतील चांगल्या व वाईट व्यक्तींचे चित्रण लेखक पारदर्शी पद्धतीने करतो. कादंबरी जात-धर्म-लिंगभावाच्या पलीकडे घेऊन वाचकाला गुंगवून टाकते, अस्वस्थ करते व समस्येची दाहकता वाचकाच्या हृदयात पेटवत ठेवते.

कादंबरीच्या पार्श्वभूमीवर तत्कालीन सामाजिक, राजकीय, परिस्थिती, बाबरी

मशीद पाडल्यानंतर झालेल्या जातीय दंगली, तळागाळातील मुलामुलींची साधी भाषा. हिंदू व मुसलमान यांच्यातील विविध व्यक्ती रेखा काटेकोरपणे कथेत अवतरत राहतात. कधी जुन्या तरी कधी नवीन घटना - अशा प्रकारे वाचकाला गुंतवून ठेवत कादंबरी एखाद्या चित्रपटाप्रमाणे सरकत राहते.

ही कादंबरी वाचताना पाश्चात्त्य लेखिका 'डेबोरा एलीस' यांनी अफगाण निर्वासित मुलांवर लिहिलेल्या कादंबऱ्यांची आठवण येते. तसेच काही वर्षांपूर्वी 'मीरा नायर' यांनी काढलेला गाजलेला चित्रपट 'सलाम बॉंबे'ची सुद्धा आठवण येते. या अव्वल कादंबरीत लेखक लक्ष्मीकांत देशमुख यांनी बालकांच्या प्रश्नाला अत्यंत प्रखरतेने वाचा फोडलेली असून या कादंबरीचे मराठी नाट्यरूपांतरसुद्धा भेदक होऊ शकेल. तसेच या कादंबरीची गणना केवळ मराठीच नव्हे तर श्रेष्ठ दर्जाच्या भारतीय साहित्यात करावी लागेल असे मला वाटते. कादंबरीचा इंग्रजी व हिंदी अनुवाद करण्याचा विचार लेखक व प्रकाशकांनी करावा अशी नम्र सूचना आहे. या विषयावर इतकी सखोल विश्लेषण करणारी व तरीही खिळवून टाकणारी ही कदाचित पहिलीच मराठी कादंबरी असावी.

कादंबरी लिहीत असताना लेखक देशमुख यांच्यातील कवी आपसूक जागा झालेला दिसतो. सरपंच लोखंडे यांच्या तोंडी आलेली ही बालमजुरीबाबतची कविता अत्यंत बोलकी आहे.

"तरटाच्या पडद्याआडून
एक बारा-तेरा वर्षांचा चेहरा डोकावला
तो चेहरा
वसंतातल्या पहिल्या फुलासारखा ताजा होता
आणि डोळे
पहिल्या प्रेमासारखे निर्मळ
पण त्याच्या हातावर
भाज्या कापत राहिल्याच्या चिरा होत्या, आणि त्या चिरांमध्ये भांडी घासण्याची राख जमलेली होती, त्याचे हात त्याच्या चेहऱ्यापेक्षा वीस वर्षांनी मोठे होते."

❑

भाग ४

लक्ष्मीकांत देशमुख यांच्या प्रशासनपर साहित्याचे विश्व

प्रशासनाचे चित्तवेधक विश्लेषण

डॉ. प्रकाश पवार

'प्रशासननामा' आणि 'बखर भारतीय प्रशासनाची' अशी दोन पुस्तके लक्ष्मीकांत देशमुखांनी लिहिली आहेत. याखेरीज त्यांनी अन्य पुस्तकेदेखील लिहिली आहेत. इथे वरती नोंदविलेल्या दोन पुस्तकांच्या संदर्भात परिचर्चा केली आहे. विकासलक्षी प्रशासन आणि खाजगी-सार्वजनिक प्रशासन या चौकटीमध्ये प्रशासनांच्या संकल्पनेची चिकित्सा त्यांनी केली आहे.

यक्षप्रश्नाची परिचर्चा

लक्ष्मीकांत देशमुखांचा प्रशासनविषय दृष्टिकोन विकास प्रशासन आणि नव्वदीच्या दशकानंतर खाजगी-सार्वजनिक प्रशासनाच्या चौकटीमध्ये विकसित झालेला दिसतो. लोकप्रशासन हे शास्त्र असण्याबरोबर ती एक कला आहे, या मुद्द्यांचे सखोल आणि व्यापक आत्मभान त्यांच्या या दोन्ही पुस्तकांमध्ये सुस्पष्टपणे दिसते. कला या शब्दामध्ये व्यवहार कौशल्य हा अर्थ इथे अभिप्रेत आहे. या कलेचा संबंध मानवी व्यवहाराशी येतो. त्यामुळे लोकप्रशासन हे सकारात्मक अर्थाने लोकांच्या इच्छा, अपेक्षा व आकांक्षा यांच्याशी संबंधित आहे. लोकांच्या जीवनाचा स्तर उंचविण्यामध्ये या कलेची भूमिका महत्त्वाची होती, आणि आहे. त्यातून लोकांच्या जीवनात आनंद, सुख आणि समाधान येते (happiness) हा मानवी जीवनाचा मध्यवर्ती आशय आहे. परंतु या गोष्टी प्रशासन करते तेव्हा समाजाचा त्या प्रशासकीय प्रक्रियेला प्रतिसाद सकारात्मक मिळत नाही– हा सर्वात मोठा सामाजिक प्रश्न आहे. त्या प्रश्नाची परिचर्चा लक्ष्मीकांत देशमुखांनी अनुभवजन्य पद्धतीने सुरू केली आहे, हे प्रशासकीय क्षेत्रातील त्यांचे नेत्रदीपक योगदान आहे. लोकांना व्यक्तिगत हित अपेक्षित असते आणि प्रशासनाला सार्वजनिक हित अपेक्षित असते. मथितार्थ, व्यक्तिगत आनंद, सुख, समाधान, संपत्ती, प्रतिष्ठा यांच्या सीमारेषा प्रशासनाला ओलांडाव्या लागतात. प्रशासनाचा अर्थ सार्वजनिक विवेक असा होतो.

त्यामुळे सार्वजनिक दृष्टिकोनातून प्रशासन व्यवहार करत असते. सार्वजनिक व्यवहार हा व्यापक अर्थाने घटनात्मक चौकट आणि स्थानिक अर्थाने कायद्यांच्या चौकटीमध्ये घडतो. त्यामुळे व्यक्तिगत आणि सार्वजनिक हा वादविषय प्रशासनामध्ये कळीचा आणि मध्यवर्ती आहे. लक्ष्मीकांत देशमुखांची प्रशासननामा आणि बखर भारतीय प्रशासनाची अशी दोन पुस्तके व्यक्तिगत आणि सार्वजनिक वादविषयाची सूक्ष्मपणे परिचर्चा करणारी आहेत. भारत सरकारचा पंधरावा अहवाल – दुसऱ्या प्रशासकीय सुधारणा आयोगाचा २००९ मध्ये आला आहे. त्या अहवालातील वस्तुस्थिती देखील लक्ष्मीकांत देशमुखांच्या पुस्तकांतील सत्यस्थितीशी मिळतीजुळती आहे. खरे तर प्रशासननामा आणि बखर भारतीय प्रशासनाची ह्या दोन्ही पुस्तकामधील लेखन हा भारत सरकारच्या पंधराव्या अहवालाचा अनुभवनिष्ठ पुरावा ठरतो. मथितार्थ, ही केवळ पुस्तके नाहीत, तर त्या पुस्तकांमध्ये भारतीय समाजाची वस्तुस्थिती सुस्पष्टपणे आली आहे. यामुळे भारतीय समाजाचा व्यवहार या अर्थाने समाजशास्त्र, भारतीय समाजातील व्यक्तीचे मानसशास्त्र, सत्तासंबंध, भारतीय समाजातील विकासाचा प्रयत्न या अर्थाने अर्थशास्त्र– अशा विविध समाजशास्त्राच्या उपशाखांच्या चौकटीमध्ये ही पुस्तके लिहिली आहेत. त्यामुळे या पुस्तकांचे स्वरूप खरे तर अंतरविद्याशाखीय या प्रकारचे आहे. त्यांची लेखनशैली अर्थातच अंतरविद्याशाखीय प्रकारची आहे. त्यांचा वाचक त्यामुळे शैक्षणिक या क्षेत्राच्या खेरीजचा देखील आहे. शैक्षणिक हा शब्दप्रयोग पांडित्यदर्शक (अकादमिक) या अर्थाचा आहे. ही पुस्तके अध्ययनात रुची असलेल्या शैक्षणिक पंडिताना उपयुक्त ठरणारी आहेत याबद्दल दुमत नाही. परंतु या खेरीज ही पुस्तके प्रत्यक्ष लोकप्रशासनाचा व्यवहार करणाऱ्या प्रशासनाला मार्गदर्शक ठरणारी आहेत. त्यामुळे या पुस्तकांचे महत्त्व शैक्षणिक आणि व्यावहारिक अशा दुहेरी स्वरूपाचे आहे.

लक्ष्मीकांत देशमुखांनी लोकशाही संस्था ही एक संकल्पना आणि दुसरी त्या संस्थामधील प्रत्यक्ष व्यवहार ही संकल्पना– यांची तुलना केली गेली आहे. या चौकटीमध्ये स्पष्टीकरणे त्यांनी दिली आहेत. लोकशाही संस्थांमध्ये सार्वजनिक धोरणनिश्चितीबरोबर सार्वजनिक धोरणाची अंमलबजावणी हा व्यवहार आहे. या व्यवहारांची चिकित्सा देशमुखांनी केली आहे. एव्हाना त्यांनी लोकशाही चौकटीमधील प्रशासन वेस्ट मिन्स्टर प्रारूप म्हणून भारतात आले तरी त्यास भारतीय पद्धतीचा आकार कशा पद्धतीने मिळाला आहे यांची लक्षवेधक चिकित्सा केली आहे. वेस्ट मिन्स्टर प्रारूपाचे भारतीयकरण झाल्याची ही चिकित्सा आहे. वेस्ट मिन्स्टर प्रारूपाचे भारतीयकरण घडण्याची चतु:सूत्री या पुस्तकामध्ये दिसते. एक, प्रशासनाच्या

भारतीयीकरणावर धर्म या घटकांचा खोलवर प्रभाव पडला आहे. हिंदू-मुस्लीम यांच्यातील वादविषय प्रशासनाचे भारतीयीकरण करतात. दोन, प्रशासनाच्या भारतीयकरणाचा दुसरा अर्थ प्रशासकीय अधिकारी आणि राजकीय अभिजन यांच्यामधील वाद-विवादाच्या क्षेत्रामध्ये आहे. राज्यघटना किंवा कायदा आणि जनतेचा प्रतिनिधी यांच्यामधील वाद हा मुख्य समस्याप्रधान विषय झाला आहे, या मुद्द्याची सखोल परिचर्चा त्यांनी केली आहे. तीन, राज्यघटना किंवा कायदा विवेकी आहे. कायद्याच्या राज्याचा व्यवहार प्रशासन करते, या अर्थाने प्रशासन विवेकी आहे. यामध्ये अविवेकी घटकांचा हस्तक्षेप वाढतो. म्हणजेच अविवेकीकरण हा घटक प्रशासनाला वेस्ट मिन्स्टर प्रारूपापासून वेगळा करतो. चार, भारतीय रुढीवादी समाजाशी जुळवून घेतो. हे चार प्रशासनाच्या भारतीयीकरणाचे सूत्र म्हणून नोंदविता येईल. त्या संदर्भातील अनेक पुरावे लक्ष्मीकांत देशमुख नोंदवितात.

अभ्यास पद्धती

लक्ष्मीकांत देशमुखांनी त्यांच्या साहित्यांची वाचनीयता आणि रोचकता वाढविण्यासाठी त्यांनी 'बखर' साहित्यप्रकारामध्ये सादरीकरण केले आहे. या प्रकारामध्ये देखील संशोधन साहित्य हे अभ्यास पद्धतीवर आधारलेले असते, या बाजूकडे लक्ष्मीकांत देशमुखांनी पुरेसे लक्ष दिलेले दिसते. भारतीय प्रशासन व्यवस्था समजून घेणे आणि समजून देण्याची लक्ष्मीकांत देशमुखांची पद्धती मोठी रोचक आहे. प्रत्येक प्रकरणामध्ये त्यांनी स्वतंत्रपणे मुद्दा मांडला आहे. अभ्यासपद्धतीच्या आधारे देशमुख सर्वसामान्यीकरण करतात. म्हणजेच नियमाचे विवेचन करतात. मुद्यांचे नियमांमध्ये रूपांतर करताना त्यांनी प्रत्येक प्रकरणात लेखकांच्या पुस्तकाचा अभ्यासपूर्ण पुरावा सादर केला आहे. एव्हाना सर्वसामान्यीकरण करताना वैचारिक, संकल्पनात्मक आणि अभ्यासपूर्ण पुस्तकाच्या पुराव्यांचे सादरीकरण हीच एक मोठी वैचारिक, घडामोड पुस्तकाच्या प्रत्येक पानावर दिसते. त्यामुळे अध्ययन पद्धतीने ज्ञानाचे सादरीकरण, असे त्यांच्या लेखणीचे वैशिष्ट दिसते. भारतीय प्रशासनव्यवस्था विश्लेषणात त्यांनी वैचारिक संकल्पना आणि अभ्यासपूर्ण ग्रंथाच्याखेरीज अनुभवजन्य पुरावे सादर केले आहेत. या पद्धतीने विषयाची मांडणी करताना त्यांनी नोकरशाही व्यवस्थेचे विश्लेषण केलेले आहे. त्यांच्या या पुस्तकांमध्ये नोकरशाही व्यवस्था या अर्थाने मांडलेली संकल्पना आहे. एकमेकांवरती प्रक्रिया करणाऱ्या घटकांचा संच अशी संकल्पना त्यांनी मांडली आहे. त्यांनी नोकरशाहीचे पर्यावरण मांडले आहे.

व्यवस्था आणि पर्यावरण

नोकरशाहीच्या पर्यावरणाची संकल्पना त्यांनी विश्लेषणात्मक पद्धतीने मांडली आहे. सांस्कृतिक हा घटक प्रशासकीय पर्यावरणाचा एक भाग आहे, अशी देशमुखांची संकल्पना आहे. या भारतीय संस्कृतीची तीन वैशिष्ट्ये प्रशासकीय पर्यावरणाचा भाग म्हणून त्यांनी मांडली आहेत. धर्म, सहिष्णुता, विश्वासात्मकता ही तीन वैशिष्ट्य त्यांनी सांस्कृतिक पर्यावरण म्हणून नोंदविली आहेत. सांस्कृतिक पर्यावरणाचा संबंध त्यांनी सामाजिक पर्यावरणाशी जोडला आहे. म्हणजेच, प्रशासकीय पर्यावरणाचा सामाजिक मुद्दा त्यांनी नोंदविला आहे. जात, जमातवाद, हिंसा, दहशतवाद हे घटक त्यांनी प्रशासनाच्या सामाजिक पर्यावरणाचे मांडले आहेत. याखेरीज त्यांनी राजकीय पर्यावरणाची संकल्पनादेखील मांडली आहे. भारतीय लोकशाहीचे स्वरूप, वाढता राजकीय हस्तक्षेप, वाढता भ्रष्टाचार, शासकीय नोकरशाहीतील आरक्षण हे घटक त्यांनी राजकीय पर्यावरणाचे घटक म्हणून नोंदविले आहेत. तसेच त्यांनी आर्थिक पर्यावरण व प्रशासन यांचा संबंध जोडला आहे. प्रशासनाचे घटनात्मक पर्यावरण ही संकल्पना स्पष्ट केली आहे. भारतीय घटनेचा उद्देश, घटनात्मक पर्यावरणाचे स्वरूप, घटनात्मक स्वरूप, भारतीय राज्यघटनेतील प्रशासकीय मूल्य या गोष्टींचा समावेश त्यांनी घटनात्मक पर्यावरणात केला आहे. थोडक्यात, रॉबर्ट डाल यांनी राजकीय व्यवस्थेची संकल्पना मांडली होती, त्या पद्धतीने देशमुखांनी प्रशासनाच्या व्यवस्थेची संकल्पना मांडली आहे. वर नोंदविलेले पर्यावरण परस्पर संलग्न आहे. तसेच ते परस्परांवर प्रक्रियादेखील करते हा सिद्धान्त मांडला आहे. थोडक्यात– त्यांच्या पुस्तकामधून व्यवस्था विश्लेषणाचा आग्रह दिसून येतो. व्यवस्था विश्लेषण करण्यामुळे त्याचे पुस्तक हे भारतातील एका मोठ्या समस्येला भिडते. प्रशासन ही गोष्ट बदनाम आहे– या गोष्टीचे देखील चित्र त्यांनी उभे केले आहे. प्रशासनाच्या बदनामीचा प्रशासनावर पडलेला बोजा दूर करण्याचा त्यांनी प्रयत्न केला आहे. मात्र प्रशासनाच्या बदनामीकरणाची लेखकाने कुठेही री ओढली नाही.

विकासलक्षी प्रशासन

त्यांनी सरदार पटेल व लालबहादूर शास्त्रींच्या प्रशासनविषयक दृष्टिकोनाचे समर्थन केले आहे. तर याबरोबरच त्यांनी प्रशासन हे ब्रिटिश प्रशासनापेक्षा वेगळे असावे या पंडित नेहरूंच्या मतापेक्षा सरदार पटेलांच्या मताशी सहमती दर्शविली आहे. प्रशासनाने गेल्या ७० वर्षांमध्ये केलेल्या कामगिरीचे समर्थन केलेले आहे. या समर्थनास लेखकाचा विकासवादी दृष्टिकोन कारणीभूत ठरला आहे. विकासलक्षी

प्रशासन हा त्यांच्या दृष्टिकोनाचा मध्यवर्ती भाग आहे. विकासलक्षी प्रशासनाचे त्यांनी सातत्याने समर्थन केले आहे. याचे कारण लेखक हे विसाव्या शतकाच्या उत्तरार्धात निर्माण झालेल्या विकासलक्षी प्रशासनाचा एक भाग आहेत. त्यांनी मुख्यत: विकसनशील देशांपुढील प्रशासनापुढील आव्हाने व जबाबदाऱ्या यांचे विश्लेषण केले आहे. उपलब्ध साधनसामुग्रीचा हिशोब, सांख्यिकी विश्लेषण, नोकरशाहीवरील खर्च, लोकशिक्षणाची जबाबदारी, सेवा व सुविधांचे समताधिष्ठित वाटप, विकासाची प्राधान्यक्षेत्रे या गोष्टींना प्रमुख स्थान त्यांनी दिले आहे. यामुळे त्याच्या लिखाणात उपलब्ध साधनांचा पुरेपूर वापर, ध्येयनिश्चिती, सामाजिक न्यायाची दृष्टी याचाही अंतर्भाव होतो. त्यांनी निव्वळ तटस्थ प्रशासन निर्माण करण्यापेक्षा मानवतावादी, कार्यक्षम, शिस्तबद्ध प्रशासन निर्माण करण्याचे महत्त्व मांडले आहे. त्यामुळे लेखक हे सरदार पटेलांच्या विचारांचे समर्थन करतात. शिवाय प्रशिक्षण देणारी संख्या ही लोकशाही संख्या आहे. त्या संख्येच्या अपेक्षांचा विस्तार लेखक करतात. म्हणून विकासलक्षी प्रशासन आणि लोकशाही संख्या यांच्यामध्ये सुसूत्रीकरणाचा विचार त्यांनी मांडला आहे. या गोष्टीची दूरदृष्टी लेखकांनी वाचकाना दिली आहे. विकसनशील देशातील प्रशासनाची कार्यकक्षा व्यापक असते याचे लेखकाला आत्मभान आहे. मोठ्या समाजाला सेवा-सुविधा पुरवाव्या लागतात, जनतेशी सतत संबंध आल्याने प्रशासनाचा विस्तार होतो– या गोष्टी लेखकाच्या नजरेमधून अचूकपणे मांडल्या गेल्या आहेत. प्रशासकीय नीतिवाद त्याच्या पुस्तकांमध्ये दिसतो.

प्रशासनावरील दोन्ही पुस्तकांमध्ये १९५० ते १९९० ते आजपर्यंत असे वर्गीकरण करण्यास जागा उपलब्ध आहे. कारण लेखकाचा मूल्यात्मक दृष्टिकोन १९५० ते १९९० या कालखंडातील विकासलक्षी प्रशासनामधून तयार झाला आहे. त्यामुळे कल्याणकारी राज्याचे समर्थन व त्याच्याबद्दलची बांधिलकी त्याच्या लिखाणात दिसून येते. याबरोबरच विकासाची विचारप्रणाली म्हणून विकासवाद नावाचा विचार स्वीकारतात. याबरोबरच त्यांनी अधुनिकीकरणाचा आग्रह धरलेला दिसून येतो. त्यांच्या आधुनिकीकरणाच्या संकल्पनेला विवेकीकरण हा अर्थ लाभला आहे. कारण लेखक प्रशासनाचा हिशोब मांडतो, मोजमाप करतो त्यावरील नियंत्रणाचादेखील विचार करतो. लेखक प्रशासनाला राजकीय क्षेत्रापासून अलिप्त करतो. तसेच जातिव्यवस्थेपासूनदेखील वेगळे करतो. सार्वत्रिक कायद्यावरती आधारलेली प्रशासन व्यवस्था असण्याचा आग्रह धरला आहे. म्हणजे एका अर्थाने लेखक नोकरशाहीला स्वायत्तता मिळावी. तिने स्वायत्तपणे काम करावे असा सार्वत्रिकीकरणाचा सिद्धान्त मांडतो. यास लेखकांनी भारतीय प्रशासनातील ऐतिहासिक तथ्यांचे पुरावे

जोडले आहेत. याबरोबरच पटेल व शास्त्री यांच्या भूमिकाचे पुरावे दिले आहेत. त्यांच्या लेखनातील हा एक टप्पा आहे.

मूल्यात्मक चौकटीमधील फेरबदल

लक्ष्मीकांत देशमुखांच्या प्रशासकीय विचारांमध्ये नव्वदीच्या दशकात फेरबदल झाले आहेत. १९९० नंतरच्या बदलानंतर लेखकाची दृष्टी, विचारप्रणाली, मूल्यात्मक चौकट यामध्ये फरक झाला आहे. याची तीन कारणे आहेत. एक, भारतीय प्रशासनाच्या पर्यावरणामधील समस्या पार करण्यासाठी लेखक नव्याने विचार मांडतो आहे. दोन, जागतिक पातळीवरील बदलते प्रशासन, जागतिक अर्थकारण यांचा प्रशासनावर प्रभाव पडलेला दिसतो. तीन, देशांतर्गत आर्थिक सुधारणा कार्यक्रम राबविले गेल्याने त्या फेरबदलांकडे लेखकाने सकारात्मक दृष्टीने पाहिलेले आहे. यामुळे लोकप्रशासनातील सार्वजनिक खाजगी भागीदारी हा विचार लेखकाने स्वीकारल्याचे दिसते. लेखक यामुळे प्रशासनाच्या १९५० ते १९९० पर्यंतच्या काळाचे टीकात्मक मूल्यमापन देखील या पुस्तकात केले गेले आहे. या टीकात्मक मूल्यमापनाचे चार मुद्दे सांगता येतात. १) राजकीय अभिजनांचा प्रशासनामधील हस्तक्षेप, २) सार्वजनिक धोरणानिश्चितीमधील प्रशासनाने केलेल्या योगदानाकडे जे दुर्लक्ष झाले त्यास पुन्हा प्रकाशात आणले आहे. ३) प्रशासनाची वाढती संख्या व प्रशासनावर होणारा खर्च या गोष्टी नोंदविलेल्या आहेत. ४) प्रशासनाने सार्वजनिक धोरण निश्चितीमध्ये निर्भय व स्वतंत्रपणे काम करण्याचा विचार मांडला आहे. थोडक्यात, लेखक काळानुसार बदललेल्या गोष्टींना प्रतिसाद देतात व गतइतिहासाची चिकित्सा करतात. मात्र त्यांना प्रशासन जास्तीत सुशासन व्हावे असे सातत्याने वाटते. कमीत कमी शासन व जास्तीत जास्त सुशासन हा अर्थ त्यांच्या लिखाणातून ध्वनित होतो.

निष्कर्ष

लक्ष्मीकांत देशमुखांनी प्रशासनामधील विविध विषय सहजपणे मांडले आहेत. त्यांनी भारतीय आणि बिगर भारतीय प्रशासनांची तुलना गरजेप्रमाणे केली आहे. पुस्तकामध्ये 'बखर' या साहित्य प्रकाराचा विस्तार केला आहे. या मुद्द्यांच्यावरती वैचारिक क्षेत्रामध्ये लेखकांनी प्रवेश केला आहे. त्यामुळे विकास आणि समाधान या दोन वैचारिक गोष्टींची परिचर्चा केली आहे. राजकीय तत्त्वज्ञानामध्येदेखील व्यक्तीचा विकास आणि व्यक्तीचे समाधान या गोष्टीवर भर दिलेला आहे. त्या तत्त्वज्ञानामधील कळीचा प्रश्न देशमुखांनी मांडला आहे. त्यांची भाषाशक्ती सरळ,

सुस्पष्ट, अचूक या प्रकारची आहे. याखेरीज इंग्रजी पुस्तकांतील ज्ञान- व्यवहाराचा त्यांनी सहजपणे वापर केला आहे. यामुळे त्यांचे प्रशासन विषयावरील लेखन हे लोकप्रशासन या विद्याशाखेला केलेले योगदान ठरते. २०१० आणि २०१३ मध्ये सामाजिकशास्त्राचा जागतिक अहवाल प्रकाशित झाला आहे. त्या अहवालामध्ये विभाजित ज्ञान आणि बदलते जागतिक पर्यावरण या दोन मोठ्या समस्यांची नोंद केली गेली आहे. हे दोन्ही मुद्दे लक्ष्मीकांत देशमुखांनी परिचर्चेचा एक भाग म्हणून पुढे आणले आहेत. कारण विभागलेले ज्ञान आणि पर्यावरण या दोन्ही संकल्पना लक्ष्मीकांत देशमुखांनी मांडलेल्या आहेत. या अर्थाने त्यांचे काम भारतीय संदर्भातील असले तरी जागतिक सामाजिकशास्त्राला आणि लोकप्रशासन या विद्याशाखेला योगदान देणारे आहे, असे सामाजिकशास्त्राच्या जागतिक आहवालांशी तुलना करताना दिसते. त्यामुळे त्यांच्या या बखर साहित्यकृतीचे रूपांतरण भारतातील प्रादेशिक भाषांमध्ये आणि इंग्रजी या ज्ञान व्यवहाराच्या भाषेत होण्याची गरज आहे. ही गरज लोकप्रशासनाची आहे. तशीच ती शुद्ध ज्ञानविस्तारांची देखील आहे.

❑

प्रशासननामा

(लोकप्रतिनिधी व प्रशासकिय अधिकाऱ्यांसाठी उद्‌बोधक चिंतननामा)

प्रभाकर करंदीकर

'प्रशासननामा' चे लेखक लक्ष्मीकांत देशमुख हे भारतीय प्रशासन सेवेतील माझे सहकारी. आपल्यावर सोपविलेली जबाबदारी कार्यक्षमतेने पार पाडण्याचा आटोकाट प्रयत्न करणारा अधिकारी अशी त्यांची प्रतिमा आहे आणि माझा अनुभवही तसाच आहे. 'इन्किलाब आणि जिहाद' किंवा 'अंधेरी नगरी' या त्यांच्या साहित्यकृतींचे वाचकांनी चांगले स्वागत केले याचे मला विशेष समाधान वाटते. कारण त्यांचे विषय हटके आहेत. अलंकारांची जड वजने पेलण्याचा अट्टाहास न करता, साध्या परंतु ओघवत्या भाषेतील त्यांचे लिखाण थेट वाचकांच्या हृदयास भिडते. ललित साहित्याप्रमाणेच वृत्तपत्रीय स्तंभलेखनही त्यांनी केले आहे, हे मला माहीत नव्हते. 'प्रशासननामा' हे त्यांचे सदर टोपणनावाने त्यांनी चालवले. आता हे सर्व लेख प्रस्तकरूपाने प्रसिद्ध होत आहेत हे त्यांनी मला सांगितल्यावर मी चकित झालो; पण या पुस्तकाची प्रस्तावना मी लिहावी असा स्नेहपूर्ण आग्रह त्यांनी धरला, तेव्हा माझी खऱ्या अर्थाने विकेट पडली! मी यापूर्वी कधीही, कोणत्याही पुस्तकाला प्रस्तावना लिहिलेली नाही. त्यामुळे हे काम माझे नाही अशीच माझी पहिली प्रतिक्रिया होती. तथापि, 'ह्या पुस्तकाचा विषयच असा आहे की, याची प्रस्तावना प्रशासनाचा प्रदीर्घ अनुभव असलेल्या व्यक्तीनेच लिहायला हवी' हा आपला मुद्दा त्यांनी नेटाने लावून धरला. त्यामुळे शेवटी नाईलाजाने मला न पेलवणारी ही जबाबदारी मी स्वीकारली आहे.

ह्या पुस्तकात समाविष्ट होणारे लेख मी एकसंधपणे वाचले, तेव्हा एखाद्या कादंबरीची प्रकरणे आपण वाचत आहोत की काय, असा भास झाला. काही प्रकरणे मी दोन-तीनदा वाचली, इतकी ती सुंदर आहेत. वाचकांनी उत्स्फूर्तपणे नोंदविलेल्या प्रतिक्रिया वाचल्यानंतर मला वाटून गेले की, 'ह्या पुस्तकाला वेगळ्या प्रस्तावनेची गरज नाही. वाचकांच्या प्रतिक्रियाच प्रस्तावना म्हणून छापाव्यात, ते अधिक संयुक्तिक ठरेल.' अर्थात, माझी ही सूचना लेखकाने स्वीकारली नाही, हे वेगळे

सांगायला नको.

'प्रशासननामा' अर्थातच प्रशासनासंबंधी आहे. विशेषत: प्रशासनाचे 'कटिंग एज' मानले जाणाऱ्या जिल्हा प्रशासनाचे अनेक पैलू यांत मांडले आहेत. दुर्दैवाने प्रशासनात कित्येक कार्यतत्पर आणि प्रामाणित अधिकारी - कर्मचारी असूनही, एकंदरीत प्रशासनाची प्रतिमा मात्र दिवसेंदिवस खालावत चालली आहे. न्याय-व्यवस्थेबाबतही असाच सूर वारंवार ऐकू येतो. एकेकाळी 'पोलादी चौकट' असा लौकिक असणाऱ्या प्रशासनाची आजची अवस्था खरोखरच चिंतनीय झाली आहे. याचे विदारक चित्रण एका कवितेत आहे.

डोळस

एक डोळा.... रिकाम्या खाचीतला
होता कसा, आठवत नाही.
सुटला बिचारा, केव्हाच फुटला!
दुसरा डोळा, सावध मुरलेला
तुम्ही सांगाल, तेवढेच पाहतो
नको म्हणता? प्रश्नच मिटला!
तिसरा डोळा, शेपूट घातलेला
तेल संपलेय, पण पीळ फूलवातीचा
भावली डुचकी, खुशाल बोंबला!

जिल्हाधिकारी काय, किंवा जिल्हा परिषदेचे मुख्य कार्यकारी अधिकारी काय किंवा महानगरपालिकेचे आयुक्त काय, यांची कर्तव्य आणि जबाबादाऱ्या यांची समावेशक यादी बनवणे कठीण आहे. कारण अनेकविध कामे, नानविध विषय आणि शेकडोवारी शासकीय योजना त्यांचेकडे सोपविलेल्या असतात. त्यातूनही मंत्रालयीन विभाग प्रमुख आणि विभागीय आयुक्त यांचाही एक 'अजेंडा' असतो. कोणत्या कामांना आणि योजनांना विशेष प्राधान्य द्यावयाचे ह्याविषयी त्यांचे काही आग्रह असतात. जिल्ह्यांतले मंत्री, लोकप्रतिनिधी, पदाधिकारी यांचेही काही आग्रह असतात. त्यातूनच भूकंप, पूर किंवा दुष्काळ अशी आपत्ती ओढवली, की सगळे प्राधान्यक्रम बदलणे भाग पडते. या सगळ्या भाऊगर्दीत प्रशासकीय अधिकाऱ्यांची तारांबळ उडते. या उप्पर त्या अधिकाऱ्याच्या वैयक्तिक आवडी-निवडी, रस आणि कल असतात. वेळात वेळ काढून त्या कामांकडे आणि उपक्रमांकडे लक्ष द्यायचे असते. नागरिकांच्याही काही अपेक्षा आणि वेदना असतात. त्यांना अधिकाऱ्यांकडून 'तत्काळ न्याय' हवा असतो. हाताखालच्या अधिकारी कर्मचाऱ्यांचे

काही प्रश्न लोंबकळत पडलेले असतात. त्यांची सोडवणूक वेळीच झाली नाही तर त्यांचे 'मोराल' ढासळू शकते. त्यांचेकडून सहकार्य मिळवायचे झाले तर निव्वळ अधिकाराचा दंडुका उगारून चालत नाही. त्यांचा विश्वास संपादन करून, त्यांना प्रेरित करून, त्यांच्या मनावर ठसविणे, याकडेही खूपच लक्ष पुरवावे लागते. अशा अनेक आघाड्यांवर एकाच वेळी लढणाऱ्या अधिकाऱ्याला अष्टावधानी असावे लागते, सतत तोल सांभाळावा लागतो. 'वऱ्हाडी माणसे' ह्या नाटकात घरंदाज सुनेबाबत एक छान उदाहरण दिले आहे, ते मला आठवते. 'दिवा विझला नाय पायजे आणि तो घेऊन चालणाऱ्या बाईचा पदर पण पेटला नाय पायजे' अशी कसरत त्या सूनबाईंना करावी लागते. प्रशासकीय अधिकाऱ्याची स्थितीही वेगळी नसते, याचा प्रत्यय लक्ष्मीकांत देशमुख आणून देतात.

बरे, इतके करून, प्रशासकीय अधिकाऱ्यांच्या जीवनात वैयक्तिक आणि कौटुंबिक स्थैर्य आणि स्वास्थ्य अभावानेच आढळते; कारण बदलीची तलवार त्यांच्या डोक्यावर कायमच टांगलली असते. विशेषत: महिला अधिकारी आणि कर्मचारी यांच्याबाबतीत हा प्रश्न अधिकच बिकट असतो. कारण कुटुंब आणि 'करियर' ह्या दोन्ही आघाड्यांवर त्यांना लढायचे असते.

आपल्याकडे राजकीय कार्यकारी आणि कायम स्वरूपाचे पगारी कार्यकारी यामधील संबंधांना इतके विकृत स्वरूप आले आहे की, त्यामुळे कित्येकदा सत्प्रवृत्त आणि स्वाभिमानी अधिकारीही नाईलाजाने काही तडजोडी करताना आढळतात. ब्रिटिश संसदीय राज्यपद्धती आपण स्वीकारली असे आपण म्हणतो. पण कर्मचारीवृंदाच्या निवडीपासून ते नेमणुका, बदल्या, पदोन्नती, विभागीय चौकशा, निलंबन या सर्व बाबी पूर्णत: प्रशासकीय असतात आणि त्यात लोकप्रतिनिधींनी हस्तक्षेप करावयाचा नसतो. त्यांनी फक्त धोरणे आखून द्यावयाची असतात आणि अंमलबजावणीचे काम प्रशासनाने करावयाचे असते, हा खरे तर ह्या संसदीय राज्यप्रणालीचा गाभा. परंतु तोच आपल्याकडे दुर्लक्षिला गेला आहे. प्राथमिक शिक्षक आणि ग्रामसेवक यापासून ते मुख्य सचिव या सर्व स्तरांवर हस्तक्षेप करणे आणि निर्णय घेणे हा आपला जन्मसिद्ध हक्क आहे, अशी समजूत राजकीय नेत्यांनी करून घेतली आहे. 'मला माझ्या मतदार संघातील साध्या नायब तहसीलदाराची किंवा विस्तार अधिकाऱ्याची बदली करता येणार नसेल तर मग मी मंत्री होऊन काय फायदा?' अशी भावनाही बोलून दाखवली जाते. मा. अण्णा हजारे यांच्यासारख्या सामाजिक कार्यकर्त्यांनी चळवळ उभारून आणि राज्यकर्त्यांवर दबाव आणून शासनाला बदलीविषयक कायदा करणे भाग पाडले हे खरे, पण प्रत्यक्षात घडले असे की, बदल्यांच्या अधिकारांचे विकेंद्रीकरण होण्याऐवजी, त्याच कायद्याअंतर्गत काढलेल्या 'नोटिफिकेशन'

चा भक्कम आधार घेऊन, त्यांचे मंत्रालयात केंद्रीकरण झाले आहे. आपल्या मर्जीनुसार प्रशासन वाकविण्याचे एक साधन म्हणून बदलीचे शस्त्र सररासपणे वापरले जाते आहे हीसुद्धा आपल्या प्रशासनाची एक शोकांतिका तिचे पैलू 'प्रशासननाम्या'त जागोजागी आपल्या नजरेस पडतात.

कित्येकदा माध्यमे काय, लोकप्रतिनिधी काय किंवा सर्वसामान्य नागरिक काय, - प्रशासकीय अधिकाऱ्याला जी तारेवरची कसरत करावी लागते त्याचे यथार्थ आकलन करून घेऊ शकत नाहीत. अनेकांच्या अपेक्षा शासकीय चौकटीत राहून, वेळापत्रक सांभाळून, पूर्ण करणे किती कर्मकठीण असते याची नेमकी कल्पना नसल्याने, त्यांचेकडून होणारे मूल्यमापन कित्येकदा सदोष असते. लोकप्रतिनिधींच्या बाबतीत बोलायचे, तर त्यांनी आग्रह लावून धरलेल्या दहा कामांपैकी नऊ कामे मार्गी लागली तर त्याचे काही कौतुक होत नाही, पण मागे राहिलेल्या एका कामाबद्दल मात्र त्या अधिकाऱ्याला धारेवर धरले जाते, याचा अनुभव बहुसंख्य अधिकाऱ्यांना नेहमीच येतो. काही वेळा माध्यमे एखाद्या अधिकाऱ्याला वारेमाप प्रसिद्धी देऊन त्याची 'या सम हाच' अशी प्रतिमा उभी करतात. परंतु ती प्रतिमा अवास्तव असू शकते. काही वेळा कर्तव्यदक्ष आणि मेहनती, प्रामाणिक अधिकाऱ्यावर वरिष्ठांची निष्कारण खप्पा मर्जी होऊ शकते. प्रशासकीय अधिकारी कोणकोणत्या मर्यादा पाळून आणि कोणकोणत्या ताणतणावाखाली काम करतो याची यथार्थ कल्पना वाचकांना देण्याचे मोठे कार्य लक्ष्मीकांत देशमुखांनी 'प्रशासननामा' ह्या लेखमालेद्वारे केले, हे निःसंशय; त्याकरता तरी प्रशासनातील त्यांचे सहकारी त्यांचे सदैव ऋणी राहतील.

सर्वात महत्त्वाचे म्हणजे, त्यांच्या लेखनात अभिनिवेश किंवा पक्षपात यांचा लवलेशही आढळत नाही. त्यांच्या संवेदनशील मनाला भिडलेल्या किंवा 'कलात्मक तटस्थता' भंगणार नाही याचे पूर्ण भान राखूनच, त्यामुळे अनुभवातून आलेले 'इनसाईट' कागदावर उतरवताना, त्यांचा कुठही तोल ढळलेला नाही हे विशेषत्वाने जाणवते.

जीवनाच्या हरेक क्षेत्रात अनेक बरेवाईट अनुभव आपल्या सर्वांनाच येतात. त्या त्या वेळी आपण कधी प्रक्षुब्ध होतो, कधी हळहळतो, कधी सुखावतो तर कधी सुन्न होऊन जाते. अशा तात्कालिक भावना बाजूला सारून, त्या मूळ अनुभवाचे शांतचित्ताने विश्लेषण करण्याची आपली तयारी किंवा कुवत नसते. समजा असे चिंतन केलेच, तरी ते नेटक्या शब्दांत मांडणे फार थोड्या जणांना जमते. त्यासोठी आवश्यक ती प्रगल्भता, चिंतनशील प्रवृत्ती आणि शब्दांकनाची हातोटी हे सर्व घटक पदार्थ एकत्र आल्यामुळेच. 'प्रशासननामा' सारखे लज्जतदार

पक्वान्न वाचकांच्या ताटात पडले आहे. व्यक्तिगत अनुभूतीचे सार्वत्रिकीकरण करणारी साहित्यकृती श्रेष्ठ मानली जाते. त्या कसोटीवर हे पुस्तक नक्कीच खरे उतरावे.

प्रशासनाचे प्रश्न मूलत: सामाजिक प्रश्नातूनच उद्भवलेले असतात. केवळ लोकशाही शासनप्रणाली अवलंबली, कायदे केले, प्रशासकीय यंत्रणा उभी केली, कायद्याचे राज्य आणले की आपोआप सर्व सामाजिक आर्थिक समस्यांची उकल होईल अशी अपेक्षा बाळगणे अवास्तव ठरेल. समाज प्रबोधन आणि सामूहिक प्रयत्न यांची जोड नसेल तर निव्वळ प्रशासन आणि न्यायव्यवस्था यांचेकडून फारसे काही साध्य होणारे नसते. काही 'फ्लॅश पॉईंटस' उदभवल्यानंतर चंद्रकांत सारख्या हुशार अधिकाऱ्याने परिस्थिती हाताबाहेर जाऊ दिली नाही तर चांगलेच, पण तेवढ्याने मूळ प्रश्न सुटत नाहीत. जाती, धर्म, भाषा, बेरोजगारी, जीवनावश्यक वस्तूंचे वितरण, लैंगिक शोषण यासारख्या कारणांमधून उद्भवणारे लहान मोठे उद्रेक आटोक्यात आणणे हेसुद्धा प्रशासकीय यंत्रणेपुढील आव्हान असते. पण उद्रेक शमला म्हणजे झाले, संपले अशा भ्रमात कोणी राहू नये. अशा उद्रेकांपाठीमागील मूलभूत समस्यांकडे लक्ष्मीकांत देशमुख एका प्रशासकीय अधिकाऱ्याच्या भूमिकेतून अंगुलीनिर्देश करतात. रविवारच्या वृत्तपत्रीय पुरवणीतील एक वाचनीय सदर लिहिणे याच्या किती तरी पुढे जाऊन, ते खुबीने वाचकांच्या सामाजिक जाणिवांना हात घालतात, त्याला अंतर्मुख करतात. त्यामुळे 'प्रशासननामा' एक वेगळी उंची गाठतो, समाजप्रबोधनाच्या व्यापक चळवळीचा तो एक हिस्सा बनते. प्रस्तुत पुस्तकाचे प्रकाशन त्या दृष्टीने मला महत्त्वाचे व औचित्यपूर्ण वाटते. वाचकही याच भावनेतून प्रशासननाम्याचे स्वागत करतील अशी मला अशा आहे. प्रशासनात ज्यंनी नव्याने प्रवेश केला आहे (जे अद्याप 'बनचुके' झालेले नाहीत), किंवा ज्यांना प्रशासनाचे करियर निवडायचे आहे अशांचे बाबतीत तर 'प्रशासननामा' हे एक आवश्यक वाचन समजले जावे. लोकप्रतिनिधी आणि राजकीय सामाजिक नेत्यांनाही प्रशासननामा नक्कीच उद्बोधक वाटेल.

❑

प्रशासननामा व बखर

गूढ, गहन प्रशासन रूपी जंगलाचे चित्तवेधक दर्शन

लीना मेंहदळे

प्रशासनात कल्पक, कृतिशील व आशावादी म्हणून ओळखले जाणारे श्री. लक्ष्मीकांत देशमुख नुकतेच त्यांची शासकीय कारकिर्द संपवून निवृत्त झाले. त्याच सुमारास त्यांनी माझ्याकडे आग्रह धरला की त्यांच्या प्रशासनिक लेखनाबद्दल मी माझे मत व्यक्त करावे. तेही एका लेखाच्या स्वरूपाने.

आधी हे प्रांजळपणे कबूल करायला हवे की त्यांचे इतर साहित्यिक लेखन मी वाचलेले नाही. मात्र ''प्रशासनाची बखर' हे पुस्तक आधी वाचलेले होते. ते आणि ''प्रशासननामा'' अशी दोन पुस्तके त्यांनी लिहून काढली. ती वाचतांना प्रशासकीय अधिकाऱ्यांना तर, ''अरे, मी पण अशी परिस्थिती अनुभवली आहे.'' प्रत्यय वारंवार येतो.

प्रशासकीय अधिकारी दोन गोष्टी सहसा करत नाहीत, ज्या लक्ष्मीकांत देशमुखांनी या पुस्तकांच्या माध्यमातून केल्या आहेत. पहिली म्हणजे प्रशासकीय अनभुव लिहीत रहाणं! एरवी उत्तमोत्तम नोटिंग करणारे, नव्या स्कीम्सचे आराखडे मांडणारे, एन्कायरी रिपोर्ट लिहून पूर्ण करणारे, एव्हॅल्यूएशन रिपोर्ट लिहिणारे असे खूप अधिकारी पाहिले आहेत. ज्यांचे ते लेखन वाचल्यावाचल्या त्यांची विद्वत्ता व विषयावरील पकड लक्षात येते. लिहिण्याची हातोटी तर असतेच. तरी पण प्रशासकीय लेखन मात्र त्यांच्याकडून फारसे होत नाही. त्यामुळे लोकांच्या दृष्टीने प्रशासन हे अजूनही एक गूढ, गहन जंगलच असते. आणि कनिष्ठ अधिकाऱ्यांना देखील त्यांच्या उदाहरणातून पटकन शिकता येत नाही. हा पायंडा बदलणारे अधिकारी अगदीच नाहीत असेही नाही, पण त्यांचे लिखाण इंग्रजीतून माधव गोडबोले, राम प्रधान यांच्या अनुभवांवर त्यांची गाजलेली पुस्तके इंग्रजीतूनच पुढे आली. देशमुखांची पुस्तके मात्र मराठीतूनच लिहिली गेली त्यामुळे त्यांचे वाचन अधिक अस्सल वाटते. पैकी 'प्रशासननामा'मध्ये छोट्या छोट्या प्रसंगातून फुलवलेली

कथानके आहेत. 'हे असे घडले' असे रंजकतेने सांगून टाकून पुढे वाचकाला अंतर्मुख करणारे, विचार करायला लावणारे असे एक किंवा दोनच प्रश्न मांडले आहेत. या कथानकांमधून गेल्या पंचवीस तीस वर्षात प्रशासनातील व त्याहीपेक्षा राजकारणातील मूल्ये कशी कशी बदलत गेली ते कळून येते. नव्याने प्रशासकीय करियरमध्ये येऊन इच्छिणाऱ्यांना एक इशारा मिळतो व सोबत एक आव्हानही मिळते. पहिलेच कथानक एका इंजिनियरला आमदाराचे कार्यकर्ते मारहाण करतात. उपजिल्हाधिकारी पोलिस आणि तहसीलदार सर्व मिळून कारवाई करतात ती कायद्याच्या चौकटीप्रमाणेच. मात्र त्यांनी कारवाई मागे घ्यावी म्हणून आलेले दडपण, बदलीची धमकी आणि या तणावाखाली उपजिल्हाधिकारी वावरत असतानाच तिकडे इंजिनियरने मात्र तडजोड मान्य केलेली असते; कारण तसे न केल्याने आमदार आपली कुलंगडी बाहेर काढेल ही भीती. पाप कुणाचे ताप कुणाला– असा शेराही हसत हसत मारला आहे, पण ते उपजिल्हाधिकारी जे करत होता ते निव्वळ इंजिनियरला झालेल्या मारहाणीपुरतेच होते? की ते प्रशासनाची भविष्यकालीन मोठी दुर्दशा रोखण्याकरीता होते? सुज्ञ वाचक हा सारासार विचार करतो आणि माघार न घेण्याच्या उपजिल्हाधिकाऱ्याच्या निर्णयाशी सहमत होतो.

दुसरे पुस्तक 'प्रशासनाची बखर' हे मात्र कथनाकात्मक नसून अत्यंत चिकित्सक, विश्लेषणात्मक तरीही रंजकतेने लिहिले आहे. हे सुंदरसे टेक्स्ट बुकच आहे म्हणा ना! पण विषय रटाळ न होऊ देता लिहिलेले. खूपसे थिअरेटिकल, संपूर्ण विवेचन भारतीय पृष्ठभूमीच्या अंगाने केलेले आढळते. म्हणून ते चटकन लक्षात येते, पटते आणि त्या विषयाची गोडी निर्माण होते. अगदी मोगलकालीन ते शिवकालीन ते बिटिश राजवटीमधील प्रशासन पद्धती काय होती इथपर्यंत लेखकाने आढावा घेतला आहे. त्यानंतर भारत स्वतंत्र झाला. ब्रिटिश गेले, लोकशाही आली, त्यामुळे राज्यकारभाराबाबत दिशा आणि धोरणे ठरवणारी यंत्रणा बदलली. त्यांची विचारसरणी आणि वागणूक बदलली. प्रशासन यंत्रणा मात्र तीच राहिली. कायदेकानूही तेच राहिले. मग हळूहळू विसंवाद निर्माण होऊ लागले. या सर्वांना परिणाम काय झाला ते देशमुखांनी "फॉल ॲण्ड फॉल्स ऑफ इंडियन ब्यूरोक्रसी" या भागात मांडले आहे. तत्पूर्वी स्वातंत्र्योत्तर साठ वर्षाच्या काळातील बदलांना समजून घेण्यासाठी त्यांनी मॅनेजमेंटच्या पुस्तकांत प्रसिद्ध असलेले "सिक्स थिंकिंग हॅट्स" चे प्रतीक वापरून भारतीय प्रशासनातील किती मंडळी कोणत्या प्रसंगी कोणती हॅट वापरत होती. म्हणजेच कोणत्या मनस्थितीने काम करत होती त्याचाही आढावा घेतला आहे. या सर्वच भागांमध्ये मूळ सिद्धान्तांचे विवेचन विस्ताराने पण रंजकतेने केले आहे. "प्रशासन" चा सिद्धान्त काय, भारतीय प्रशासक कसा वागतो, तसा

का वागतो आणि परिणाम काय होतात असे चौपदरी धागे प्रशासनातील वेगवेगळ्या सिद्धान्ताबाबत उलगडले आहेत.

त्यापुढील भागांत देशमुखांनी अमेरिका व ब्रिटनमध्ये होत असलेल्या प्रशासकीय सुधारणांचा आढावा घेत त्यासोबत भारतीय प्रशासनातील सुधारणांची, किंबहुना सुधारणेसाठी असलेल्या चौकटीची तुलना केली आहे. आपल्याकडे अजून खूप प्रशासकीय सुधारणा होण्याला वाव आहे, नव्हे, त्यांची फार गरज आहे. तर मग काय असावी त्यांची दिशा? अमेरिका व ब्रिटन हे प्रगत देश आहेत तर भारत हा विकसनशील– म्हणजे जिथे विकास अजून व्हायचा आहे असा देश आहे. ब्रिटिशकालीन प्रशासकीय चौकटीपेक्षा महत्त्वाचा बदल म्हणजे स्थानिक स्वराज्य संस्थाच्या माध्यमातून विकास करवून घेताना प्रशासनात निर्माण झालेले बदल जिल्हा परिषदा, ग्राम सभा तसेच स्थानिक आमदार व खासदार यांना असलेले वेगळे अधिकार आणि प्रशासनाबरोबर त्यांचा समन्वय कसा होतो किंवा होत नाही– या सर्व चर्चेचा एका अख्खा भाग 'आय ए एस असावे की नसावे.' या गाजलेल्या प्रश्नासाठी अपरिहार्यपणे वापरलेला आहे. त्याच बरोबर भारतीय प्रशासनासमोरील आव्हाने काय– त्यांची चर्चा देखील शेवटच्या भागांत केली आहे. देशमुखांचे लेखन आशावादी आहे व ही आशा निर्माण होण्यासारखी किंवा टिकून रहाण्याची जी कारणे आहेत त्यातील दहा ठळक कारणेही त्यांनी नोंदलेली आहेत. तरुणांमधील ऊर्जा, त्यांचा वाढता प्रोफशनॅलिझम, आणि 'यापुढे सहन करणार नाही' ही मनोवृत्ती ही तीन ठळक कारणे. या सोबत भ्रष्टाचारविरुद्धची जगजागृती, स्त्रिया तसेच दुर्गम भागातून आलेल्यांचा राजकारण आणि प्रशासनातील वाढता सहभाग, माहिती अधिकाराचा कायदा व लोकपाल विधेयक, न्यायालयांची सक्रीयता व नीतिशकुमार सारख्यांनी राजकारणातून आणलेले विकासाचे मॉडेल अशा बाबींचा समावेश त्यांनी केला आहे.

ही पुस्तके वाचतांना देशमुखांनी स्वत: अफाट वाचनही केले आहे याचा प्रत्यय येतो. त्याचप्रमाणे ते तपशिलातही जातात, विस्ताराने तपशील देतात हे ही महत्त्वाचे आहे. मग यात काही राहून गेले आहे का, हे ठरविण्यासाठी मला नील्स बोर या वैज्ञानिकाची एक गोष्ट सांगावी लागेल. काळ १९०५ च्या आसपास. एव्हाना अणूच्या रचनेत इलेक्ट्रॉन नावाचा एक ऋणभार घेतलेला घटक असतो हे निर्विवादपणे दाखवून दिले गेले होते. सबब धनभार घेतलेले घटकदेखील असणार हे उघड. तर हे दोन्ही विद्युत्भार एकमेकांना संपवत का नाहीत याचे उत्तर नील्स बोरने शोधलं. सूर्याभोवतीची जशी ग्रहमालिका– त्याचप्रमाणे जर हे इलेक्ट्रॉन अणुकेंद्रापासून थोड्या ठरावीक अंतरावर वर्तुळाकार फिरत राहिले तर त्यांचा ऋणभार नष्ट न होता त्यांना स्थायित्व प्राप्त होते असा तो सिद्धान्त होता. अशा एका स्थायी वर्तुळावरून दुसऱ्या वर्तुळाच्या

कक्षेत त्यांनी झेप घेतली तर प्रकाश किरणे उत्सर्जित होतात, त्यांचा अभ्यास करून ही नवीन कल्पना सिद्ध होते. एवढेच नव्हे तर इलेक्ट्रॉनने कुठून कुठे उडी मारली तेही समजू शकते वगैरे. या संकल्पनेमुळे अणु रचनेतील काही कोडी सुटली. नील्स बोर यांना नोबेल पारितोषिकही मिळाले पण अजूनही बरीचशी कोडी सुटायची राहिली होती.

मग दुसऱ्या एका वैज्ञानिकाने सिद्ध केले की इलेक्ट्रॉनचा प्रवास वर्तुळाकार नसून लंब वर्तुळाकार आहे असे मानून गणित केले तेव्हा अजून काही कोडी सुटली. पण तरीही मोठा पल्ला गाठायचा शिल्लक होता. मग अजून एका वैज्ञानिकाने 'स्पिन' या संकल्पनेचा आधार घेतला म्हणजे इलेक्ट्रॉन उलट व सुलट दोन्ही दिशांना फिरू शकतात. (क्लॉकवाइज व ॲण्टीक्लॉक वाइज) हे ध्यानात आल्यावर नव्याने गणित मांडले तेव्हा अजूनही काही कोडी सुटली. मग पॉलीचे एक्सक्ल्यूजन प्रिन्सिपल, श्रोडींजरची इलेक्ट्रॉन वेव्ह थियरी, टनेल इफेक्ट इत्यादी सिद्धान्तांमुळे अजून काही कोडी सुटली. त्यातूनच ड्यूएल नेचर ऑफ लाइट म्हणजे प्रकाश किरणे कधी किरणांच्या तत्त्वाप्रमाणे चालतात तर कधी एखाद्या ठोस कणाप्रमाणे– हा सिद्धान्तही पुढे आला त्यातून खूपशी कोडी सुटली.

या गोष्टीतून मला असे म्हणायचे आहे की प्रशासन हा विषय देखील एका ठरावीक चौकटीत ठेवता येऊ शकत नाही. सामान्य माणसाला रंजनकतेसाठी किंवा नव्याने प्रशासनात येणाऱ्याने प्राथमिक धडे शिकण्यासाठी अत्यंत उपयुक्त असे देशमुखांचे हे लिखाण आहे. पण तेवढ्यानेच प्रशासनातील कोडी आणि कोंडी सोडवण्याची दिशा सापडणार नाही. त्यासाठी ''प्रशासन'' या विषयाच्या ''सैद्धान्तिक'' अभ्यासापलीकडे जावे लागेल. प्रशासनामध्ये भ्रष्टाचार बोकाळला आहे, त्यासाठी कडक कायदेकानू हवेत, कडक शिक्षा हवी, त्यासाठी लोकपाल विधायक हवे, हे म्हणजे एका सरळ रेषेत उत्तर शोधण्यासारखे आहे. मुळात शिक्षण व्यवस्थेतून चारित्र्यनिर्मिती होत नाही तोपर्यंत भ्रष्टाचार कसा थांबणार? जीडीपी वाढला म्हणजे विकास झाला असा अर्थशास्त्राचा एक सरळधोपट सिद्धान्त आहे आणि प्रशासनात जीडीपी वाढला म्हणून खूश होणारे अधिकारी देखील आहेत. म्हणून पाटी-पेन्सिल घालवून वह्या-पेन आणली की जीडीपी वाढतो असा आनंद मानणारे आहेत. पण त्यामुळे पर्यावरणाचा किती ऱ्हास होतो हा विचार प्रशासनात केला जात नाही. ई-टेंडर काढून टेंडर देण्याच्या प्रक्रियेमुळे भ्रष्टाचार थांबेल, पण कार्टेलिंग कसं थांबणार? टेंडर मिळवल्यानंतर ज्यांनी खराब रस्ते बांधले आणि बांधू दिले त्यांचे काय? थोडक्यात ई-टेंडरने काम सोपे होते असे म्हणणे माझ्या मते वास्तववादी आहे, पण त्याने भ्रष्टाचार थांबण्याची स्वप्ने बघणे हे अवास्तववादी आहे. त्यासाठी प्रशासनाच्या बाहेर जाऊन नैतिक अधिष्ठान

तपासावे लागेल.

थोडक्यात, प्रशासन या विषयाचे स्वत:चे म्हणून जे मूलभूत सिद्धान्त होते ते मांडून झालेत. पण अजूनही प्रशासन या विषयाचे इतर विषयांसोबत इंटिग्रेशन साधणारे "इंटर डिसिप्लिनरी" लिखाण अजून खूप प्रमाणात लिहिले जायला हवे. मग ते देशमुख लिहोत अथवा इतर कुणी साधनाने इतर प्रकाशित करावेत अथवा इतर कुणी. पण हवे, हे मात्र खरे.

प्रशासनात सहसा न केली जाणारी दुसरी गोष्ट देशमुखांनी या लिखाणात केलेली आहे. प्रशासनात इतरांना सहसा चांगले म्हटले जात नाही. 'त्याच्यामुळे मी शिकले / शिकलो' असा ऋण - निर्देश अजिबात नाही. 'त्यांच्या चांगल्या कामाला पुढे नेत मी त्या पायावर आजचा उत्तम कळस रचला' हे सहसा कोणी कबूल करत नाही. ते सर्व देशमुखांनी केले. त्यामुळे त्यांच्या या गुणाचे कौतुक तर व्हायलाच हवे. शिवाय तुमच्या 'सैद्धान्तिक' विवेचनाची उदाहरणे दाखवा म्हटल्यावर देशमुख मुक्तपणे त्या इतरांनी केलेल्या चांगल्या कामाकडे बोट दाखवितात. हा गुण आल्यास प्रशासनात मोठ्या सुधारणा होतील असे माझे मत आहे.

❑

भारतीय प्रशासनाचे सकारात्मक विवेचन

पांडुरंग भोये

कोल्हापूरचे जिल्हाधिकारी श्री. लक्ष्मीकांत देशमुख यांनी भारतीय प्रशासनासंदर्भात 'साधना' या साप्ताहिकात २००९ ते २०१० या दोन वर्षांत जे लेख लिहिले, त्या ३१ लेखांचा संग्रह 'बखर : भारतीय प्रशासनाची' या पुस्तकरूपाने १ जून २०११ रोजी प्रकाशित झाला. या पुस्तकात त्यांनी भारतीय प्रशासनासंदर्भातील ऐतिहासिक पार्श्वभूमी व कार्यपद्धती, नोकरशाहीचे रूप, अमेरिका व ब्रिटनमधील नोकरशाही आणि भारतीय नोकरशाहीसमोरील आव्हाने या प्रशासनाशी निगडित बाबींवर प्रकाश टाकला आहे व प्रशासनासंदर्भात लेखकाने वेगवेगळ्या अंगांनी चर्चा केली आहे.

पुस्तकाला बखर का म्हटले आणि या बखरीचे स्वरूप कसे आहे, याबद्दल लेखकाने सुरवातीलाच आपले मत स्पष्ट केले आहे. नोकरशाहीचा उगम आणि विकास कसा झाला याचा आढावा सुरुवातीच्या भागात घेतला आहे. भारतीय प्रशासनाचा मूळ आधार हा भारतीय संविधान हा आहे. या आधारावरच प्रशासन कसे चालते, याचे उत्तम विवेचन लेखकाने केले आहे.

भारतीय संविधानाची प्रस्तावना, राज्यविषयक मार्गदर्शक तत्त्वे व मूलभूत अधिकार हा आपल्या संविधानाची प्राणतत्त्वे आहेत. त्या आधारावर काम करणारी नोकरशाही ही राष्ट्रासाठी आवश्यक असून नोकरशाहीला मिळालेल्या अधिकारांतून तिच्यात दोष व कुरूपता निर्माण होते यावर नेमके बोट ठेवत नोकरशाहीची आवश्यकता त्यांनी स्पष्ट केली आहे. मार्क्स व वेबरने नोकरशाहीबद्दलच्या केलेल्या सैद्धान्तिक मांडणीबद्दल लेखकाने नेमकेपणाने विवेचन केले आहे. अनेक बाबतींत नोकरशाहीचे सिद्धान्त चुकीचे नसून अमलात आणणारे अधिकारी व कर्मचारीही विकारपीडित आणि स्वार्थमूलक आहेत, अशी स्पष्ट भूमिका लेखकाने मांडली आहे. नोकररशाहीबद्दलचे तर्कचित्र स्पष्ट करून त्याला 'किनडे साईड' यांनी

नोकरशाहीबद्दल मांडलेल्या भूमिकेचा आधार दिला आहे. भारतीय प्रशासनासंदर्भात प्राचीन काळातील ऐतिहासिक पार्श्वभूमी लेखकाने स्पष्ट केली आहे. कौटिलीय अर्थशास्त्रातून प्रशासनासंदर्भात मांडलेली भूमिका स्पष्ट करून त्यांनी असे म्हटले आहे की, कौटिल्याने आपल्या ग्रंथाचे १४ भागांत विभाजन करून राज्यातील प्रशासन कसे चालावे, याबद्दल सविस्तर मांडणी केली आहे. त्याने राज्याची सप्तांगे सांगितली आहेत. लेखकाने हे सांगतानाच मॅकॅव्हेली व कौटिल्य यांच्या विचारांचीही तुलना केली आहे. भारतातील प्रशासनाबाबत ऐतिहासिक दाखले देताना राजा तोरडमल यांनी केलेले मुघलकालीन महसूल प्रशासनाबद्दलचे विवेचन लेखकाने केले आहे. राजा तोरडमल यांनी मनसबदारी प्रथा, न्यायदान पद्धती, जमिनीचे सर्वेक्षण व मोजणीपद्धत आणि जमिनीचे वर्गीकरण करून कर आकारणे याबद्दलचे विवेचन केले होते.

ब्रिटिश काळात भारतीय प्रशासनाची चौकट कशी पक्की झाली, याबद्दलचे सविस्तर वर्णन लेखकाने केले आहे. आय. सी. एस. परीक्षांद्वारा ब्रिटिशांनी भारतात प्रशासकीय सेवा सुरू केल्या. सुरुवातीला ब्रिटिश तरुणांनाच त्या सेवांत सामील होता येत होते; परंतु काळाच्या ओघात भारतीयांनाही ब्रिटिशांनी त्यात सामील करून घेतले. ब्रिटिश साम्राज्याच्या विस्ताराबरोबरच या सेवा विस्तारल्या. वॉरेन हेस्टिंग्ज, लॉर्ड कॉर्नवॉलिस, वेलस्ली आणि मॅकॉले यांसारख्या अधिकाऱ्यांनी या सेवा मजबूत करण्यात दिलेले योगदान महत्त्वपूर्ण होते. ब्रिटिश राजवटीने आपले साम्राज्य पक्के करताना भारतासंदर्भात वेगवेगळे कायदे केले. राणीचा जाहीरनामा, १८६१ कायदा, १८९२ चा कायदा व १९०९ चा कायदा या कायद्यांद्वारे केंद्रीय व प्रांतीय कायदेमंडळाचा विस्तार झाला. लॉर्ड रिपन हे स्थानिक स्वराज्य संस्थांचे जनक जरी असले, तरीही १६८८ ला भारतात मद्रासमध्ये नगरपालिका स्थापना झाली होती. हा दाखला देऊन स्थानिक स्वराज्य संस्थांच्या अधिकारांचे विकेंद्रीकरण केले, असे मत लेखकाने व्यक्त केले आहे. ब्रिटिश साम्राज्याचा भाग असणाऱ्या अधिकाऱ्यांनी भारतात चंगळवादी जीवन कसे व्यतीत केले, याबद्दलचे वर्णनही त्यांनी केले आहे. या चंगळवादी अधिकाऱ्यांप्रमाणे काही कर्तव्यदक्ष व कार्यक्षम अधिकारीदेखील होते. यामध्ये हंटर यांनी गॅझेटियर निर्मितीतील दिलेले योगदान, वॉल्टन जॉन ख्रिस्ता यांनी १९४३ मध्ये इंडियन फूड डिपार्टमेंट स्थापनेतील व फाळणीनंतर दोन्ही राष्ट्रांत संपत्तीचे वितरण कसे करावे यासाठी लिहिलेले ३३ पानांचे टिपण यांतील योगदान इ. उदाहरणे दिली आहेत. ब्रिटिश अधिकाऱ्यांप्रमाणेच भारतीय अधिकाऱ्यातील सत्येंद्रनाथ टागोर, गुरुदास दत्ता आणि सी. डी. देशमुख यांच्या योगदानाचे विवेचनही केले आहे.

स्वातंत्र्यानंतरच्या भारतीय नोकरशाहीचे व्यापक वर्णन लेखकाने केले आहे. स्वातंत्र्यानंतर ब्रिटिश राजवटीच्या धर्तीवर असणारी नोकरशाही स्वीकारायची की अमेरिकन धर्तीवरची नोकरशाही स्वीकारायची, यावर झालेल्या चर्चेचा आढावा त्यांनी घेतला आहे. भारतीय नोकरशाहीबद्दल सरदार वल्लभभाई पटेल यांची भूमिका व योगदान याचा त्यांनी आढावा घेतला आहे. त्यांनी पं. नेहरू आणि लालबहादूर शास्त्री यांनी सांगितलेल्या नोकरशाहीच्या समस्या व मर्यादाही विशद केल्या आहेत. अस्थिर राजकीय परिस्थिती, देशाच्या अखंडतेचा व एकात्मतेचा प्रश्न, कायदा व सुव्यवस्थेचा प्रश्न आणि वाढलेली नोकरशाही हे भारतीय प्रशासनावर प्रभाव टाकणारे प्रमुख प्रवाह आहेत. यावर लेखक प्रकाश टाकतात. भारतीय प्रशासन हे बदलत असून त्यांत लोकप्रतिनिधींचे नियंत्रण कसे महत्त्वपूर्ण आहे, याबद्दलचे वर्णनही त्यांनी केले आहे. भारतीय राज्यसंस्थेचे स्वरूप, परंपरा व वैशिष्ट्ये विशद केली आहेत. भारतीय राज्यसंस्थेच्या वैशिष्ट्यांमध्ये उदारमतवादी लोकशाही, केंद्रीभूत सत्ता, केंद्रीभूत प्रशासनव्यवस्था, धर्मनिरपेक्ष राज्यसंस्था, कल्याणकारी राज्यसंस्था आणि प्रशासकीय व्यवस्था यांची चर्चा केली आहे. भारतीय प्रशासनाच्या पर्यावरणासंदर्भात धर्म, सहिष्णुता व विश्वात्मकता हे भारतीय संस्कृतीचे आधार कसे आहेत, याचेही विवेचन केले आहे. जात, धर्म व जमातवाद आणि हिंसा - दहशतवाद यांच्या भारतीय प्रशासनावर विपरीत परिणाम कसा होतो, याचे वर्णन श्री. देशमुखांनी केले आहे. भारतीय प्रशासनाचे राजकीय पर्यावरण स्पष्ट करताना त्यावर भारतीय लोकशाही, वाढता राजकीय हस्तक्षेप आणि नोकरीतील आरक्षण या घटकांचा प्रभाव कसा पडतो, हे स्पष्ट केले आहे. आर्थिक पर्यावरणाचा जो प्रभाव पडतो, त्याचेही विवेचन त्यांनी केले आहे. एडवर्ड डी बोनो यांच्या 'सिक्स थिंकिंग हॅट' या प्रारूपाच्या आधारावर भारतीय प्रशासनातील सर्वसाधारण प्रवृत्तींवर नेमके बोट ठेवले आहे. भारतीय प्रशासनात ज्या वाईट प्रवृत्ती निर्माण झाल्या आहेत, त्याबद्दलचे विवेचन लेखकाने केले आहे. मॅनेजमेंट गुरू गुरुचरण दास व नामांकित प्रशासकीय अधिकारी पी. एस. अप्पू यांची भूमिकादेखील त्यांनी मांडली आहे.

अमेरिकन नोकरशाहीच्या प्रतिमानाची चर्चाही त्यांनी केली आहे. त्यांनी अमेरिकन नोकरशाहीचे स्वरूप सांगून नोकरशाही आणि राज्यकर्ते यांचा परस्परसंबंध सांगितला आहे. अमेरिकेमध्ये ज्या प्रशासकीय सुधारणा झाल्या, त्यांचा उल्लेख त्यांनी केला आहे. प्रशासकीय सुधारणांच्या माध्यमातून लालफीत ही कमी करणे, नागरिक केंद्रस्थानी ठेवणे, कार्यक्षम प्रशासनासाठी अधिकारी व कर्मचाऱ्यांना अधिकार देणे आणि अनावश्यक सूज कमी करणे, ही भूमिकादेखील मांडली आहे. इंग्लंडमधील प्रशासकीय सेवांचीही चर्चा केली आहे. त्यांच्या मते, इंग्लंड लोकशाहीच्या

जननीप्रमाणेच नागरी सेवांचीही जननी आहे. त्यांनी इंग्लंडमधील नोकरशाहीच्या विकासाचे टप्पे व नोकरशाहीबाबतची भूमिका मांडली आहे. इंग्लंडमध्ये ज्या प्रशासकीय सुधारणा झाल्या. त्यांचे विवेचन करून मार्गारेट थॅचर यांचे प्रशासकीय सुधारणांतील योगदान विशद केले आहे. नागरिकांची सनद विशद करून या सनदेचा जो जगाने स्वीकार केला, त्याचे वर्णन केले आहे. जगाप्रमाणेच भारतानेही याचा स्वीकार केला आहे, याबद्दलची माहिती देत 'सर्व्हिसेस फर्स्ट' चार्टर पुढे कसे आले याचे वर्णन केले आहे. तिसऱ्या टप्प्यातील इंग्लंडमधील सुधारणा सांगून सार्वजनिक जीवनातील सात तत्त्वेंही सांगितली आहेत. इंग्लंडने १९९७ मध्ये सरकार आधुनिक करण्यावर जो भर दिला, त्याचे विवेचनही त्यांनी केले आहे. सर अँड्र्यूंनी २००२ मध्ये प्रशासनविषयक जी निरीक्षणे नोंदवली, त्यांचा उल्लेख केला आहे. सन २००४, २००९ आणि २०१० या वर्षांत कोणत्या वेगवेगळ्या प्रशासकीय सुधारणा झाल्या. याचेही विवेचन केले आहे.

भारतीय प्रशासनासंदर्भात प्रशासनाचा चेहरा कसा बदलत आहे, याचीही व्यापक चर्चा लेखकाने केली आहे. गरिबी, प्रतिकूल परिस्थिती, असंख्य अडचणी आणि सामाजिक वास्तवावर मात करून प्रशासकीय सेवांत येणाऱ्या तरुणांचा उल्लेख लेखकाने केला आहे. पूनम मलिक, संदीप कौर, कृष्णात पाटील, राजलक्ष्मी कदम व डॉ. फैजल शहा यांसारख्या दुर्दम्य इच्छाशक्तीच्या आधारावर प्रशासकीय सेवांत येणाऱ्या तरुण आणि तरुणींची भूमिका आज परिवर्तनकारी ठरत आहे. भारतीय प्रशासनाचा बहुआयामी चेहरा पुढे येत आहे. याचेच एक उदाहरण म्हणजे, श्री. ज्ञानेश्वर मुळे होत. त्यांनी भारतीय परराष्ट्र सेवांत आपल्या कर्तृत्वाचा ठसा उमटविला आहे. भारतीय प्रशासनाच्या संस्कृतीची चर्चा करताना वैयक्तिक मूलव्यवस्था, कुटुंब, समाज, शिक्षण, धर्म, राजकीय व्यवस्था आणि आर्थिक घटक हे या संस्कृतीला प्रभावित करतात, याचे विवेचन केले आहे. प्रशासनात आढळणाऱ्या समस्या समजावून घेऊन त्यांचे निराकारण करण्यासाठी प्रशासकीय सुधारणा का गरजेच्या बनतात यावरही भर दिला आहे. भारतात प्रशासनाचे राजकीयीकरण व सचोटीचा प्रश्न; जबाबदेहीपणा व कार्यक्षमता, भ्रष्टाचारनियंत्रण, कर्मचाऱ्यांची वाढती संख्या आणि लोककेंद्रित प्रशासन यासाठी प्रशासकीय सुधारणा कशा आवश्यक बनतात, यावर भर दिला आहे.

भारतामध्ये प्रशासकीय सुधारणांसंदर्भात गोपालस्वामी समिती, ए. डी. गोरवाला समिती, पॉल ॲपलबी समिती, एल. पी. सिंग व एल. के. झा समिती, कोठारी समिती आणि अशोक मेहता समिती या भारताच्या पातळीवर सुधारणा समित्या स्थापन करण्यात आल्या. त्यांच्या कामाचा आढावा लेखकाने घेतला आहे. राज्यांच्या

पातळीवर आलेल्या प्रमुख प्रशासकीय सुधारणा आयोगांचा आढावाही त्यांनी घेतला आहे. प्रशासकीय सुधारणा संदर्भात केंद्र शासनाने कोणती उत्तरे शोधली पाहिजेत, याबद्दलची स्पष्ट भूमिका त्यांनी मांडली आहे. भारतीय प्रशासकीय सेवांतील आयएएस सेवा बंद कराव्यात व त्याला बदली व्यावसायिक सेवा आणाव्यात, हे जे नारायण मूर्ती यांनी मत मांडलेले आहे, त्याबद्दलची भूमिका मांडताना लेखक असे म्हणतात की - त्याने प्रश्न सुटणार नाही. आयएएस सेवांबाबत वेगवेगळ्या सर्वेक्षणांतील निरीक्षणेही नोंदवली आहेत. भारतीय प्रशासकीय सेवा पद्धतशीर चालाव्यात, यासाठी प्रशासकांना त्यांच्या क्षमतेप्रमाणे व पोस्टिंगच्या गरजेप्रमाणे ठरावीक कालावधीत तीन वर्षे पदाची हमी द्या, त्यांच्या कामात हस्तक्षेप नको, कार्यक्षमता पडताळली जावी, चांगल्या अधिकाऱ्यांना संरक्षण मिळावे आणि अकार्यक्षम अधिकाऱ्यांना वेसण घालावी, असे स्पष्ट मत लेखकाने मांडले आहे.

भारतीय प्रशासकीय व्यवस्थेचा प्रमुख आधार म्हणजे जिल्हाधिकारी होय. जिल्हाधिकाऱ्यांचे महत्त्व, पार्श्वभूमी आणि आजच्या जिल्हाधिकाऱ्यांचे स्थान याबद्दलचे विवेचन त्यांनी केले आहे. जिल्हाधिकारी जिल्ह्याचा प्रमुख म्हणून, महसूल-प्रशासनविषयक प्रमुख म्हणून, जिल्हा दंडाधिकारी आणि आपत्कालीन व्यवस्थापनाचा प्रमुख म्हणून जिल्ह्याच्या ठिकाणी प्रमुख भूमिका पार पाडतो, याबद्दलचे विवेचन केले आहे. विकास प्रशासनाची संकल्पना सांगून त्यामधील नोकरशाहीची भूमिकादेखील सांगितली आहे. त्र्याहत्तरावी घटनादुरुस्ती व नागरी स्थानिक स्वराज्य संस्था याबद्दलचे विवेचन केले आहे.

भारतीय प्रशासनासमोर अनेक आव्हाने निर्माण झाली आहेत. त्यांतील भ्रष्टाचार हे मोठे आव्हान आहे. त्याबद्दल व्यापक चर्चा केली आहे. भूतकाळाचा वारसा, विकसित होणाऱ्या अर्थव्यवस्थेतील मूल्यसंघर्ष, भीषण गरिबी, भ्रष्टाचाराविरुद्ध जागृत जनमत नसणे, आर्थिक गरज आणि शासनव्यवहाराची गुंतागुंत ही भ्रष्टाचाराची कारणे होत. यावर प्रकाश टाकीत भारतीय प्रशासनासमोरील आव्हाने स्पष्ट केली आहेत. भविष्यामध्ये भारतीय प्रशासनात तरुणांचा दबदबा वाढेल, असा आशावाद व्यक्त केला आहे. नोकरशाही हा आपल्या जीवनाचा अविभाज्य भाग आहे, हे स्पष्ट करून बखरीचा आशावादी समारोप केला आहे. मूळ बखरीव्यतिरिक्त 'झपाटलेपणा ते जाणतेपणा' - लेखकाच्या जडणघडणीचा आणि उल्लेखनीय प्रशासकीय कामांचा आढावादेखील पुस्तकात घेण्यात आला आहे.

या पुस्तकाची काही वैशिष्ट्ये सांगता येतील. पहिले वैशिष्ट्य हे सांगता येईल की, पुस्तकाचे एकूण पाच टप्पे दिसून येत. पहिल्या टप्प्यात ऐतिहासिक पार्श्वभूमी व नोकरशाहीचा उगम हा पहिल्या ते अकराव्या अध्यायातून; दुसऱ्या

टप्प्यात स्वातंत्र्योत्तर भारतीय नोकरशाहीचा विकास व वास्तव याबद्दलची मांडणी बाराव्या ते अठराव्या अध्यायातून; तिसऱ्या टप्प्यात अमेरिका व ब्रिटनमधील नोकरशाही याबद्दलची माहिती एकोणिसाव्या ते चोविसाव्या अध्यायातून व चौथ्या टप्प्यात भारतीय प्रशासनाचे बदलाचे टप्पे, प्रशासकीय सुधारणा व आव्हाने ही पंचवीस ते एकतिसाव्या अध्यायातून स्पष्ट होतात. पाचव्या टप्प्यात तर संकीर्ण बाबींचा उल्लेख आढळतो. त्यात लेखकाची जडणघडण व इतर बाबींचा उल्लेख आढळतो. दुसरे वैशिष्ट्य असे सांगता येईल की, लेखक स्वत: प्रशासकीय सेवांत सहभागी असल्याने अनुभवावर आधारित वास्तवाचे चित्रण व प्रसंगी परखड मतेही मांडली आहेत. तिसरे वैशिष्ट्य हे सांगता येईल की, लोकप्रशासन या विषयातील लोकप्रशासनाचे सिद्धान्त, विकास प्रशासन, भारतीय प्रशासन आणि सार्वजनिक धोरण या अभ्यास शाखांचा अभ्यास करून आपल्या अनुभवांना चांगल्या माहितीचा आधार दिला आहे. चौथे वैशिष्ट्य हे सांगता येईल की, लेखकाने वेगवेगळ्या मान्यताप्राप्त अभ्यासक्रमांची मूळ इंग्रजी पुस्तके वाचली आहेत. या इंग्रजी पुस्तकांतील उदाहरणे इंग्रजीतच पुस्तकात दिली आहेत. जर या इंग्रजीतील असणाऱ्या वाक्यांचा आणि उताऱ्यांचा स्वैर मराठी अनुवाद केला असता, तर लेखकाचे प्रतिपादन इंग्रजी येत नसणाऱ्या अनेक वाचकांना समजून घ्यायला सोपे गेले असते. कारण ही वाक्ये व उतारे महत्त्वपूर्ण आहेत. लेखक पुढील आवृत्तीत याची नक्कीच दखल घेतील, अशी आशा आहे.

एकंदरीत हे पुस्तक विद्यार्थी, कार्यकर्ते, प्रशासक व राज्यकर्त्यांनी वाचले पाहिजे. केवळ भारतीय प्रशासनाची चौकट न सांगता त्याची पार्श्वभूमी, वास्तव, अनुभव आणि इतर आधार यांचे लेखकाने विवेचन केले आहे. प्रशासनाकडे सकारात्मक दृष्टीने कसे पाहावे आणि प्रशासनाच्या माध्यमातून विकास कसा करता येऊ शकतो, याचे स्वत: लेखक हे उत्तम उदाहरण आहेत. समाजातील वेगवेगळ्या घटकापर्यंत या पुस्तकाचे निश्चितच स्वागत होईल. प्रशासनात कार्यरत असणाऱ्या व ते समजावून घेऊ इच्छिणाऱ्या व्यक्तींनी हे पुस्तक जरूर वाचावे.

❑

भाग ५

लक्ष्मीकांत देशमुख यांचे नाट्यविश्व

आशयधर्मी नाटककार

विद्यासागर अध्यापक

सध्या मराठी रंगभूमीवर अनेक एकांकिका आणि नाटके येत आहेत. एकूण नाट्यविश्वाच्या दृष्टीनं ही बाब स्वागतार्हच आहे. निरनिराळे प्रयोग आणि संहिता रंगभूमीवर येऊन त्याचे वेगवेगळे प्रयोग होणे हे रंगभूमीचा विकास होण्याच्या दृष्टीने महत्त्वाचे मानले जाते. सध्या निरनिराळ्या पद्धतीचे प्रयोग रंगभूमीवर होत असताना दिसत असले तरी आशयधन नाट्यसंहिता उपलब्ध होत नाहीत अशी निर्माते आणि दिग्दर्शकांची नेहमीची तक्रारही आपल्याला दिसते. त्याचबरोबर सुमार विनोदी नाटके दरवर्षी येऊन प्रेक्षकांना हसवण्याचा केविलवाणा प्रयत्न करतच असतात. सिनेमा आणि टीव्ही सिरीयलच्या मायाजालात प्रेक्षक इतके गुरफटले आहेत कि त्यांना पुन्हा रंगभूमीकडे कसे वळवायचे हा प्रश्न सगळ्या रंगकर्मींनाच भेडसावतांना दिसतो. बऱ्याच नाटकांची कथानके टीव्ही सिरियल लिहणाऱ्यांनी जवळ जवळ पळवलेलीच आहेत. कौटुंबिक नाटक हा प्रकार आता डेली सोपमध्ये जास्त प्रमाणात दिसतो - प्रेक्षकांना घरबसल्या बघायला मिळतो. मग तेच कौटुंबिक जिव्हाळ्याचे नाटक पाचशे रुपये देऊन थिएटरमध्ये जाऊन कोण बघणार? हा प्रश्न निर्माण होतोच.

सिनेमा हा मुळात फॉर्मचा असतो तर नाटक हे आशयाचे असते असे मानणाऱ्यांपैकी मी आहे. एकेकाळी कौटुंबिक जिव्हाळ्याची नाटके आज रंगभूमीवर चालत नाहीत. अंगविक्षेपांनी भरलेली विनोदी नाटकेसुद्धा आता टीव्हीवर स्टँड-अप कॉमेडीमध्ये दिसू लागतात. अमेरिकेमध्ये टीव्ही माध्यमाने नव्वदच्या दशकात इतकी मोठी झेप घेतली की लोक घरी बसून टीव्हीवरच चित्रपट बघू लागले. हॉलिवूड संपणार का काय अशीही चर्चा रंगू लागली. पण सिनेमातल्या दिग्दर्शकांनी त्या प्रश्नावर मात करत, सिनेमाच्या तांत्रिक अंगांचा विकास करत भव्य, दिव्य आणि थिएटरमध्ये प्रेक्षक जाऊन बघतील असे सिनेमे निर्माण केले. टायटेनिक,

ज्युरॅसिक पार्क किंवा टर्मिनेटर ही त्याची उदाहरणे. लोक हे सिनेमे घरात बघण्यापेक्षा थिएटरमध्ये जाऊन त्या सिनेमांचा आनंद घेऊ लागले आणि चित्रपट माध्यमाने जणू कात टाकली. अशी कात टाकणे मराठी रंगभूमीला शक्य आहे का? तर माझ्या मते त्याचे उत्तर होय असे आहे. आशय हा नाटकाचा केंद्रबिंदू आहे. जितकी जास्त सखोल आशयनिर्मिती करणारी नाटके रंगमंचावर येतील तितकी रंगभूमी जास्त सशक्त होईल असे माझे मत आहे. नाट्यलेखनामध्ये तंत्र असावेच लागते पण त्याहून अधिक महत्त्वाचा असतो तो आशय. मी एक दिग्दर्शक म्हणून निरनिराळ्या आशयघन संहितांचा शोध घेत असताना माझी ओळख झाली ती लक्ष्मीकांत देशमुख ह्या नाटककाराशी. काही वर्षांपूर्वी मी त्यांचे 'अखेरची रात्र' हे नाटक दिग्दर्शितही केलेले होते, तर 'दूरदर्शन हाजिर हो' हे लहान मुलांसाठी बालनाट्य वाचले होते. 'अखेरची रात्र' आणि 'दूरदर्शन हाजिर हो' ह्या नाटककार लक्ष्मीकांत देशमुख ह्यांनी लिहिलेल्या नाट्यसंहितावरची माझी काही निरीक्षणे.

'अखेरची रात्र' हे नाटक भारतीय चित्रपटसृष्टीतील महान कलावंत गुरुदत्त ह्यांच्या आयुष्यातील शेवटच्या रात्री काय घडले असावे ह्या कल्पनेवर बेतलेले आहे. नाटककाराने ह्या मनस्वी कलावंताच्या आयुष्यातील शेवटची रात्र दाखवताना काही स्वातंत्र्येही घेतली आहेत. नाटककाराचा मूळ हेतू त्या रात्री प्रत्यक्ष गुरुदत्तच्या आयुष्यात काय घडले असेल त्याच्या घटना दाखवण्यापेक्षा त्या रात्री ह्या मनस्वी कलाकाराच्या मनात कोणकोणते विचार येऊन गेले असतील, हा आहे. मराठी रंगभूमीवर शोकांतिका ह्या तशा तुलनेने कमीच आढळतात. बऱ्याचशा पाश्चात्त्य नाटककारांकडून उधार घेतलेल्या. नाटककाराने गुरुदत्त ह्या व्यक्तिरेखेवर नाटक लिहिण्यात प्रामुख्याने दोन गोष्टी दिसतात. पहिली म्हणजे नाटककाराची ओरिजनालिटी आणि दुसरी म्हणजे शोकांतिका ह्या नाट्य प्रकाराचा चांगला अभ्यास.

शोकांतिकेमध्ये नायकाचा प्रवास हा फक्त अधोगतीच्या दिशेने असत नाही तर त्या नायकाने आयुष्यात खूप यशही मिळवलेले असते. जितक्या उंचीवर नायकाच्या प्रतिमेची राजमान्यता, समाजमान्यता असते तितकी त्याची नियतीने केलेली शोकांतिका मोठी ठरते; म्हणूनच बऱ्याचशा शोकांतिकामध्ये नायक हा बहुधा राजा असतो. त्याने नियतीविरुद्ध केलेला प्रवास जरी त्याची शोकांतिका ठरली तरी त्याचा तो प्रवास आपल्याला हवाहवासा वाटतो.

गुरुदत्त हा कलावंत हा नियतीशरण नव्हता, तसा तो तद्दन गल्लाभरू चित्रपट काढणाराही नव्हता. त्याने चित्रपटमाध्यमात केलेले प्रयोग नावीन्यपूर्ण होते. त्याने ह्या उद्योगात प्रचंड पैसा जरी मिळवला नसला तरी अनेक सिनेरसिकांनी त्याला 'दिग्दर्शकांचा राजा' ही उपाधी दिली. ह्या अर्थाने सिनेरसिकांवर त्याने राज्य

केले. काळाच्या पुढे असणाऱ्या ह्या दिग्दर्शकाची म्हणावी तशी दखल त्याच्या हयातीत घेतली गेली नाही. काहीवेळा कालातीत असणाऱ्या कलाकृतींची दखलसुद्धा अनेक वर्षांनी घेतली जाते. गुरुदत्तच्या बऱ्याच सिनेमांच्या बाबतीत असेच म्हणावे लागेल. ह्या अर्थाने गुरुदत्तसारख्या कलावंताने त्या काळात जन्म घेणं हीसुद्धा शोकांतिकाच म्हणावी लागते. म्हणूनच नाटककाराने शोकांतिक सिनेमांच्या बादशहालाच आपल्या नाटकाचा नायक करणे यथायोग्य वाटते.

शोकांतिकेचे दुसरे ठळक वैशिष्ट्य असते ते म्हणजे सर्वगुणसंपन्न असणाऱ्या नायकाची एखादी दुबळी बाजू. जसे शेक्सपिअरच्या किंग लिअरमध्ये लिअर हा सर्वगुणसंपन्न असतो पण त्याचा रागावर ताबा नसणं ही त्याची दुबळी बाजू ठरते. त्याचमुळे कॉर्डेलिया ही त्याची मुलगी त्याच्यापासून दुरावते आणि सर्वार्थानं यशस्वी असणाऱ्या लिअरची शोकांतिका सुरू होते. ज्यांनी ज्यांनी चांगल्या शोकांतिका लिहिल्या त्या त्या नाटककारांचा मानवी मनाचा अभ्यास खूप होता असे आपल्याला दिसून येईल. उत्तम शोकांतिकांमध्ये नायकाची दुबळी बाजू दाखवताना ती परिस्थितीजन्य न दाखवता नायकाच्या स्वभाववैशिष्ट्यांशी संबंधित अशी दुबळी बाजू दाखवली जाताना आपल्याला दिसेल. म्हणून शोकांतिका ह्या एखाद्या व्यक्तिरेखेच्या फक्त आयुष्याचा चरित्रपट न दाखवता त्यांच्या मनाचा पट दाखवत असतात. त्या नायकाच्या मनाचा पटच आपल्याला जास्त आकर्षिक करतो. आणि तिथेच शोकांतिका एका परिपूर्ण आशयाच्या जागी पोहोचत असते. माणसाच्या जगण्यातील अपूर्णतेचे दर्शन आपल्याला त्याच ठिकाणी होते.

नाटकाराने 'अखेरची रात्र' हे नाटक लिहिताना गुरुदत्तच्या आयुष्यात गीता दत्त आणि वहीदा रहेमान ह्या दोन स्त्रियांवरील त्याच्या प्रेमाला त्याच्या मनाचा कमकुवतपणा म्हणून दाखवलेले आहे. नाटकामध्ये ह्या पात्रांची नावे प्रतिभा आणि प्रेरणा अशी येतात. नाटककाराने नाटक लिहिताना स्वातंत्र्य वापरत ह्या पात्रांची खरी नावे न देता नायक गुरूच्या मनाची दोन रूपे म्हणून अशी नावे दिली आहेत. प्रतिभा आणि प्रेरणा ह्या दोनही स्त्रियांवर प्रेम करणारा गुरू नाटकामध्ये प्रेमाबद्दलच्या त्याच्या मूलभूत प्रेरणा सांगत प्रेमाबद्दलच्या सामाजिक मान्यता आणि खोट्या कल्पनांना विरोध करत राहातो. एका पुरुषाला एकाच वेळी दोन स्त्रिया आवडू शकतात. किंवा एखाद्या स्त्रीला दोन किंवा त्यापेक्षा जास्त पुरुष. पण सामाजिक परंपरेची ओझी वाहणाऱ्या माणसांना हे विचार बदफैलीपणाचे वाटू शकतात, पण मनाच्या पातळीवर मात्र ते खरे असू शकतात. ह्या अर्थाने 'अखेरची रात्र' ह्या नाटकाचा नायक प्रेमाच्या तथाकथित सामाजिक परंपरांना धक्का लावू पाहातो. असे म्हणतात की, स्त्री ही जन्मतःच सृजनशील असते. त्यामुळे ती मुलाला जन्म

देऊ शकते. पुरुष मात्र स्वत:च्या सृजनशील प्रेरणा विकसित करत राहिला तरी अखेरपर्यंत अपूर्णच राहातो. असा अखेरपर्यंत सृजनासाठी प्रतिभा आणि प्रेरणावर अवलंबून असलेला गुरू शेवटी निराशेच्या खोल गर्तेत जातो. दारूच्या आहारी जातो. बऱ्याचदा दारू पिणे समाजात कितीही वाईट समजले जात असले तरी ज्या माणसाला आजूबाजूचे भयंकर वास्तव विसरायचे असते त्याच्यासाठी ते औषध ठरते. कोणताही मार्ग नसलेला गुरू शेवटी दारूच्याच आहारी जात स्वत:ची जीवनयात्रा संपवतो.

लक्ष्मीकांत देशमुख यांनी गुरुदत्त या अतिशय संवेदनाशील, प्रतिभावंत कलाकाराची शोकांतिका मांडत असताना त्याच्या व्यक्तिमत्त्वातील गुणांना आणि अवगुणांना नाट्यात्मतेची जोड दिली आहे. नाटककार जेव्हा वास्तवात होऊन गेलेल्या व्यक्तिरेखेवर नाटक निर्माण करतो तेव्हा त्या व्यक्तिरेखेच्या गुणांचा किंवा त्यानं केलेल्या कार्याचा उदोउदो करण्याने त्यातील नाट्यात्म मूल्य हरवण्याचा धोका असतो. 'अखेरची रात्र'मध्ये मात्र गुरू हा जसा प्रतिभावान दाखवला आहे तसेच त्याच्यातील दोषही उघडपणे मांडण्यात आले आहेत. गुरुदत्त ह्या व्यक्तिरेखेच्या प्रेमात न पडता त्या व्यक्तिरेखेचे सारासार मूल्यमापन करण्याला नाटककार प्राधान्य देतो.

शोकांतिकांचे आणखी एक वैशिष्ट्य म्हणजे भावनाप्रधानता. नायकाची शोकांतिका आपल्याला भावनिक करते. प्रेक्षक जितका भावनिक होईल तितकी ती कलाकृती श्रेष्ठ अशी एक धारणा असते. शोकांतिका म्हणजे कॅथार्सिस. म्हणजेच कलाकृती पाहाताना प्रेक्षक जणू काही आपल्याच मनातील भावनांचा निचरा करत असतो. हे वैशिष्ट्य लक्षात घेऊन नाटककार नाट्यप्रसंगांची निर्मिती करत असतो. 'अखेरची रात्र' या नाटकात मात्र नायक फक्त भावनिक पातळीवर न राहाता वैचारिक पातळीवरही येतो. गुरूच्या स्वत:च्या शोधात त्याला येत गेलेले आत्मभान या कलाकृतीला वैचारिक पातळीवर नेते. शोकांतिकांमध्ये वैचारिक आणि भावनिक अशा दोन्ही पातळ्यांवर कलाकृती जाणे हे जास्त महत्त्वाचे.

नाटकामध्ये शब्द महत्त्वाचा असतो असे मानणारा मी दिग्दर्शक आहे. नाटककाराने लिहलेला शब्द अभिनेता कशा पद्धतीने प्रेक्षकांपुढे सादर करतो यावर बरेचसे नाटकाचे यश अवलंबून असते. शोकांतिकांचे एक वैशिष्ट्य असेही असते ते म्हणजे त्याची काव्यात्म भाषाशैली. लेखन करणाऱ्याला हा प्रकार आव्हानात्मक असतोच आणि अभिनेत्यालासुद्धा एखाद्या व्यक्तिरेखेच्या मनाचे कंगोरे दाखवत असताना ही काव्यात्म भाषा आपल्याला त्या व्यक्तिरेखेच्या मनात नेऊन ठेवते. बऱ्याचदा शोकांतिकांमधील स्वगते अनेक नटांना भुरळ घालतात. 'अखेरची रात्र'मध्ये

नाटककाराने काव्यात्मक भाषा आणि दैनंदिन वापरात असणारी भाषा ह्याचा सुरेख संगम केला आहे. गुरू ह्या प्रतिभावंत कलावंताच्या अंतर्मनातील द्वंद्व आणि विचार ह्यासाठी काव्यात्म भाषा आणि त्याच्या आयुष्यात घडत जाणारा बाह्य घटनाक्रम यासाठी दैनंदिन वापरातील भाषा, असे वर्गीकरण नाटकाराने केलेले दिसते. नाट्यसंहिता ही मुळात प्रयोग करण्याकरिता लिहलेली असते त्यामुळे प्रयोगाच्या दृष्टीने त्याचा विचार करणे आवश्यक ठरते. एकाच पद्धतीची काव्यात्म भाषा सातत्याने वापरली गेल्यास त्याची गोडीसुद्धा नष्ट होऊ शकते तसेच फक्त दैनंदिन वापरातील भाषा वापरल्यास नाट्यात्म उंची कदाचित कलाकृती गाठू शकत नाही. प्रयोगाच्या ह्या मर्यादा लक्षात घेता लक्ष्मीकांत देशमुख ह्यांनी दोन्ही पद्धतीच्या भाषा प्रकाराचा सुंदर गोफ यामध्ये विणला आहे.

या नाटकाचे संवाद लिहितानासुद्धा नाटकाकाराने शब्दांचे फुलोरे असणारे संवाद लिहिण्यापेक्षा नाटकातील घटनाक्रम आणि व्यक्तिरेखेच्या मनातील स्पंदने स्पष्ट होतील अशी स्पष्टता बाळगत ते लिहिले आहेत. विशेषत: काव्यात्म संवाद प्रयोगरूपात सादर होत असताना कित्येकदा नाटककाराने वापरलेल्या शब्दांना प्रेक्षक दाद देतात. माझ्या मते ही चांगली गोष्ट नसून ती रसभंग करणारी गोष्ट आहे. अशा संवादातील शब्द कितीही उत्तम असले तरी प्रेक्षकाला ते कलाकृतीमधून बाहेर घेऊन येतात. 'अखेरची रात्र'मधील संवाद हे प्रेक्षकांना असे घायाळ वगैरे न करत बसता नेमकी मनोवस्था स्पष्ट करतात हे ह्या संहितेचे बलस्थान मानावे लागेल.

नाट्यसंहितेत जसा आशय महत्त्वाचा असतो तसेच त्या आशयाची मांडणीसुद्धा. शोकांतिकेमध्ये प्रामुख्याने नायक केंद्रस्थानी असल्याने त्याच्याबरोबर असणारी इतर पात्रे दुय्यम ठरण्याची शक्यता असते. बऱ्याचदा ती दुय्यम असतात. 'अखेरची रात्र'मध्ये नाटककार गुरूचे संपूर्ण आयुष्य व्यापून टाकणाऱ्या दोन स्त्रिया आणि त्याचा सहलेखक अब्बास एवढ्या चारच पात्रांवर अख्खे नाटक तोलतो. प्रेरणा आणि प्रतिभा ह्या दोघींचे अस्तित्व गुरूच्या मनात सतत एक अंतर्विरोध निर्माण करत राहातात, तर अब्बास हा त्याचा सहलेखक ह्या नाटकाचा सूत्रधार म्हणून वावरतो. प्रत्यक्ष घडणाऱ्या घटनाक्रमातही अब्बास सहभागी होतो तो एखाद्या संस्कृत नाटकातल्या विदूषकाप्रमाणे, जो राजावर मनापासून प्रेम करतो आणि टीकाही. एका लेखकालाच सूत्रधार करून त्याला विदूषकाच्या एका आगळ्या वेगळ्या प्रकारात नाटककाराने सादर करून ह्या व्यक्तिरेखेला एका वेगळ्या उंचीवर नेऊन ठेवले. बऱ्याचदा शोकांतिकेमध्ये विदूषक ह्या पात्रामार्फत कित्येकदा नाटककार स्वत:चे भाष्य करत असतो. विदूषक हा फक्त मनोरंजन करणारा नसून

तो एक विचारवंत म्हणून शोकांतिकांमध्ये वापरला जातो. इथेही अब्बास हा एक विचारवंत म्हणून गुरूच्या आयुष्यावर तटस्थपणे भाष्य करताना दिसतो.

कलाकारला त्याची कला वृद्धिंगत व्हावी म्हणून काही स्वातंत्र्य हवे, की त्याने सामाजिक परंपरांची जोखडे वाहत जमेल तेवढी कला सादर करायची असा एक प्रश्न कलाकारासंदर्भात नेहमी उपस्थित केला जातो. कलाकाराची कलाकृती हा एक प्रकारे स्वातंत्र्याचा आविष्कार असतो. कित्येकदा नैतिकतेच्या चौकटीत न बसणाऱ्या कलाकृतींना कालांतराने समाजमान्यता मिळालेली दिसते. त्या कलाकाराने त्याचे जीवन कसे जगावे ह्याचे नीतिनियम समाजाने ठरवणे कित्येकदा त्या कलाकाराला जाचक ठरू शकते. कलाकाराने मनस्वी जगणे, त्याच्यावर लादली जाणारी बंधने, वेगवेगळ्या धर्मातील स्त्रीपुरुषांच्या प्रेमात येणारी धर्माची बंधने, मनाची अतिशय संवेदनशीलता हे कलाकाराला मिळालेले वरदान आणि तोच शाप अशा कित्येक गोष्टींवर 'अखेरची रात्र' प्रकाश टाकते. आजच्या काळातील एक सशक्त शोकांतिका ठरते.

ह्याच नाटककाराचे मी वाचलेले दुसरे एक बालनाट्य म्हणजे, 'दूरदर्शन हाजिर हो.' रूढ अर्थाने जरी ह्या बालनाट्य असे म्हटले जात असले तरी ते सर्व वयोगटातल्या स्त्री-पुरुषांसाठी आहे असे मानावे लागेल. बालनाट्य लिहिणे हीही सगळ्यात अवघड गोष्ट आहे असे मला वाटते. मुळात कुठल्याही मुलांना उपदेश नको असतो. आईबाबा तो करतच असतात. मग तोच उपदेश परत नाटकाला जाऊन कानावर आदळून का घ्यायचा, हा मुलांचा प्रश्न असतो. त्यामुळे नाटककाराला मुलांच्या मानसिकतेचा विचार करून, त्यांना उपदेशाचा डोस वाटणार नाही तर मनोरंजन करत करत त्यांच्यापर्यंत आपला विचार पोहोचवणे हे खुबीनं करावे लागते.

'दूरदर्शन हाजिर हो' या बालनाट्यात एक बादशहा आणि त्याचा दिवाणजी वेष बदलून ह्या नगरीत येतात. सगळ्यांवर टीव्ही या माध्यमाने घातलेले गारूड पाहून चकित होतात आणि वकील बनून प्रत्यक्ष टीव्ही या माध्यमाला आरोपी करून एका अभिरूप न्यायालयात त्याविरुद्ध खटला चालवतात. टीव्हीमुळे नव्या पिढीचे होत असलेले फायदे आणि नुकसान हा विषय नाटककार हळूहळू बाल प्रेक्षकांपर्यंत पोहेचवतो. नाटक लिहितांना नाटककाराला ते नाटक सगळ्यांना आपले वाटेल किंवा त्यातल्या व्यक्तिरेखेशी किमान तादात्म पावेल असा काही गुण संहितेत घालणे गरजेचे असते. 'दूरदर्शन हाजिर हो' या बालनाट्यात ते काम विषयच करून टाकतो. हा विषयच असा आहे की मुलांनी किती टीव्ही पाहावा यावर प्रत्येक घरातले लोक राजकारणापेक्षा जास्त चर्चा करत असतात. नाटककाराने

ह्या घराघरात घडणाऱ्या चर्चांना प्रातिनिधिक स्वरूप देऊन अभिरूप न्यायालयात आणून त्यावर विचारमंत्रथन घडवण्याचा प्रयत्न केलाय. हे सगळे विचारमंथन अतिशय हलक्याफुलक्या शब्दात, मुलांचे मनोरंजन होईल अशा पद्धतीनं घडवत नेले आहे.

मनोरंजनाचा हा विषय मांडत असताना नवरा बायकोची भांडणे, त्यांनी आपल्या पाल्याची बाजू घेणे किंवा स्वत: टीव्ही बघण्याची सवय असल्याने मुलांना बोलू न शकणे अशा पालकांच्या निरनिराळ्या घातक सवयींवर झणझणीत प्रकाशही टाकला आहे. ह्या नाटकातले एक बाबा चिमणराव ह्यांना कुठेही झोप येत असते. चिमणरावांना सारखी सारखी येणारी झोप विनोद निर्माण तर करतेच पण पालक झोपी गेले आहेत हेही हेही सुचवते. टीव्ही या माध्यमाचा आजच्या मुलांवर होणारा परिणाम एवढा आहे, की त्याचे फायदे काय आणि तोटे काय हा विचार करण्याच्याही मनोवस्थेत आजचा पालक राहिलेला नाही. एखाद्या लहान मुलाने स्वत:ला शाहरुख खान असे समजणे आणि त्याला स्वत:ला त्याच्या नावाबद्दल घृणा उत्पन्न होणे हा परिणाम खूपच भयानक आहे. त्या मुलाच्या संपूर्ण व्यक्तिमत्त्वावर त्याचा परिणाम आयुष्यभर होत राहाणार. त्याचे जगणे वास्तववादी होण्यापेक्षा तो स्वत: तयार केलेल्या भ्रामक विश्वात जगण्याची शक्यता अधिक. लक्ष्मीकांत देशमुख ह्यांनी हा विषय निवडून त्यातला आशय केद्रस्थानी मानून संहितेची बांधणी केलेली आहे. ह्या नाटकात फक्त बालक-पालक ह्यांनाच आरोपी न करता नाटककार शासनालाही आरोपी करतो. जबाबदारीचं भान ठेवून फक्त मुलांनीच वागावं अशी अपेक्षा करणंही चुकीचे आहे - हा विचार नाटककारक या नाट्यातून प्रखरपणे मांडतो. स्वत:ला अमीर खान आणि शाहरुख खान म्हणवणारी मुले आणि त्याचं कौतुक वाटून घेणारे पालक दाखवत आपले पालकही ह्या प्रश्नाला जबाबदार आहेत हे नाटककार दाखवतो. तसेच या टीव्हीच्या मायाजालाला न भुलतासुद्धा काही कुटुंबे त्याचा योग्य वापर करत आपल्या व्यक्तिमत्त्वाचा विकास करत आहेत हेही नाटककार दाखवतो.

या बालनाट्याची मांडणी करताना कुठेही नाटककारानं विचार मांडण्याचा आव आणलेला नाही. मुलांना असलेले पौराणिक कथांचे आकर्षण लक्षात घेत नाटककार हळुहळु विषयापर्यंत प्रेक्षकाला पोहोचवतो. अभिरूप न्यायालयातील न्यायमूर्तीसुद्धा भीतीदायक न वाटता हसत खेळत न्यायानिवाड्याचे काम करतो. नाटकातील आई स्वत: टीव्ही च्या आहारी गेल्याची प्रामाणिक कबुली देते; सिरियलच्या ब्रेकमध्ये कसा कसा स्वयंपाक करते ते सांगते. स्त्रियांची ही सवय खरोखरच सर्वमान्य होऊ लागली आहे. वडिलांना सतत झोप येते - आपण ह्या

प्रश्नाबद्दल किती कमालीचे उदासीन आहोत हे दाखवणारी ही परिस्थिती. प्राजक्ता हा मुलीचा आणि तिच्या आईबाबांचा टीव्ही ह्या माध्यमाकडे कसे पाहावे ह्याचा दृष्टिकोन, प्रबोधन न करता, ह्यातून आपण नेमके चांगले काय निवडावे हे दाखवतो. या बालनाट्याचा शेवट नाटकाकाराने 'मिले सूर मेरा तुम्हारा' ह्या टीव्ही वरच गाजलेल्या एका गाण्याने केलेला आहे. हा शेवट टीव्ही माध्यमाचा प्रभाव दाखवतोच, पण त्या गीतातल्या ओळी खूप काही सांगून जातात. टीव्हीमुळे आजची मुले एकलकोंडी होत जाताना दिसत आहेत. त्यांचे सूर कोणाशीही जुळत नाही आहेत. नात्यातला विसंवाद आणि संवादच नसणं ह्या दोन्ही गोष्टी वाढत आहेत. आयुष्याच्या गाण्यात सूर गवसणं फार महत्त्वाचं. मुलांच्या आयुष्यातल्या गाण्याची नोट त्यांच्या आयुष्याच्या सुरुवातीलाच कुठेतरी चुकते आहे हे नाटककार लक्ष्मीकांत देशमुख बालनाट्यातून मोठ्या कल्पकतेनं सांगतात.

❑

भाग ६

मुलाखती

समकालीन वास्तव कलात्मकतेनं टिपणारा 'जागल्या' लेखक

मुलाखतकार : प्रा. रूपाली शिंदे व विनोद शिरसाठ

प्रा. रूपाली शिंदे :

सर्वप्रथम मी व विनोद शिरसाठ तुमचे ३६ व्या मराठवाडा साहित्य संमेलनाचे अध्यक्ष झाल्याबद्दल अभिनंदन करून मुलाखतीला आरंभ करू या. पहिला प्रश्न हा की, ललित लेखन व एकूणच साहित्याकडे पहाण्याचा तुमचा दृष्टिकोन काय आहे? तुम्ही याबाबत सविस्तर बोलावेसे वाटते.

लक्ष्मीकांत देशमुख :

तसं तर मी शालेय वयापासून लेखन करीत आहे. माझी लेखनाची सुरुवातच मुळी 'साधना' दिवाळी अंकात प्रकाशित झालेल्या एका बालकथेनं झाली. मग कॉलेजमध्ये प्रौढ कथालेखन सुरू केलं. पण त्यात सातत्य नव्हतं. पण साधारणपणे १९८० पासून बऱ्यापैकी सातत्य माझ्या लेखनात आहे. १९८२ ला पहिला कथासंग्रह प्रकाशित झाला, तेव्हापासून माझे सहा कथासंग्रह, सहा कादंबऱ्या व इतर ललितेतर स्वरूपाची तीन पुस्तके असे माझे आजवरचे लेखनसाहित्य आहे. त्यामुळे या तीन दशकात लेखन करताना समविचारी लेखकमित्रांशी चर्चा, वादविवाद करताना व इतरांचे साहित्य-समीक्षा वाचताना माझे काही एक चिंतन साहित्याबाबत निश्चितच झाले आहे.

त्यामुळे आज ललित लेखन व साहित्याकडे मी एकूणच कसा बघतो हे प्रथमदर्शनी सांगायचं झालं तर एक आंतरिक ऊर्मी आणि व्यक्त होण्याची आत्यंतिक निकड ही माझ्या लेखनाची मूलभूत प्रेरणा आहे. तशी ती हरेक लेखकाची असते. पण त्या मार्गाकडे जाऊन मी काही सांगणार आहे.

मी मूलतः ललित लेखक आहे. कथा, कादंबरी व ललितलेखन हे माझ्या अभिव्यक्तीचे प्रमुख माध्यम आहे. मी ज्या प्रकारचे लेखन केले आहे व जे विषय हाताळले आहेत त्या अनुषंगाने मी जर माझ्या साहित्याकडे पाहिले तर आपल्या

भवताली जे समाजजीवन आहे, ज्याचा आपण एक घटक आहोत, त्या समाजजीवनाचे प्रश्न, समस्या आणि सुख-दु:ख याची अभिव्यक्ती करणं हा माझ्या लेखनाचा स्वाभाविक कल राहिला आहे. किंबहुना, समाजभिमुखता हा माझा मन:पिंड आहे व तो माझ्या लेखनाचा अंत:स्वर आहे. एका अर्थाने मी लोकजीवनाची काही रूपे साहित्यरूपी आरशातून समाजापुढे उभी केली आहेत, ज्याद्वारे त्यांना सहअनुभूती व्हावी; 'अरे, हे तर आपल्या जगण्याचं व प्रश्नांचं प्रभावी व प्रत्ययकारी दर्शन आहे व त्यातूनही आहे ते जीवन उद्या बदलू शकते, अधिक चांगले होऊ शकते' हा दिलासा व आशावाद जाणवावा... अशी माझी लेखनामागची प्रमुख प्रेरणा आहे, असावी असं आज मागे वळून पाहाताना वाटतं.

खरं तर एखादा लेखक का लिहितो? जीवनातील अनेकविध अनुभवांपैकी काही अनुभव लेखनासाठी का निवडतो? कथाबीज एखादी व्यक्तिरेखा, एखादा प्रसंग, एखादा विचार किंवा एखादी समस्या वा मनातील संघर्ष यापैकी नेमके कशातून सुचते? कधीही ज्याचे समाधानकारक उत्तर मिळणार नाही असे हे काही गहन प्रश्न आहेत. माझ्या लेखनाचे कथाबीज या सर्वच प्रकारे सुचले आहे हे मी सांगू शकतो. जेव्हा एखादे कथाबीज सुचल्यानंतर मनात ते घर करते, वेळी-अवेळी त्याबाबत मनात विचार चालू राहातो आणि एखाद्या क्षणी आता लिहिणं अपरिहार्य आहे असं जाणवतं तेव्हा पांढरे कागद व काळी शाई (मी माझ्या हाताने कागदावर लिहितो-संगणकावर नाही.) माझ्या मनाचा कब्जा घेतात व लेखन सुरू होते. पण लिहिताना मला सुरुवात माहीत असते, पण पूर्ण कथानक नाही. लेखनाची सुरुवात मात्र माझी अडखळत होते. दोन तीन वेळा लेखनाचे पहिले - दुसरे पान मी लिहून रद्द करतो, मग केव्हातरी वाटतं, लेखनाचा प्रारंभिक अडथळा किंवा स्टार्टिंग ट्रबल दूर झालाय... मग त्यानंतर कथालेखन अंत:स्फूर्तीने पुढे सरकते. अनेकदा लेखन पूर्ण झाल्यानंतर त्याचा जो शेवट होतो व एकूणच आपण जे लिहिलं आहे, जे सुचलं, अस्पष्टपणे जाणवलं त्यापेक्षा खूप वेगळं झालं आहे हे जाणवून माझा मीच चकित होतो. इथे तुम्हांला व तसेच वाचकांना प्रश्न कदाचित पडू शकेल की मग मूळ कथाबीज हरवलं, बदललं की विकसित झालं? तिन्ही शक्यता असू शकतात, नव्हे असतातच. हा माझा स्वानुभव आहे. पण शेवटी मनाचा तळ कितीही गाठायचा म्हटला तरी माणसात तो पूर्णत: गाठता येतो का? अशक्य आहे ते. तसंच लेखनाचं आहे. जे अभिव्यक्त करायचं होतं, लिहिण्यापूर्वी जे सुचलं होतं ते लिहिताना तसंच्या तसं प्रत्येक वेळी व्यक्त होतंच असं नाही. अशा वेळी मी पुन्हा शांतपणे माझी कथा वाचतो व एक वाचक म्हणून मला ती कशी वाटते हे कळावं म्हणून जणू काही मी नव्यानं वाचत आहे, लेखकाने काय लिहिलं आहे हे माहीत नाही अशा पद्धतीनं वाचतो. ती वाचताना

मला आनंद मिळतो का? मला काही त्यातून नवं मिळालं का? ती वाचताना वाचनीय आहे का? मी स्वत: त्यातला काही भाग गाळतो का? वरवर वाचत पुढे जातो, की पूर्ण शब्दन् शब्द वाचत जातो का हे पाहातो. जर वाचक म्हणून मला वाचताना आनंद मिळाला, काही तरी वेगळं मौलिक अनुभवायला मिळालं वा पुन:प्रत्ययाचा, सहअनुभूतीचा अनुभव जिवंत झाला व त्यातला कुठलाही भाग वाचताना मला गाळावासा- स्किप करावासा वाटला नाही, तर मी उत्तम लिहिलं आहे असं वाटतं. हे एक लेखक म्हणून मला असं वाटतं. ती कथा प्रकाशित झाल्यावर वाचकांना ते तसंच वाटतं का? अर्थातच नाही. कारण त्यांचं आकलन, त्यांचा जीवनानुभव, त्यांचे एकूण वाचनसंस्कार व समृद्धी आणि त्यांचे चिंतन, त्यांचे जगण्याचे तत्त्वज्ञान आदीच्या कसोटीवरच वाचक त्यांच्या नकळत वा सहजतेनं साहित्य वाचतात व मग ते त्यांना खूप आवडते किंवा मुळीच आवडत नाही. आवडले तरी काही भाग, काही प्रसंग खटकतात. असं काही होत असणार. माझंही इतरांचं साहित्य वाचताना असंच होतं. म्हणून मला हे विधान करताना मी सत्याचा अपलाप करीत आहे असं वाटत नाही.

कादंबरी लेखन हे दीर्घ कालावधीचं असतं. विशेषत: जेव्हा तुम्ही समाजातील प्रश्नांवर लिहिता, एका मोठ्या कालखंडाविषयी वा त्यांच्या जगण्याच्या संघर्षा-विषयी लिहिता तिथं लेखनप्रक्रिया ही भिन्न असते. तेथे पूरक वाचन, माहिती व चिंतनाची नितांत गरज असते. पुन्हा प्रत्येकाची रीत ही वेगळी असणार- असतेच. मी फार तर माझ्याविषयी सांगू शकेन. जेव्हा कादंबरी तुमच्या अनुभवाचा- कामाचा विषय असते तिथं लेखनासाठी फारशी पूर्वतयारी करावी लागत नाही. उदाहरण देऊन बोलायचं झालं तर माझी 'अंधेरनगरी' ही कादंबरी नगरपालिकेचा निर्घृण सत्तासंघर्ष मांडणारी आहे. मी स्वत: प्रशासकीय अधिकारी म्हणून काम केले आहे, म्हणून ती लिहिताना तो माझ्या जगण्याचा, कामाचा भाग असल्यामुळे व त्यावर त्या कालखंडात सतत विचार-चिंतन होत असल्यामुळे प्रत्यक्ष लिहिताना पूर्वतयारीची गरज नव्हती. ते सहज लिहून झालं. तीच बाब 'ऑक्टोपस'ची म्हणता येईल. मी महसूल विभागात अधिकारी होतो, त्यामुळे तलाठी ते कलेक्टर या पातळीवरचा भ्रष्टाचार व त्याचा व्यक्ती व कुटुंबावरील होणारा परिणाम मी पाहात होतो, त्याचा सामना करीत होतो (म्हणजे स्वत: भ्रष्टाचार न करणे व इतरांचा रोखणे यात माझी बरीच शक्ती पण खर्च पडली आहे) त्यामुळे त्याचे कथाबीज, संघर्ष-बिंदू व तलाठी आणि कलेक्टर ही पात्रे सुचताच मी कादंबरी झपाट्याने पूर्ण केली.

मात्र 'इन्किलाब विरुद्ध जिहाद' ही बृहद् कादंबरी लिहिताना फार वेळ लागला. मोठी दमछाक झाली. कारण दहशतवाद, इस्लाम मधला मूलतत्त्ववाद, कम्युनिझम व मार्क्सप्रेरित क्रांती (इन्किलाब), जगातील सत्तासंघर्ष, अफगाणिस्थानचा इतिहास,

भूगोल व तेथील माणसांची मानसिकता, जगण्यातून बनलेला त्यांचा स्वभाव... साठ वर्षात घडलेल्या घटना व संघर्ष... हे सारं आधी मला समजून घ्यावं लागलं. त्यासाठी प्रचंड अभ्यास मी केला... अर्थात, मला आधी विषय सुचत होता. एक दीर्घकथा व सव्वाशे पानाची छोटी कादंबरी आधी मी लिहिली. पण मला जे मांडायचं होतं ते फार व्यापक, विस्तृत पटलावरचं होतं म्हणून ती रद्द करून आज जी कादंबरी वाचकापुढे आहे ती लिहायचा घाट घातला. वीस भागांची ही कादंबरी. प्रत्येक भाग लिहिल्यावर पुढला भाग लिहिण्यापूर्वी वाचन-अभ्यास करणं अपरिहार्य होतं. पुन्हा हा अभ्यास कथानकात दुधात साखर विरघळावी तसा विरघळून सहज कलात्मकतेनं व ललित अंगानं आला पाहिजे हे कादंबरीकार म्हणून माझं कौशल्य असणार होतं. त्यासाठी प्रतिभा (असलेली) पणाला लागत होती. पण लिहिताना समाधान वाटत होतं व जाणवत होतं की आपण कदाचित आपल्या लेखकीय जीवनातलं एक मॅग्नम ओपस लिहीत आहोत... नुकतीच प्रकाशित झालेल्या माझी कादंबरी 'हरवलेले बालपण'चा विषय बालमजुरीच्या प्रश्नाशी संबंधित आहे. मी प्रशासनात याबाबत प्रत्यक्ष काम केलं व अनुभव घेतला. मग लघुप्रबंध लिहिण्याच्या निमित्ताने विडी उद्योगातील मुलींचे प्रश्न यावर संशोधन-अभ्यास केला. तसंच या प्रश्नाचे कायदेशीर पैलू व प्रशासकीय प्रश्न जाणून घेतले. एवढी प्रदीर्घ तयारी झाल्यावर प्रत्यक्ष लेखन झालं. पहिल्या खर्ड्यात माहिती, चर्चा व चिंतन जास्त होतं. म्हणून तो बाद केला. नव्यानं पुनर्लेखन केलं. मग माझं समाधान झाल्यावर ती प्रकाशित केली.

ते सारं सांगताना स्वत:च्या काही लेखनाविषयी व प्रक्रियेविषयी मी थोडं दीर्घ बोललो, पण एकप्रकारे ते माझं मुक्त चिंतन होतं. त्यातून तुम्हाला आणि पुस्तकात आल्यावर वाचकांना वाचताना माझ्या लेखनाकडे पहाण्याचा दृष्टिकोनाविषयी पुरेसं आकलन झालं असेल असं वाटतं. सारांशरूपानं सांगायचं म्हणाल तर माझा लेखनाचा दृष्टिकोन हा सामाजिक–बहिर्मुख आणि आज़चं वर्तमान, धगधगतं वास्तव आणि प्रश्न–समस्या टिपणारं व ते माझ्या अनुभव - चिंतन व प्रतिभेद्वारे व्यक्त करणारं असं आहे. येथे मी हे ठसठशीतपणे अधोरेखित करीन की, मी मूलत: एक ललित लेखक आहे. मी कादंबऱ्यातून व 'पाणी! पाणी!!', 'सावित्रीच्या गर्भात मारलेल्या लेकी' मधून जे सांगितलं आहे, ते ललितेतर प्रकारात संशोधन – अभ्यास म्हणूनही मांडता येऊ शकत होतं. नव्हे, तसं अनेकांनी लेखन केलं आहे. पण मला या समस्या व प्रश्न मानवी अंगानं जाणवतात, मनाला भिडतात. पाणी समस्या किती मोठी आहे व त्याची भौगोलिक व पर्यावरणीय कारणे काय आहेत हे प्रश्न ललित लेखक म्हणून मला पडत नाहीत, तर त्यामुळे माणसाच्या जीवनात काय घडतं, त्यांचे नातेसंबंध–परस्परांशी व समाजाशी असलेले कसे

प्रभावित होतात हे तीव्रतेनं जाणवतं. म्हणून मी लिहितो. मग त्याची कथा होते व कादंबरी होते.

एका उदाहरणानं हे स्पष्ट करेन. 'बांध' या कथेत दुष्काळामुळे घरच्यांची पोटं भरली जावीत म्हणून कधी उंबरठा न ओलांडलेली एक खानदानी मराठा स्त्री रोजगार हमीवर काम करू लागते व श्रमानं ती काळवंडते. तिची मांसल पुष्टता कमी होते, म्हणून नवऱ्याला सेक्स करताना मजा येत नाही. तो बाजार जवळ करतो. आणि ती अपमानित होते. पण त्यातूनच तिला आत्मप्रतिष्ठेचा मार्ग कामाच्या माध्यमातून गवसतो... अशा आशयाची ही माझी कथा आहे. तिथं दुष्काळानं माणसाचं जगणं कठीण होतं, यापेक्षा त्यामुळे एका स्त्रीच्या जीवनात काय बदल घडून येतो हे मी रेखाटलं आहे. इथंच माझा ललित लेखनाचा पिंड म्हणा, आत्मस्वर म्हणा, मुखर होतो– व्यक्त होतो. उरस्फोडी कष्टानं स्त्री-आरोग्याच्या अनेक समस्या उद्‌भवतात. पण तिची आकर्षकता कमी होते व संसारात विसंवाद निर्माण होतात. पण यातूनच त्या स्त्रीचा एक स्त्री म्हणून विकास होतो. तिची आत्मप्रतिष्ठा व सन्मान तिला कामातून मिळतो व स्वत:कडे, नवऱ्याकडे एका नव्या जाणिवेनं ती पाहू लागते. आपण म्हणजे आपलं मांसल–सेक्सी नवऱ्याची वासना तृप्त करणारं केवळ शरीर नाही, तर आपण एक स्वतंत्र माणूस आहोत व आपल्यालाही नवऱ्याप्रमाणे आत्मप्रतिष्ठा आहे आणि ती जपायची असेल तर आपण आर्थिकदृष्ट्या व त्याद्वारे मनानंही आत्मनिर्भर-स्वावलंबी बनलं पाहिजे. ही जाणीव तिला होते व कथा पूर्ण होते. हे मी जरा सविस्तर सांगितलं. कारण दुष्काळाचं भेदक वर्णन मी एका संसारी पारंपरिक स्त्रीचं आत्मनिर्भर व कणखर स्त्रीमध्ये कसं रूपांतर होतं हे या द्वारे मांडलं आहे. हा माझा ललित लेखनाचा पिंड आहे. मला वाटलं, मी लेखनाकडे कसं पाहातो याचं पुरेसं समर्पक उत्तर दिलं आहे.

जसं सामाजिक वास्तव मला लेखक म्हणून लिहिण्यासाठी ओढून घेतं; तसंच नातेसंबंध आणि अंतर्मनाचा संघर्ष पण मला आव्हान देतो. माझ्या 'अंतरीच्या गूढगर्भी' कथासंग्रहात बहुतेक सर्व कथा ही अंतर्मनाची चित्रे आहेत. माझा आगामी कथासंग्रह 'मृगतृष्णा' मधील सर्वच कथा रिलेशनशिपच्या– स्त्री-पुरुष संबंधाच्या आहेत. पुन्हा अनेक कथा, ज्या प्रसिद्ध झाल्या आहेत – मासिक व दिवाळी अंकांतून – पण अजून पुस्तकरूपाने आल्या नाहीत, त्या विविध विषयाच्या, व्यक्तिरेखेच्या आहेत. सलग तीन थीमबेस्ड - एकाच विषय सूत्राभोवती फिरणाऱ्या विषयाचा कथासंग्रह प्रकाशित झाले म्हणून मी केवळ समाजिक विषयांवरच लेखन करतो असं वाचकांना वाटू शकतं. पण 'अंतरीच्या गूढगर्भी' व 'नंबर वन'मधील

कथाही या प्रामुख्याने अगम्य अशा मानवी मनावर प्रकाश टाकणाऱ्या आहेत असं वाटतं. कारण एक लेखक म्हणून मला स्वत:वर कोणताच शिक्का असावा असं वाटत नाही. मुख्य म्हणजे मला विविध क्षेत्रांवर, तसंच विषयावर सुचत असतं. तरीही अंतर्मनाचा शोध ही माझी एक लेखक म्हणून प्रेरणा आहे. माझं 'अखेरची रात्र' हे नाटक त्याचं लखलखतं उदाहरण म्हणून सांगेन.

पण तरीही मागील तीन दशकातील बदलत्या काळाचं समकालीन वास्तव टिपणारा मी 'जागल्या' लेखक आहे. असा जागल्या लेखक की जो जागरूकतेनं व संवेदनशीलतेनं माणसं, समाज व त्यांचे प्रश्न टिपतो व त्याला स्वत:च्या भावविश्वात व विचारात मुरवून कथा / कादंबरीच्या रूपात प्रगट करतो. मी स्वभावाने सकारात्मक विचाराचा व आशावादी आहे. मला सिनिसिझम आवडत नाही. ती माझी वृत्ती नाही. मला उदात्ततेचं व मांगल्याचं आकर्षण आहे. आणि आजचं सडलेलं वर्तमान जगतानाही ध्येयवाद व 'सुबह कभी तो आयेगी' हा दुर्दम्य आशावाद मी बाळगतो. हा माझा मन:पिंड आहे, माझा स्वभावधर्म आहे. आणि त्यामुळेच माझे लेखन सिनिसिझम, ॲबसर्डिटीकडे झुकत नाही. ही माझी मर्यादा आहे का बलस्थान, त्याचा निवाडा वाचक व समग्र भान असणाऱ्या साक्षेपी समीक्षकांनी करायचा आहे. त्यांचा काहीही कौल असला तरी मी माझा अंत:स्वर जपतच व तो प्रगट करीतच लिहीत जाणार. वाचकांचा, प्रसिद्धीचा वा समीक्षकांच्या मान्यता / टीकेचा विचार न करता माझं सामर्थ्य-प्रतिभा आणि मर्यादेसह (ती कुणा लेखकाला, शेक्सपिअर वा शरदचंद्रासारखे कालातीत लेखक वगळता कुणाला, नाहीय?) लिहीत रहाणार. हे माझ्या लेखनाचे तत्त्वज्ञान म्हणा ना!

प्रा. रूपाली शिंदे :

साहित्य लेखनाची सुरवात, त्याला मिळालेला प्रतिसाद आणि आज स्वत:च्या लेखनप्रवासाकडे मागे वळून पाहाताना या साऱ्यांचा विचार तुम्ही कसा करता? हे जाणून घ्यायला आवडेल.

लक्ष्मीकांत देशमुख :

फार चांगला आणि विचार करायला लावणारा हा प्रश्न आहे. माझ्या घरात शिक्षणाची परंपरा असली तरी साहित्याची परंपरा व वाचण्याची हौस पण नव्हती. अपवाद माझ्या आईचा. ती पट्टीची वाचक होती. पण ती ज्या परंपरागत व धार्मिक संस्कारात वाढली व ज्या कनिष्ठ मध्यमवर्गीय स्त्रीजीवनाचा ती भाग होती, त्यामुळे तिचं वाचन हे खांडेकर, फडके आणि शैलजा राजे– शकुंतला गोगटे या परिघातलं होतं. पण तिनं मला वाचनाची गोडी लावली. हे माझ्या जडणघडणीत फार महत्त्वाचं

ठरलं असं मला म्हणता येईल. त्यामुळे मला का लिहावंसं वाटलं व त्याला सुरवातीचा प्रतिसाद कसा होता, हे सांगायचं म्हटलं तर आसपास साहित्यिक वातावरण असं नव्हतं, त्यामुळे हा मुलगा काहीतरी लिहितोय, ते छापून येतंय याचं कौतुक व्हायचं. पण त्यात चिकित्सा वा डोळस वाचन हा प्रकार नव्हता. पुन्हा मी सायन्सचा विद्यार्थी, म्हणून कॉलेजमध्ये पण लेखनप्रेमी मित्र असा नव्हता. तरीही मी आत्मप्रेरणेनं कसा लिहीत राहिलो याचं मला आजही न सुटलेलं कोडं आहे. पण तरीही नांदेडला माझ्या कॉलेज जीवनात नरहर कुरुंदकर तेव्हा पूर्ण जोमात असल्यामुळे त्यांचा अप्रत्यक्ष प्रभाव होता. त्यांना माझी एका कथास्पर्धेमधली बक्षिसपात्र कथा आवडली होती व त्यांनी त्याचं कौतुकही केलं होतं. ते मला हुरूप देणारं टॉनिक होतं. पहिल्या पाच-सहा कथांना विविध स्पर्धेत पारितोषिकं मिळाल्यावर आपण बरं लिहू शकतो हे जाणवलं; मग लेखनाचा सिलसिला जारी राहिला.

'अंधेर नगरी', 'अंतरीच्या गूढगर्भी' या सुरुवातीच्या पुस्तकांना मात्र चांगला प्रतिसाद मिळाला. त्यावर अनेकांनी वृत्तपत्रात परिक्षणं लिहिली. मराठवाड्याचे थोर समीक्षक सुधीर रसाळांचं मला 'अंधेर नगरी' वाचून लिहिलेलं पत्र आजही माझ्या संग्रही आहे. पण तरीही माझा मराठवाड्यातील लेखक-समीक्षकांशी निकटचा (सतत प्रशासकीय बदलीमुळे) संबंध येऊ शकला नाही. त्यामुळे माझ्या साहित्यावर तेवढं लिहून आलं नाही हेही खरं. पण 'पाणी! पाणी!!' आणि 'इन्किलाब विरुद्ध जिहाद' प्रसिद्ध झाल्यावर हे चित्र बदललं. या दोन कलाकृतींवर बरंच परीक्षण प्रसिद्ध झालं. वाचकांचाही पत्र-फोन द्वारे मिळणारा प्रतिसाद लेखक म्हणून मला सुखावून गेला. आता मला लेखनासाठी स्वप्रेरणा पुरेशी आहे. प्रतिसाद हा मी बोनस समजतो. बोनस हा पगारावर दिला जातो. त्यावर आपल्याला हक्क सांगता येत नाही. लेखन हे माझं काम. ते वाचकांना आवडलं वा ना आवडलं– दोन्ही तऱ्हेचा प्रतिसाद... हा मला बोनस वाटतो. तो मिळाला तर आनंद आहे; पण मला हेही माहीत आहे का, आपला निश्चित असा वाचकवर्ग आहे. जेव्हा शास्त्रीय गायिका अश्विनी देशपांडे वा अभिनेत्री ज्योती सुभाष योगायोगानं झालेल्या भेटीत 'मी तुमचं अमुक तमुक वाचलंय आणि ते आवडलंय' असं सांगतात, तेव्हा समाधान वाटतं. लेखक म्हणून आपण नक्कीच प्रस्थापित झालो आहोत असं वाटतं.

मला दोन दिग्गजांच्या प्रतिसादाचा उल्लेख केला पाहिजे. एक म्हणजे विजय तेंडुलकर. त्यांना माझी 'अंधेरनगरी' ही कादंबरी खूप आवडली होती. त्यांनी मला एक त्याबाबत पत्र लिहिलं होतं, पण ते मला मिळालं नाही, याची हळहळ वाटते. पण 'ललित' मासिकात त्यांच्या आवडत्या ५० पुस्तकांत त्याचा समावेश केला होता, त्याचं मला समाधान आहे. दुसरी व्यक्ती आहे समीक्षक चंद्रकांत बांदिवडेकर.

त्यांनी 'अंधेरनगरी'वर प्रथम हिंदीत मग मराठीत परीक्षण लिहून माझी बरीच प्रशंसा केली. जेव्हा त्यांनी माझी 'इन्किलाब' वाचली, तेव्हा ती त्यांना प्रचंड आवडली होती. त्यांच्या पत्नीनी मला फोनवर सांगितलं होतं की, सरांना ते वाचल्यावर नाचावंसं वाटलं. प्रा. म. द. हातकणंगलेकर सरांना तिची जातकुळी टॉलस्टॉयच्या 'वॉर अँड पीस'शी आहे असं वाटलं. पण या दोघांनी त्यावर त्याकाळी वाङ्मयीन मासिकात परीक्षण लिहिलं असतं तर मला लेखक म्हणून त्याचा अधिक प्रस्थापित होण्यात मदत झाली असती. हीच बाब डॉ. सदानंद मोरे यांची. पण त्यांनी माझ्या साहित्य समीक्षापर ग्रंथात– ज्यासाठी आपण माझी ही मुलाखत घेत आहात– त्यात एक लेख लिहून मला उशीरा का होईना न्याय दिला आहे; असं म्हणता येईल.

आज या टप्प्यावर मागे पाहताना वा विचार करताना वाटतं की प्रतिसाद हा लेखनाला मदत करतो असं नाही, पण लेखकाला हे सांगणारा असतो की, तू जे काही लिहित आहेस ते चांगलं आहे, ग्रेट आहे वगैरे वगैरे. पण त्यामुळे लेखकाला लिहिताना विशेष फरक पडतो असे नाही. काही लोकप्रिय बेस्टसेलर लेखक आम्ही केवळ वाचकांसाठी लिहितो, समीक्षकांची पर्वा करीत नाही असं जे म्हणतात तसं मी म्हणणार नाही. कारण समीक्षा व प्रतिसाद ही लेखकानं 'राईट स्पिरीट'नं घेतलं तर पुढील लेखनासाठी अप्रत्यक्षपणे ते अधिक कसदार होण्यासाठी मददगार सिद्ध होतात असं वाटतं. नांदेडच्या फेब्रुवारी २०१५ च्या होऊ घातलेल्या ३६ व्या मराठवाडा साहित्य संमेलनाच्या निमित्ताने रणधीर शिंदे संपादित समीक्षा ग्रंथामुळे मला माझ्या लिखाणाकडे समीक्षकीय दृष्टीने पहाता येण्याची संधी मिळते आहे. समीक्षेमुळे लेखकाला त्याची बलस्थानं व त्याच्या लेखनाची जातकुळी पुन्हा ठसठशीतपणे जाणवते, तशीच त्याची त्यांना वाटणाऱ्या उणिवा, मर्यादाही लक्षात येऊ शकतात. अर्थात समीक्षकांचा शब्द हा काही अंतिम नसतो. तो त्यांचा दृष्टिकोन, त्यांचं मत असतं. पण सर्जनशील लेखन हे लेखकसापेक्ष असतं. त्याचा व्यक्तिमत्त्वाची, जीवनाची आणि त्याच्या अनुभवाची, ती घेण्याची आणि त्याच्या संवेदनशीलतेची मर्यादा त्याच्या लेखनाला असते. ते त्याचं एकप्रकारे वेगळेपण असतं. व सामर्थ्यही असतं. जेव्हा प्रा. अविनाश सप्रे यांनी 'हरवलेले बालपण' ही 'सिनेमासारख्या डॉकु-नॉव्हेल (docu - Novel) म्हणजे डॉक्युमेंटरी आणि कादंबरी याची सांधेजोड करणारी वेगळ्या परिमाणाची कादंबरी आहे' असं निरीक्षण नोंदवलं, मला ते पटलं. आणि आपण काही वेगळं लिहिलं याचं समाधान वाटलं!

विनोद शिरसाठ :

साहित्य लेखनामागची आपली मूळ प्रेरणा कोणती आहे, जी तुम्हांला सर्व

साहित्यकृतींच्याद्वारे व्यक्त करावीशी वाटली असे वाटत आले आहे? जिचा शोध सातत्याने आपण घेतला पाहिजे असं तुम्हांला नेहेमीच वाटतं अशी कोणती गोष्ट आहे का?

लक्ष्मीकांत देशमुख :

तुमच्या प्रारंभिक प्रश्नाला उत्तर देताना याबाबत थोडं विवेचन येऊन गेलं आहे, तरीही मला पुन्हा या प्रश्नाचं उत्तर जरा विस्तारानं द्यायला आवडेल. याचं प्रमुख कारण म्हणजे लेखक म्हणून माझ्यापरीनं हा प्रश्न मला मी सतत विचारत आजवर आलो आहे. याचं उत्तर असं देता येईल की, प्रत्येक लेखक हा जसा त्याच्या काळाचं प्रॉडक्ट असतो– त्याचा जन्म ज्या गावी / भागी झाला आहे, त्याचं घर–भवताल कसं आहे आणि त्याचे जीवन कशा व कोणत्या प्रकारे घडत गेलं आहे, त्यावर त्याचं लेखकपण व लेखनातलं (असेल तर) वेगळेपण– त्याहून अधिक त्याचा अंत:स्वर ठरला जातो. ही नियती म्हणा, योग म्हणा वा अन्य काही. ते काही आपल्या हाती नसतं. पण त्याचा एक फायदा असा की, एका सारखा दुसरा लेखक नसतो. कारण प्रत्येकाचं जगणं– अनुभव– त्याचा साद-प्रतिसाद, त्याचा नजरिया आणि नकारात्मक-सकारात्मक दृष्टिकोन, त्याचा ध्येयवाद वा त्याचा अभाव, जगाकडे गंभीर खेळकर, तिरकस किंवा ॲबसर्डतेनं पाहाणं वेगळं असतं. त्यावरून त्याच्या लेखनातून तो कांही एक जीवनाचा शोध घेत असतो. आणि तो त्याचा स्वत:चा स्वतंत्र असतो. माझाही आहे.

माझा जन्म व पहिली किमान चाळीस वर्षे मराठवाड्यातील विविध गावात गेली. माझा जन्म, शिक्षण, नोकरीची पहिली पंधरा वर्षे, लग्न आदी तिथंच झालं. निजामकालीन संस्कार व खुणा आज पुसट झाल्या तरी त्या माझ्या घडणीच्या काळात बऱ्याच दृश्यमान होत्या; कारण हैद्राबाद शहर व आजच्या तेलंगण राज्याशी सतत संपर्क, नातेसंबंध. पुन्हा घरचं वळण मध्यमवर्गीय भाबड्या संस्काराचं. जीवनमान नेमस्त आणि समाजसंमत नीती-नियमानं बांधलं गेलेलं. पण माझं अफाट वाचन, जगाकडे पहाण्याची दृष्टी आणि अखंड जिज्ञासा यामुळे मनात डावीकडे झुकणारे विचार रुजत गेले. प्रथम औरंगाबादचं पदव्युत्तर जीवन, मग बँक आणि प्रशासनातले अनुभव– भेटणारी सर्व स्तराची माणसे यामुळे मी अनुभवसंपन्न झालो. समाजाचं एक व्यापक आकलन सहजतेनं होत गेलं आणि लेखन-वाचनात रमणारं माझं तीव्र संवेदनशील मन ते सारं जगण्यातून–पहाण्यातून– अनुभवण्यातून आणि वाचनातून आलेलं टीपकागदाप्रमाणे टीपत गेलं. आणि माझ्यातला लेखक घडत गेला.

शेतीचं उदाहरण द्यायचं झालं तर काही पिकं– काही फुलं लवकर पक्व होतात, फुलून येतात; तर काहींना वेळ लागतो व उशिरानं फुलतात. जसा साधा ऊस व आडसाली उसाचा परिपक्व होण्याचा कालावधी कमी-अधिक आहे. मी आडसाली ऊसासारखा किंवा दीर्घकाळानं फुलोऱ्यात येणाऱ्या पिकासारखा 'लेट ब्लुमिंग' वर्गातला लेखक आहे. अजूनही माझी पक्व होण्याची व फुलण्याची प्रक्रिया थांबलेली नाही, त्यामुळे अजून दीर्घकाळ माझ्यात निर्माणक्षमता राहील असं माझं मन मला सांगतं. त्यामुळे एक फायदा असा होतो व मला झालाही आहे की, पक्व होण्याचे काही टप्पे गृहीत धरले तर प्रत्येक टप्प्यावर माझं लेखनाचं अनुभवक्षेत्र भिन्न भिन्न राहिलं. एका रंगात रंगणारा मी लेखक नाही. मी अनुभवाच्या संदर्भात सप्तरंगी इंद्रधनुष्यासारखा लेखक आहे. त्याचं थोडं विवेचन करतो.

प्रथम किशोर-कॉलेजवयीन– लग्न होईपर्यंतच्या जीवनटप्प्यावरचे माझे लेखन काहीसे आत्मपर व भवतालचे होते. प्रेम, भिन्नलिंगी आकर्षण, मैत्री, रिलेशनशिपची गुंतागुंत या परिघातले होते. 'कथांजली' आणि 'अंतरीच्या गूढगर्भी'मधील कथा अशा स्तरावरच्या आहेत. पण बालपणापासून माझ्यात एक सामाजिक माणूस दडला होता, तोही तेवढाच जागृत होता. त्यामुळे त्याही काळात 'हिबकुशा', 'रात्र', 'जोकर'सारख्या कथा किंवा 'सलोमी' ही लघुकादंबरी लिहीत होतो. मग प्रशासनातील अनुभवावर 'अंधेरनगरी', 'ऑक्टोपस' लिहून झाले. मग जगताना, काम करताना ज्या प्रश्नांनी वा विषयांनी अस्वस्थ केलं, पछाडलं किंवा मिठीत घेतलं, त्यावर लेखन झालं. त्यातूनच थीमबेस्ड अशा तीन कथामालिका, कथासंग्रह रूपातून साकारले. 'तहानलेल्या महाराष्ट्राचा कथा' या उपशीर्षाचा पाणी प्रश्नाचा वेध घेणारा 'पाणी! पाणी !!' हा कथासंग्रह, स्त्री भ्रूणहत्येची दाहकता मांडणारा सामाजिक दस्तऐवज स्वरूपाचा संग्रह 'सावित्रीच्या गर्भात मारलेल्या लेकी' आणि बालमजुरीच्या प्रश्नाचा वेध घेणारी कादंबरी 'हरवलेले बालपण' लिहून झाली. माझा आणखी एक अंत:स्वर आहे, तो म्हणजे मला कलावंतांच्या खाजगी जीवनाचं निकोप कुतूहल आहे. त्यात खेळाडू व सिनेकलावंत महत्त्वाचे. 'नंबर वन' मधून खेळाडूंमधील सामान्य माणूस शोधायचा मी प्रयत्न केला, तर 'अखेरची रात्र' मधून मी एका कलावंताच्या आत्महत्येचा शोध कला विरुद्ध माणूसपणा अशा द्वंद्वाची निर्मिती करून शोधला.

आणि 'इन्किलाब विरुद्ध जिहाद' बद्दल काय सांगावे? मला देश व जगातील घडामाडींचं व प्रश्नांचं चांगलंच भान व जागरूकता आहे. जगापुढे दहशतवाद, युद्ध, धर्माचा अतिरेक आणि 'खाऊजा' (खाजगीकरण, उदात्तीकरण, आणि जागतिकीकरण) मुळे जगातील गरीब राष्ट्रातील नागरिकांवर झालेला विपरीत

परिणाम... हे सारे प्रश्न मला एक लेखक व जागरूक माणूस म्हणून खुणावतात, प्रसंगी अस्वस्थ करतात. माणसाचं जगणं किती कवडीमोल आहे, हे दहशतवादामुळे जाणवतं. धर्म व विचारधारा अंतिमत: माणसाला अधिक छळतात– उद्ध्वस्त करतात. माझ्या या चिंतनातून 'इन्किलाब विरुद्ध जिहाद' लिहून झाली. दुसऱ्या महायुद्धातील हजारो पोलंडवासी सोव्हिएत युनियनच्या तडाख्यातून जीव वाचवून कोल्हापूर नजिक निर्वासित म्हणून चार वर्षे (१९४४ ते १९४८) राहिली होती, त्यावर माझी आगामी कादंबरी आहे. तसेच काश्मीर प्रश्न आणि हैद्राबादचा मुक्तिसंग्राम यावरही मला कादंबऱ्या लिहायच्या आहेत. मुस्लीम धर्म, संस्कृती, दहशतवाद आणि सेक्युलरिझमची लागणारी कसोटी असे प्रश्न व त्यात अडकलेली व हेलपटून गेलेली, उद्ध्वस्त होणारी सामान्य माणसांची परवड व ससेहोलपट मला लेखक म्हणून खुणावत आहे.

हे सारे मला लेखनातून शोधले पाहिजे व आपल्या प्रतिभा व प्रज्ञेनं जमेल तेवढं हे विश्व मराठी वाचकांपुढे मांडलं पाहिजे, ही माझी लेखनामागची बहुमुखी व बहुरंगी प्रेरणा आहे. आजवर आल्बर्ट कामूनं माणसाचं तुटलेपण व निरर्थकता यावर लिहिलं. ते मौलिक अर्थातच आहे; पण हेमिंग्वे आणि दोस्तोवस्की' यांनी विविध स्तराचे जीवन रसरसून भोगत ते लेखनातून मांडलं. मी स्वस्तुतीचा दोष पत्करूनही धाडसानं, पण तरीही नम्रतेनं सांगेन की मी त्या दुसऱ्या जातकुळीचा लेखक आहे. माझी लेखकाची आणखी एक जात आहे– ती 'प्रेमचंद' व 'आवारा मसीहा' म्हणून प्रसिद्ध असलेले कलंदर लेखक शरदचंद्र चटर्जी (शरद बाबू) यांची आहे. ती 'नाही रे' वर्ग, शोषित समाज आणि सामान्य माणसाप्रती कळवळा दाखवते व लेखनातून ती जिवंत करते. त्यामुळेच माझ्याही लिखाणात सामान्य वंचित गरीब माणूस आहे. प्रामुख्याने आणखी एक प्रवाह माझ्या लेखनात आहे, तो म्हणजे जीवनवादाचा. वि. स. खांडेकर हे जीवनवादाचे पुरस्कर्ते. तसेच साने गुरुजी, मामा वरेरकरही. आज कला व जीवनवादाच्या सीमारेषा एकमेकांत मिसळल्या आहेत; पण मला हा जीवनवादी अंत:स्वर प्रेरणारूप आहे. हे नक्की की, मी कुणाचंही अनुकरण करीत नाही, पण हे सारे स्तर माझ्या लेखनात कमी जास्त उमटलेले आहेत असं मला वाटतं.

आज तुम्ही मला प्रश्न विचारून बोलतं केलं म्हणून हे सारं मलाच माझ्या संदर्भात जाणवलं, ते मी थेट व्यक्त केलं आहे. मला आशा आहे, यानं तुमचं समाधान झालं असेल.

प्रा. रूपाली शिंदे :

प्रशासक व लेखक या दोन पैलूंचा तुम्ही समन्वय कसा साधलात? प्रशासनातले

कामकाज, जबाबदारी पूर्ण करताना कधी लेखकाची नजर त्याचे चिंतन किंवा हे तीव्रतेने लिहिलेच पाहिजे या प्रकारचा अनुभव– स्वत:शी भांडण, कोंडमारा तुम्ही अनुभवलात का? तो अनुभव, ते विचार सांगावेत.

लक्ष्मीकांत देशमुख :

माझ्या एका आत्मपर लेखनात मी माझ्यासाठी लेखन आणि प्रशासन या एकाच नाण्याच्या दोन बाजू आहेत, असं म्हटलं होतं, ते शंभर टक्के खरं आहे, असं मी आजही म्हणू शकतो. कारण लेखनाप्रमाणेही मी निर्मितीक्षम, रचनात्मक असं कल्पक प्रशासन केलं आहे. मी गंमतीनं म्हणतो, जशी मला कथा सुचते, तसं प्रशासनातलं कामही सुचतं. जसा माझ्यातला लेखक एखाद्या प्रसंगाकडे– एखाद्या माणसाकडे नव्या पद्धतीने बघतो, तसंच काम करताना प्रश्नांच्या नव्या अनोख्या बाजू मला चटदिशी समजतात आणि 'आऊट ऑफ बॉक्स' उत्तर सुचतं. त्यामुळे लेखक आणि प्रशासन असं द्वंद्व माझ्यासाठी नाहीय. हां, हे खरं आहे की, जे काही सुचतं ते त्याक्षणी कामाच्या व्यापामुळे लिहिता येत नाही, पण मी ते मनात काही काळ घोळवतो आणि त्याची डायरीत नोंद करतो. अनेकदा मनात त्याची उजळणी करतो व मग लिहितो. खरं सांगू का, कथानक सुचणं हाच एक क्षण प्रतिभेचा– हवं तर दैवीपणाचा क्षण असतो. बाकी ते कागदावर उतरविणं ही बरीचशी कामगिरी असते.

दुसरं म्हणजे माझ्यातल्या लेखकाला अनुभवसमृद्ध होण्यात प्रशासकाची मदत झाली आहे. मला अनुभवासाठी प्रवास– स्थलांतर फारसं वगैरे करावं लागत नाही, तर ते कामकाजात माझ्या विविध पदांमुळे आपोआप माझ्यासमोर उभे राहातात. हां, त्याला हेरण्याची– पकडण्याची नजर– प्रतिभा हवी. ती मला थोडी नक्कीच साध्य आहे. 'पाणी! पाणी!!' मधील अनुभव हे मला प्रशासक म्हणून टिपता आले. ते इतर कोण्या– अगदी ग्रामीण कथाकाराला पण टिपता आले नसते कदाचित. पुन्हा केवळ ज्यांच्या वाट्याला दुःख, भोग येतात, तो तसाच मांडण्यापुरताच माझा अनुभव मर्यादित राहात नाही. त्याला कारण असलेले राजकारणी, नोकरशाही व त्यांची बाजू पण माहीत असते. त्यातून कशाप्रकारे सोडवणूक होऊ शकते हेही प्रत्यक्षरूपाने माहीत असतं. त्यामुळे माझ्या कथा केवळ प्रश्न मांडत नाहीत, दुःख रेखाटत नाहीत, तर त्याची दुसरी बाजू आणि त्याचं भविष्य– त्याची सोडवणूक कशी झाली, होऊ शकते, हेही मांडू पाहातात. अनेक कथेमध्ये हे घडलं आहे असं मला वाटतं. त्यामुळे प्रशासनानं मला अनुभव श्रीमंती व व्यापक नजर दिली, हे नक्की म्हणता येईल!

लेखकानं धाडसी असलं पाहिजे व निर्भीडपणे व्यक्त झालं पाहिजे, असं म्हणण्याचा प्रघात आहे. माझ्याबद्दल सांगायचं तर जगण्यापेक्षाही मी लेखनात फार धाडसी व सच्चा आहे, असं माझं मत आहे. राजकारण, धर्मवाद, दहशतवादावर लिहिणं तसं सोपं नसतं. सांगलीत असताना एका व्याख्यानात मी इस्लाम संदर्भात 'इन्किलाब विरुद्ध जिहाद'च्या निमित्ताने काही वास्तव मांडले होते. ते एक स्थानिक वृत्तपत्रात संदर्भ सोडून आले, त्यामुळे माझ्या निषेधाचे सत्र सुरू झाले. अगदी पोलिस गुप्तचर विभागाकडून त्यावर अहवाल शासनाने मागवला गेला. त्यावेळी माझ्यावर चौकशी किंवा निलंबन - शिक्षा आदी कार्यवाही होण्याची पाळी आली होती. पण मी ठाम होतो. एका वाचनप्रेमी व मला जवळून ओळखणाऱ्या वरिष्ठ अधिकाऱ्यामुळे काही झालं नाही. दुसरं असंच एका लेखामुळे मला शासनाचा मेमो व तीव्र नापसंती व्यक्त करणारा खलिता आला होता. अशी दडपणं प्रशासक असलेल्या लेखकाला सहन करावी लागतातच. कारण मी आजचं वास्तव लिहितो हे त्याचं कारण आहे.

एक प्रशासक म्हणून धार्मिक दंगली, हिंसाचार आणि जातीय ताण-तणावाला भिडावं लागतं, काही एक निर्णय घ्यावे लागतात. हे सारे अनुभव एक माणूस म्हणून, एक लेखक म्हणून काम करतानाही मनाच्या एका कोपऱ्यात खुणावत असतात, त्याची नोंद घेत असतात. हे अनुभव मी 'अंधेरनगरी', 'अग्निपथ' व 'ज़ात नाही ती जात', 'हिरा जो भंगला नाही' आदी कलाकृतींमधून धीटपणे व्यक्त करायचा प्रयत्न केला आहे. धार्मिक दंगल, दलितांवर होणारे सामुदायिक बहिष्कार आणि सत्ताधाऱ्यांची मनमानी... या साऱ्यांवर मी यापुढे अधिक लिहिणार आहे... प्रत्यक्ष काम करताना त्याचा मी जरूर समर्थपणे सामना केला आहे, त्यासाठी वारंवार होणारी बदली आणि दोन वेळा अकारण मानसिक खच्चीकरण करणारी चौकशी मी सहन केली आहे. हे अनुभव मला माझ्या प्रशासकीय कारकिर्दीत मांडता आले नाहीत, कारण पदाची मर्यादा, कायदे कानून– नीतीनियम. पण आता यापुढे कदाचित त्यावर मी नक्कीच लिहू शकेन असं वाटतं !

प्रा. रूपाली शिंदे :

प्रशासनातील नोकरी करताना 'लेखक' असणं याचा साहित्य वर्तुळात वावरताना फायदा झाला का? लेखक असणं हे तुमच्यातील प्रशासकाला एक 'रिलीफ' आहे असं वाटतं, की व्यक्त होण्याचा अवकाश आहे?

लक्ष्मीकांत देशमुख :

अगदी स्पष्टपणे सांगायचं झालं तर माझं नि:संदिग्ध उत्तर 'नाही' असंच आहे. मला प्रशासकीय नोकरीत असल्याचा लेखक म्हणून साहित्यवर्तुळात फायदा नाही,

उलट तोटाच झाला आहे असं मला वाटतं. कारण लेखकांच्या वर्तुळात असणं व त्याचं नेटवर्किंग करणं हे आज मराठी साहित्यक्षेत्रात गुण (?) मानले जातात, ते माझ्यात अजिबात नाहीत. ते माझ्या वृत्तीत नाहीत म्हणा, की ते मला योग्य वाटत नाही म्हणा; किंवा प्रशासकीय कामाचा व्याप– बदल्या यामुळे जमले नाही म्हणा, पण मी साहित्यक्षेत्राच्या परिघाबाहेरचा राहिलो आहे. त्यासाठी मी कधी जाणीवपूर्वक प्रयत्न फारसे केले नाहीत. आज मागे वळून पाहाताना ते केले असते तर लेखक म्हणून अधिक प्रस्थापित (?) झालो असतो. प्रशासनातील काही अन्य लेखकांनी हे असं केलं आहे याची माहिती आहे. पण माझ्याकडून ते झालं नाही, हे मात्र खरं.

लेखन हे माझ्यातल्या प्रशासकाला 'रिलीफ' आहे असं मी मानत नाही. त्याचा अर्थ असा होतो की, काम हे (माझ्या संदर्भात प्रशासकीय काम) केवळ पोट भरण्यासाठी करायचं असतं. त्यासाठी पाट्या टाकायच्या असतात. आणि मन मारून काम करावं लागतं. कनिष्ठ पातळीवर काम करणाऱ्या प्रशासक कर्मचारी लेखकाबाबत कदाचित लेखन 'रिलीफ' होऊ शकतं. मला आता सहज आमचा परभणीच्या बी. रघुनाथांचं नाव आठवतं. ते सार्वजनिक बांधकाम विभागात कनिष्ठ कारकून (आधी हंगामी पण) होते. त्यांना वरिष्ठांच्या जुलुमाचा, लहरीचा सामना करावा लागत होता. त्यांना लेखन रिलीफ नक्कीच वाटत असणार. कारण त्यांच्यासारख्या अव्वल दर्जाच्या प्रतिभावंत साहित्यिकाचं खात्याला फारसं सोयर-सुतक नव्हतं. उलट तो दुर्गुण ठरत होता. माझं तसं नाही. कारण एक तर मी 'बॉय चॉईस' बँकेची आरामदायी, कमी मानसिक कटकटीची नोकरी सोडून प्रथम डेप्युटी कलेक्टर– मग कलेक्टर झालो. दुसरं, प्रथमपासून मी क्लास वन ऑफिसर होतो. पुन्हा मला प्रशासनात बरंच भरीव काम करता आलं. अनेक प्रशासकीय पुरस्कार - अगदी राष्ट्रीय, आंतरराष्ट्रीय स्तरावरचे प्राप्त झाले. त्यामुळे कुचंबणा अशी झाली नाही. त्यामुळे लेखनात रिलीफ शोधणे हे माझ्यासाठी अपरिहार्य नव्हते. उलटपक्षी लेखक असल्याचा प्रशासनात झालाच तर फायदा झाला. कारण इतरांपेक्षा लोकांचे, शेतकऱ्यांचे, कष्टकऱ्यांचे, पुर्नवसनांचे प्रश्न मी अधिक संवेदनशीलतेने समजून त्यावर उपाय योजीत गेलो.

माझ्यातला लेखक व माझ्यातला प्रशासक एका अर्थाने दोन्ही क्षेत्रात फायदेशीरच राहिला. हां– प्रशासनाच्या नियमाप्रमाणे प्रत्यक्ष नेत्यांचे नाव घेऊन लेखन करणे, धोरणावर टीका करणे शक्य नव्हते, पण ते त्या विभागाचे नियम असतात आणि ते पाळावे लागतातच. पण लेखन हे कळ दाबून काढायचे, टिपायचे छायाचित्र नसते, तर प्रतिभेचे रंग मिसळलेले, अंतरंगातून उमटलेले पेंटिंग असते. वृत्तपत्रीय लेखन छायाचित्र असते तर सर्जनात्मक कथालेखन हे पेंटिंगप्रमाणे अलग कलात्मक वैश्विक वा सार्वत्रिक सत्य असते. माझ्या समजुतीप्रमाणे माझे लेखन पेंटिंगप्रमाणे आहे,

छायाचित्राप्रमाणे खचितच नाही – हे स्वत:कडे कठोरपणे पाहात आपल्याच लेखनाची चिकित्सा केली तरी ते सत्य आहे असे मी ठामपणे म्हणू शकतो. माझ्यात - वाचक-समीक्षकात मतभेद एवढेच होऊ शकतात की ते किती उच्च दर्जाचे व वेगळे आहे. ते पेंटिंग आहे का छायाचित्र असा प्रश्नच उद्‌भवत नाही.

प्रा. रूपाली शिंदे :

वास्तव चित्रणावर भर दिल्यामुळे तुमच्या साहित्यकृतीमध्ये व्यक्तिरेखेचे मनोविश्लेषण अतिशय कमी प्रमाणात येते असे वाटते. त्याला जोडून आणखी एक मुद्दा. कादंबरीत भोवताल, गांव यांचं विस्तारानं वर्णन केलं तर वास्तवाची पकड सैल होईल असं वाटत असल्यामुळे तुम्ही त्याचे तपशिलाने वर्णन केल्याचे आढळत नाही. यावर आपणास काय म्हणायचे आहे?

लक्ष्मीकांत देशमुख :

आपल्या या निरीक्षणाशी मी पूर्णत: सहमत होऊ शकत नाही. आज मुलाखतीच्या निमित्ताने मला माझे लेखनविश्व तपासण्याची संधी आहे. त्यामुळे शक्य तितके निर्लेपपणे व प्रामाणिकपणे मी उत्तर देणार आहे– देत आहे. आजच्या वर्तमानाचा आणि धगधगत्या सामाजिक वास्तवाचा मी भाष्यकर्ता लेखक आहे, इथवर तुमचं निरीक्षण मला मान्य होण्याजोगे आहे. मात्र आपण जर 'अंतरीच्या गूढगर्भी', 'अग्निपथ', 'नंबर वन' मधील कथा पाहिल्या वा 'इन्किलाब विरुद्ध जिहाद' मधील तराना व झैनब, कारमाल– अनाहिता व अन्वर-तरानाचे परस्पर नातेसंबंध, स्त्री-पुरुषांच्या रिलेशनशिपचे नातेसंबंध पाहिले तर तेथे तुम्हास सखोल मनोविश्लेषण आढळून येईल. मात्र तुमचे निरीक्षण 'अंधेरनगरी' वा 'सावित्रीच्या गर्भात मारलेल्या लेकी'ला काही प्रमाणात लागू होईल. तेथे पात्रापेक्षा समजाचित्रण– तेही सामूहिक जीवनाचं चित्रण मला करायचं होतं, तेथे अनुभवाचा एकेरीपणा, सत्तेसाठी काय वाट्टेल ते करणे वा 'मुलगाच हवा' या अट्टाहासातून स्त्रीभ्रूण हत्या करणे हे ठसठशीतपणे मांडणे जरूर आहे. पण जर वास्तव काळे– करडेच असेल व तेथे ग्रे छटा नसेल तर उगीच लेखनात ती का मांडायची? जो मालक बालकामगारांचे शोषण करतो, तो काळाच रंगवणार मी– कारण तेच वास्तव आहे, तेथे त्याचे अकारण मानवीकरण करणे सत्यापासून दूर जाण्यासारखे आहे. जगात क्रूर, विकृत आणि भावनाशून्य माणसे असतात, त्यांना उगाच 'ग्रे' शेड देत त्यांचे मानवीकरण करण्याची मला गरज वाटत नाही, उलटपक्षी ते माझ्यासाठी कलात्मक असत्यच आहे! एखाद्या प्रश्नाभोवती, एखाद्या संस्थेभोवती कथानक फिरत असेल तर तेथे माणसांपेक्षा तो प्रश्न, ती संस्था व तिचे स्वायत्त व्यक्तिनिरपेक्ष जगच अधिक प्रमाणात येणार. तेथे फारसे मनोविश्लेषण

येणार नाही हे उघड आहे.

पुन्हा मी ज्या तऱ्हेचे अनुभव लिहून मांडतो, जे जग– ती माणसं मी साहित्यकृतीमधून दाखवतो, त्याप्रमाणे लेखनाचा घाट निर्माण होतो. त्यामुळे तुमचे निरीक्षण काही कलाकृतींच्या संदर्भात ढोबळपणे मान्य करता येईल. पण त्यात मनोविश्लेषण येत नाही हे मला मान्य नाही. फार तर लेखक म्हणून माझी मर्यादा आहे असे म्हणता येईल.

तुमचं आणखी एक निरीक्षण, की माझ्या लेखनात गाव - भवताल फार तपशिलानं येत नाही, वास्तववादाची त्यामुळे पकड कमी होईल म्हणून... यावर मी थोडासा संभ्रमित आहे. खरंच असं माझ्या लेखनात होतं का? वाचक-समीक्षकांना असं खरंच वाटतं का? जर प्रकट चिंतन करायचं म्हटलं तर एक विधान मी करू शकेन. मला माझं स्वत:चं म्हणता येईल असं गाव नाही. कारण मला शेतजमीन नाही, त्यामुळे एका गावाशी कायम असं माझं नातं नाही. पुन्हा शिक्षण, बदलीमुळे मी निम्म्या महाराष्ट्रात वावरलो आहे. कोठेच तीन वर्षांपेक्षा जास्त राहिलो नाही. त्यामुळे असेल की काय, पण मी स्वत:ला 'बंजारा' समजतो. जरा तुम्ही विचार करा, गुन्हेगारीचा शिक्का असल्यामुळे एका गावी न रहाणारी पारधी जमात, अन्य भटकी मंडळी यांना तरी कुठं गाव असतं? त्यांनी लिहिलं– लिहीत आहेतच की– त्यांच्या लिखाणात गाव कुठे असतं त्या अर्थानं जे आपल्या अंतरंगात पूर्णपणे मुरलेलं कुठं असतं? असा अदेशी भटका 'जनम् जनम् का बंजारा' हा लेखक म्हणून माझा फार मोठा तोटा आहे. मला नेहमीच ग्रामीण भागात शेतकरी व अन्य कारागीर जाती-जमातीत जन्मास आलेल्या व बालपण व किमान नोकरीपर्यंतचा काळ तरी एका गावात व्यतीत केलेल्या, मुळे घट्ट असणाऱ्या लेखकांचा हेवा वाटत आला आहे. कारण आज शहरांच्या यांत्रिकीकरणामुळे व अमानवीकरणामुळे माणसे भेटत नाहीत, बोलत नाहीत. त्यामुळे ती कळत नाहीत. मुख्य म्हणजे त्यांच्या जीवनात फारसं घडत नाही ... मग लेखनाला कच्ची सामग्री व अनुभव कसे मिळणार?

माझा आणखी एक वेगळाच वांधा आहे. मी धड ग्रामीण नाही अन् शहरी पण नाही. दोन्हीत वावरणारा, पण दोन्हीत फिट न होणारा. उच्चवर्गीय प्रशासन-वर्तुळात वावरत असूनही विचार व संस्कारानं मध्यमवर्गीय मूल्यं मानणारा असल्यामुळे तेथेही मिसफिटच आहे. पण असे माझ्यासारखे अनेक आहेतच की. त्यामुळे त्यांच्या लेखनाचा घाट आपोआपच वेगळा राहाणार. तिथं कदाचित गाव असणार नाही– पण माणसं व प्रश्न असणारच की, असतातच की.

आपण 'अंधेरनगरी' ही माझी कादंबरी जर बारकाईनं वाचली तर एका

शहराचं ते विस्तृत तपशिलाचं चित्रण आहे, असं तुम्हाला म्हणता येणार नाही? माझ्या मते तेथला शहर व त्याचा गाळीव अर्क म्हणजे नगरपालिका हेच या कादंबरीचं मध्यवर्ती पात्र आहे. 'पाणी! पाणी!!' मधील सर्वच कथांमधून येणारा अनुभव हा प्रातिनिधिक स्वरूपातील तहानलेल्या गावाचा व गावगाड्याचा आहे असं नाही का म्हणता येणार? म्हणून माझ्या लेखनात गाव - भवताल नाही असं म्हणणं कदाचित उचित ठरणार नाही.

प्रा. रूपाली शिंदे :

निवेदन प्रधानता– निवेदनाचा दृष्टिकोन हा अतिशय महत्त्वाचा आहे ही भूमिका घेऊन लेखन होते का? पात्रप्रधानता तितकीशी महत्त्वाची नाही असे तुम्हास का वाटते?

लक्ष्मीकांत देशमुख :

या प्रश्नातून तुम्हांला जे सूचित करायचे आहे वा रोख आहे, तो मला यथार्थ वाटत नाही. पण याचं माझ्या लेखनाच्या संदर्भात उत्तर द्यायचं झालं तर प्रत्येक कथा वा कादंबरी स्वत:चा फॉर्म घेऊन येते असं म्हणलं जातं, ते मला पटतं व माझ्या साहित्यातही ते आढळून येऊ शकतं, असं माझं प्रांजळ मत आहे. अर्थात निवेदनप्रधानता हा कथानकासाठी महत्त्वाचा आहे, जसा तो एकमेव व माझ्या प्रत्येक कृतीमध्ये आलेला आहे, असं मला नाही वाटत. उलट मला पात्र प्रधानता अधिक महत्त्वाची वाटते. उदाहरण देऊन बोलायचं झालं तर 'स्वत:लाच रचित गेलो' या कथेमधील अनाथ असल्याचं जन्मरहस्य कळल्यावर नवऱ्याकडून झिडकारल्या गेलेल्या कमलचं काव्यवेड व त्यामुळे तिचं 'पोएट्री थेरपी'नं बरं होणं यात कमलचं पात्र कथेचा गाभा असून त्या पात्राच्या व्ह्यू पॉईंटनं कथा आकारास येते. 'जोकर' मधील बुटका जोकरच्या उंचीपुढे त्याचे माणूसपण झिडकारले जाते, या कथानकात जोकरचं चरित्रचित्रण महत्त्वाचं आहे. 'अंधेरनगरी'मध्ये निवेदनशैलीत एका नगरपालिकेची कहाणी– तिच्या असंख्य पात्रे व घटनातून साकार होते, तर 'ऑक्टोपस'मध्ये घटनाप्रधानता आहे. पण तेथेही प्रमुख पात्रांचे चरित्र-चित्रण ठशठशीतपणे आले आहे. त्यामुळेच गजेंद्र अहिरे या प्रतिभाशाली दिग्दर्शकाला त्यावर सिनेमा करायचा आहे. त्यामुळे तुमच्या निरीक्षणाशी मी सहमत होऊ शकत नाही.

पण ललित साहित्यातून लेखकाला काहीतरी सांगायचं असतं. मी संदेश वा विचार म्हणत नाही, तर नात्यांची गुंतागुंत वा समाजिक राजकीय प्रश्नांकडे लक्ष वेधायचं असतं. त्यामुळे लेखकाचा 'व्ह्यू पॉईंट' महत्त्वाचा ठरतो. तो ते कसा व्यक्त

करतो? त्याचे 'डिव्हाईस' काय आहे? निवेदन, भाष्य, पात्रांचे चरित्रचित्रण, संवाद, घटनाप्रधानता– हे सारे रायटींग डिव्हायसेस आहेत. अमुक एक 'डिव्हाईस' वापरायचा म्हणून लेखन होत नाही, तर जे कथाबीज लेखक साकारतो, तो कथाशय डिव्हाईस निवडतो. तरीही कळत-नकळत प्रत्येक लेखकाचा एक वा काही विशिष्ट डिव्हाईस वापरण्याकडे स्वाभाविक कल असतो.

माझी स्वत:ची लेखन प्रक्रिया अत्यंत स्वाभाविक व नैसर्गिक आहे. मला फक्त सुरुवात सुचायला वेळ लागतो. पहिला परिच्छेद जमला की पुढे नैसर्गिक ऊर्मीनं लिहीत जातो. आणि जेव्हा कथा पूर्ण होते, तेव्हा मीच चकित होतो. 'अरेच्चा! हे कथाबीज सुचताना मनात नव्हतं, पण ते अंत:प्रेरणेतून लिहिताना आलं कसं?–' पण हे असं माझं मीच लेखक म्हणून चकित होणं मला लेखक म्हणून समाधान देणारं असतं. आणि मग ती वाचताना वाटतं, की मी अमुक एक लेखनाचं 'डिव्हाईस' वापरलं आहे. म्हणून माझ्या लेखनात मी पात्रचित्रणास महत्त्व देत नाही हे तितकेसे प्रस्तुत वाटत नाही. अर्थात साक्षेपी समीक्षक व मराठीचे अभ्यासक म्हणून तुमचं हे मत मला पटत नसलं तरी असू शकतं, हे मान्य करण्यास मला संकोच वाटत नाही.

प्रा. रूपाली शिंदे :

'पाणी! पाणी!!' (उदक) या 'तहानलेल्या महाराष्ट्राच्या कथा' या उपशीर्षकासह असलेल्या कथासंग्रहास दुष्काळ, पाण्याचा अभाव आणि त्या अनुषंगाने अनेक उपविषय– पुरुष सत्ता, जातजाणीव, प्रशासनाची भूमिका, शहरी मंडळीचा दृष्टिकोन असे अनेक विषय आले आहेत. त्यामुळे नेम एकीकडे धरताय आणि दगड दुसरीकडे लागतोय असं घडतं? तुम्हांला काय वाटतं?

लक्ष्मीकांत देशमुख :

क्रिकेटच्या भाषेत सांगायचं झालं तर तुम्ही या प्रश्नानं गुगली टाकलीय, पण लक्षात घ्या, मी 'नंबर वन' हा खेळावरचा कथासंग्रह सिद्ध केलाय, त्या अर्थानं मी खेळाडू आहे आणि अशा प्रश्नाची गुगली कशी परतवावी हे मी जाणतो. जोक्स अपार्ट, या प्रश्नानं माझ्या पुस्तकाचं महत्त्व तुम्ही अधोरेखित केलंय असं मला वाटतं. कसं ते सांगतो.

पाणी टंचाई व त्याची परिणती म्हणजे कोरडा दुष्काळ मी जवळून पाहिला आहे, त्याचा सामना केला आहे. त्याचा मानवी जीवनावर, जगण्यावर व नातेसंबंधांवर– मग ते पती-पत्नीचं असो, कुटुंबाचं असो, गावकीचं असो वा सामान्य माणूस विरुद्ध राजकारण-प्रशासन असो, त्यात मला ललित लेखक म्हणून कुतूहल कणव, कन्सर्न आणि सहअनुभूती आहे. त्यात मला कथा दिसते– ती वेदनेची,

पराभवाची तसेच संघर्षाची; जिद्दीनं पुन्हा सावरण्याची आणि प्रसंगी कोसळण्याची असते. ती घडते, तिला अनेक पदर असतात–अनुस्यूत जाणिवा असतात. पुरुषप्रधानतेमुळे स्त्रीला दुय्यम लेखलं जातं व तिचं मांसल शरीर हेच महत्त्वाचं, ते कष्टानं सुकलं तर बाजार जवळ करणं या पुरुषसत्तेच्या वास्तवाला जेव्हा दुष्काळाची जोड मिळते व स्त्रीला घराबाहेर पडावं लागतं तेव्हा 'बांधा' ही कथा साकारते. त्यातला पुरुषप्रधान वर्चस्वाचा पदर वगळा, ती कथाच संभव होणार नाही. इथं नेम व दगड एकाच लक्ष्यावरचा आहे असं मी ठामपणे म्हणेन. 'कंडम' कथेत पाण्यावरून जातीच्या जाणीवा प्रखरतेनं पुढे येतात. एक दलित स्त्री विहिरीत पडून मरते व पाणी विटाळतं, यामध्ये जातजाणीव ही केंद्रस्थानी आहे. मी तर समीक्षकांना एक नवा दृष्टिकोन या पुस्तकाच्या निमित्तानं असा देतो की, पाण्याला जात असते असं मी दाखवलंय. हो– पाण्याला जात असते. ब्राह्मण कुटुंब पाणी टंचाईचा कसा सामना करते हे परिकथा सदृश्य 'खडकात पाणी' मध्ये आलं आहे, तर दलितांना बहिष्कृत करताना त्यांचं पाणी पण तोडलं जातं आणि त्यांचा जीवन उध्वस्थ कसं होतं हे 'उदक'मध्ये मुखर झालं आहे. मराठ व बहुजन समाजासाठा पाणी टंचाईचा प्रश्न हा जातीच्या जाणीवेनं कसं विपरीत वळण घेते हे 'कंडम' व 'मृगजळ'मध्ये आलं आहे. किंबहुना, बऱ्याच दिवसांपासून माझ्या मनात या चार कथांचं मिश्रण करून 'पाण्याच्या चार जाती' असं एक नाटक लिहावं असं घोळत आहे. पाहू या ते कसं जमतं ते! असो. पण या अनुषंगाने तुम्ही समीक्षकांनी जरा 'ऑऊट ऑफ बॉक्स' विचार करावा असं मी सुचवलं तर तो माझा अगोचरपणा समजू नये, ही नम्र आशा. मी इतर कथेचा संदर्भ देत विवेचन विस्तारानं जरूर करू शकेन, पण तो विस्तारभयास्तव न करता एवढंच म्हणेन की, एक लेखक म्हणून मला लेखनाबद्दल, समीक्षेबद्दल जेवढं कळतं त्यावरून मी असं ठामपणे म्हणू शकतो की, माझा नेम व दगड अचूक लक्ष्यावरच लागलेला आहे.

प्रा. रूपाली शिंदे :

थेट जगण्या-मरण्याचा प्रश्न आला की माणूस असाहाय्य होतो– अमानुष होतो, अगतिकतेचा गैरफायदा घेतो, याचं रोकडं चित्रण तुम्ही मांडलं आहे. ते अनेकदा अतिरंजित होतं– वेगवान घटनाक्रम आणि दाहक वास्तव यांची सांगड घालताना कलात्मक विश्वासार्हता निर्माण करण्याची आपणास गरज होती असं वाटत नाही का? याबाबत तुमचे मत काय आहे ते सांगावे.

लक्ष्मीकांत देशमुख :

बरं झाले हा प्रश्न तुम्ही उपस्थित केला ते. कारण माझी याबाबत काही विशिष्ट

मतं आहेत. मी माणसाच्या जगण्याच्या संघर्षाच्या कथा लिहितो, माणूस जगताना किती असाहाय्य होतो, कधी अमानुष वागतो तर कधी अगतिकतेचा (इतरांच्या) गैरफायदा घेतो, हे रोकडे सत्यच आहे. ते मी अनेक कलाकृतींतून मांडले आहे. ते अतिरंजित आहे का? त्यात घटनाक्रमाचा वेग व परखड दाहक वास्तवाची सांगड घालताना कलात्मक विश्वासार्हता निर्माण माझ्या लेखनातून होत नाही– असं आपलं प्रश्नवजा निरीक्षण आहे. त्यावर मी हे सांगू इच्छितो की, अतिरंजितपणा कशाला म्हणायचा हाच मुळी प्रश्न आहे. जेव्हा माणूस (स्त्री पण) जुनाट परंपरेला कवटाळीत भ्रूणहत्या करतो, डॉक्टर पुरावा राहू नये म्हणनू स्त्रीभ्रूण कुत्र्याला खाऊ घालतात– हे वास्तव आहे. ते अतिरंजित कसं म्हणायचं? मालक जेव्हा बालकांना कायदे धाब्यावर ठेऊन कामावर ठेवतो व त्यांचं शोषण करतो व त्याचं बालपण करपून जातं - हे ज्यांना ते विश्व माहीत नाही त्यांना अतिरंजित वाटणं साहजिक आहे. पण ते धगधगतं वास्तव आहे आणि (तथाकथित) कलात्मक विश्वासाहर्ता समीक्षकांना जाणवावी म्हणून जे काळं गडद आहे, ते पुसट करून त्यात 'ग्रे' शेडस् शोधलीच पाहिजेल का? मान्य, की क्रूर व जुलमी व्यक्तींनाही मानवी भावना असतात– त्या भीतीच्या असतात. खचितच करुणा- प्रेमाच्या नसतात. 'हरवलेले बालपण' मध्ये दुर्गाप्रसाद हा बालकांचं शोषण करणारा उन्मत्त अती भोगानं एडस्‌चा शिकार होतो व मरणाच्या दाराशी भीतीनं हतबल होतो. हे मी दाखवलं आहे, ते कलात्मक विश्वासार्ह नाही का? पण त्याचा सुशिक्षित मुलगा अंबाप्रसाद थंडपणे क्रौर्याचे शोषणाचे अनैतिक तत्वज्ञान सांगतो, तो वाचताना वाचकांच्या अंगावर काटा येईल, पण तो वास्तव नाही का? प्रत्येक पात्राचं 'ग्रे' शेडमध्ये मानवीकरण करणंच कलात्मक असत्य मी म्हणतो. त्यामुळे बळी जाणाऱ्या शोषित माणसांच्या चित्रणात सहृदयदेनं स्पर्श देत मी कलात्मक विश्वासार्हता निर्माण केलीय असं मला वाटतं. तसेच मेलोड्रामा– अतिरंजिकपणाला साहित्यात का त्याज्य मानायचं? सिनिसिझम व अबॅसर्डिटीला आपण कलात्मक सत्य मानत असू तर अमानुष वागणाऱ्या माणसाचं रेखाटन करतानाचा डार्कपणा अतिरंजित समजून कलात्मकतेच्या फूटपट्ट्यावर कमअस्सल का मानायचा? बोधवाद, ध्येयवाद, मंगलता यांना साहित्यात तुच्छ का लेखायचं? जर ते कथेद्वारे लेखकाचं तत्वज्ञान म्हणून न घेता कथेचा अविभाज्य भाग म्हणून येत असेल तर का नाही स्वीकारायचं?

मी येथे रामायण व महाभारताचं उदाहरण देईन. त्याला मी वाल्मीकीदृष्टी (रामायणकार) व व्यासदृष्टी (महाभारतकार) असं म्हणतो. व्यासदृष्टी काय सांगते? माणसाचा लोभ, विकार, सत्तासंघर्ष, पतन, कोसळणं व अनैतिकता सांगते. दाजी पणशीकरांनी तर महाभारत हा एक सूडाचा प्रवास आहे असाच अन्वयार्थ लावला आहेच की! या उलट वाल्मीकदृष्टी आदर्शवाद सांगते, उच्च मूल्यांचा आग्रह धरणाऱ्या

व्यक्तिरेखांना देवत्वाच्या सीमेपर्यंत नेते, एकपत्नीव्रत, पित्याची (चुकीची असली तरी) आज्ञा पाळणे, बंधुधर्म (भरत-लक्ष्मण) आणि सेवाभाव (हनुमान) सांगते. हे आदर्श आहेत. ते मानवी संस्कृतीचं ध्येय आहे. तो एक असा 'युटोपिया' आहे. ज्याकडे वाटचाल करणं हे मानवी संस्कृतीच्या विकासाची खूण आहे. माणूस तसा शंभर टक्के आहे का? नाही, पण बऱ्याच प्रसंगी तसा वागतो. सीमेवर देशाच्या रक्षणासाठी जवान प्राण का देतात? कुष्ठरोग्यासाठी बाबा आमटे जीवन का वेचतात? हे सारे आदर्श आहेत. उद्या बाबा आमट्यांवर कुणी कादंबरी लिहिली तर ती आदर्शवादीच असणार. तिला का अतिरंजित कलात्मक म्हणायची?

तर मला सांगायचं आहे की, साहित्यात व्यासदृष्टी व वाल्मीकीदृष्टी दोन्हींना स्थान आहे, असावं. त्यामुळे अकारण कलात्मक विश्वासार्हतेचं स्तोम माजवीत केवळ व्यासदृष्टी साहित्यात श्रेष्ठ व वाल्मीकीदृष्टी कमी प्रतीची मानायचं कारण नाही. मराठी समीक्षकांची समीक्षा बऱ्याच प्रमाणात वाल्मीकीदृष्टी नाकारते याचा मला खेद वाटतो. माझं लेखन व्यासदृष्टीनं वास्तव मांडीत असताना त्या जोडीनं वाल्मीकीदृष्टीनं त्यात आशावाद पेरणारं आहे, असं मी स्वतःबद्दल म्हणू शकेन.

प्रा. रूपाली शिंदे :

'इन्क्लिाब विरुद्ध जिहाद' ही तुमची बृहदकादंबरी. त्यासाठी आपण केलेले मनन, चिंतन व अभ्यासाबद्दल थोडं सांगावं. मराठी साहित्यिक अभ्यास-चिंतनाच्या बाबतीत कमी पडतात. 'प्रतिभावंत' असणं हे कारण आहे का? त्याचबरोबर वाचन-चिंतन-लेखन-पुनर्लेखन याची तुमची काय पद्धत आहे हे जाणून घ्यायला आम्हांला आवडेल.

लक्ष्मीकांत देशमुख :

आपण एकाच प्रश्नात अनेक उपप्रश्न विचारले आहेत; पण त्याचं उत्तर द्यायला मला आवडेल. प्रथम मी तुमच्या या निरीक्षणाशी सहमत आहे की, मराठीमधले लेखक अभ्यास - चिंतनाबाबत कमी पडतात. त्याचे कारण 'प्रतिभावंत' असणे हे आहे का? हा फार मार्मिक प्रश्न आहे. तुम्ही हे वचन– कोटेशन– जाणता की, प्रतिभा एक टक्के असते (सुचणे) व नव्व्याण्णव टक्के परिश्रम असतात. टक्केवारी जाऊ द्या, पण केवळ नवं काही सुचलं पण अभ्यास-चिंतन नसेल तर कलाकृती मोठ्या होत नाहीत. स्वानुभव आणि सार्वत्रिक अनुभवावर लिहिण्याबाबत अभ्यासाची कदाचित गरज नसेल. पण जेव्हा आपण मोठा विषय घेतो, त्याचा आवाका कुटुंब व स्वतःचा सीमित भवतालापलीकडचा असतो, तो जेव्हा गांव- प्रांत-देशाच्या सीमा ओलांडणारा असतो, तेव्हा अभ्यास तर लागतोच. आपण नेहमीच वाचतो की परदेशातील लेखक

कादंबरी लिहिण्यापूर्वी वर्ण्य विषयाचा किती अभ्यास करतात ते. अगदी रंजनपर 'बेस्ट सेलर' ठरवून लिहणारा आर्थर हेलीनं 'हॉटेल', 'एअर पोर्ट', 'प्राईज'सारख्या कादंबऱ्या लिहिताना केवढा प्रचंड अभ्यास केला होता. कथानकाच्या विश्वासार्हतेसाठी ते आवश्यक असतं. आपल्या भालचंद्र नेमाड्यांनी 'कोसला' व चांगदेवच्या चार कादंबऱ्या जरी स्वानुभवावर लिहिल्या असल्या तरी 'हिंदू' लिहिताना त्यांनी किती प्रचंड व विविधरंगी अभ्यास केला आहे हे ती कादंबरी वाचताना जाणवतं. माझी 'इन्किलाब विरुद्ध जिहाद' ही बृहद्कादंबरी लिहायला जसा वेळ लागला, तसा प्रचंड अभ्यासही करावा लागला.

कादंबरीची कथा– साठ वर्षाच्या कालखंडाची व अफगाणिस्थान या देशातील रक्तरंजित संघर्षाची आहे. त्यामुळे त्या देशाचा इतिहास व भूगोल मला प्रथम अभ्यासून तो अंतरंगात मुरवावा लागला. ही जशी 'फिक्शन' (ललित - कल्पनारम्य) कहाणी आहे, तशी ती वास्तव इतिहासाधारित 'फॅक्ट' (सत्य) कहाणी होती. त्या दोन्हीचं मी मिश्रण केलं म्हणून ती 'फॅक्शन' कादंबरी आहे. त्यासाठी राजा जहिरशहा ते मुल्ला मोहमद उमर पर्यंतच्या सर्व वास्तव अफगाणी पात्रांच्या जीवन-प्रवासाचा अभ्यास करणं भाग होतं, तसंच फिक्शन म्हणून त्यांच्या अवतीभवती वावरणारी, नात्यातील पण वास्तवाशी मिळती जुळती– अशी तीन प्रमुख पात्रे अन्वर, करीमुल्ला आणि इलियास मला सुचले. त्यांचे कुटुंबीय व त्यांचा १९५० ते २००१ च्या अफगाणिस्थानी इतिहासाशी समांतर कालबद्ध प्रवास मला सत्य घटनांच्या संदर्भात चित्रित करण्यासाठी अभ्यास करावा लागला. पुन्हा हा इस्लाम देश म्हणून इस्लाम धर्म-परंपरांचा अभ्यास आला. दहशतवादाची मुळं धर्मात आहेत का ते शोधावं लागलं. तेथे रशियाप्रणीत सौर क्रांती झाली म्हणून कम्युनिझमचा अभ्यास करणंही क्रमप्राप्त होतं. अफगाणिस्थानची १९७९ ची कम्युनिस्ट क्रांती आणि तिला अफगाणांनी जिहाद पुकारत दिलेलं उत्तर हा कादंबरीचा प्रमुख संघर्ष बिंदू असल्यामुळे कम्युनिझम, जागतिक शीतयुद्ध, अमेरिकेचे धोरण अशा असंख्य बाबी आल्या. पुन्हा या संघर्षात पाकिस्तान प्रमुख खेळाडू होता आणि अलिप्त चळवळीत झहीरशहा असल्यामुळे भारताचाही काही रोल होता. हे सारे व्यापक पटलावरचे आंतरराष्ट्रीय धागेदोरे अभ्यासल्यावरच माझी कादंबरी सिद्ध झाली. मराठीत तरी आंतरराष्ट्रीय विषयावरची एका देशाची कहाणी प्रथमच अवतीर्ण झाली आहे, या माझ्या म्हणण्याला कोणी मला चॅलेंज करू शकणार नाही.

सुमारे सात-आठ वर्षे अभ्यास केला. असंख्य पुस्तके व संदर्भग्रंथ, वृत्तपत्रे वाचली आणि माझ्या प्रतिभेनं कथानकासाठी घटना, पात्रं व क्रम निवडला. माझ्यासमोर लिहिताना कुठंलही 'मॉडेल' नव्हतं, ज्याला मी अनुसरून लिहावं. अंत:स्फूर्तीनं लिहीत गेलो. आपोआपचा फॅक्शनचा फॉर्म गवसला. वातावरण–

निर्मितीसाठी काही पर्शियन शब्द वापरून उर्दूमिश्रित मराठी भाषा पात्रांच्या संभाषणासाठी वापरून मुस्लीम वातावरणनिर्मिती केली. कुठंलही पात्रं थेट काळं किंवा पांढरं रंगवलं नाही, खरेखुरे सार्वजनिक नेते असल्यामुळे त्यांचं यथातथ्य चित्रण करताना त्यांचं वैयक्तिक जीवन व भावभावना मात्र प्रतिभेनं रचून त्यांचं मानवीकरण करायचा प्रयत्न केला. पण त्यांना मराठी ऐतिहासिक नायकांना जसं उंबरठ्यात–कुटुंबजीवनात काहींनी बद्ध केलं तसं केलं नाही. जे देशावर राज्य करतात, त्यांचं लौकिक व सार्वजनिक जीवन महत्त्वाचं असतं. त्यांच्यासाठी कुटुंब नंतर असतं, हे वास्तवभान मी ठेवून त्यांचं चित्रण केलं! ही माझी लेखनप्रक्रिया मला स्वत:ला लेखक म्हणून बरीच समृद्ध करून गेली.

मराठी लेखक प्रतिभावंत असल्यामुळे अभ्यास-चिंतन करीत नाहीत किंवा त्यांची गरज भासत नाही, हे मला स्वत:ला मुदलातच पटत नाही. तुम्ही जर स्वजीवनाच्या परिघाबाहेर जाणार नसाल तर बाब वेगळी; पण ज्यांना विशाल जीवनपट - मग तो मोठा समूह, देश-प्रांत वा जग या पातळीवर मांडायचा असतो किंवा विविध प्रश्न-समस्या मांडायच्या असतात त्यांना अभ्यास करावाच लागतो त्यामुळे प्रतिभेला नवे धुमारे फुटतात, हा माझा अनुभव आहे. त्यामुळे प्रतिभा व अभ्यासाचं द्वैत असतं हे मला मंजूर नाही.

आणि चिंतन तर लेखकाला हवंच असतं. त्यासाठी ललितेतर वाचन, विविध शास्त्रांचं वाचन, आकलन व मनन हवं असतं. पुन्हा प्रश्न विचारणे, उत्तर शोधणे, माणूस वाचणे, माणसाचे जगण्याचे प्रश्न समजून घेणे - उदा. लिव्ह इन रिलेशनशिप, शेतकऱ्यांच्या आत्महत्त्या, शहरीकरणामुळे माणसांचं तुटलेपण व एकटेपण; दहशतवाद, जात वास्तव, धर्मकारण, राजकारण व त्यातला सत्ता संघर्ष हे सारे सारे लेखकाला समजून घेणं आवश्यक असतं. त्यामुळे लेखक हा बहुश्रुत असलाच पाहिजे. आज इंटरनेट, गुगल सर्च, विकीपीडीया व इ-जर्नल्समुळे हव्या त्या विषयाची हवी ती माहिती संगणक उघडताच मिळू शकते. पण तिचं ज्ञानात रूपांतर करणं व त्याचा वापर करून कथानकातील पात्रांचं भवताल निर्माण करणं हे प्रतिभेचं काम आहे. पण त्याची आद्य व मूलभूत अट ही तुमचं चिंतन, तुमची बहुश्रुतता, तुमचे प्रश्न समजून घेणं व उत्तराचे विविध पर्याय तपासणं ही आहे. ती ज्या प्रमाणात जमते, तेवढी कलाकृती मोठी होते. मला वाटतं, जेव्हा अरुण साधूंनी 'इन्किलाब विरुद्ध जिहाद'चं प्रकाशन करताना 'मला लक्ष्मीकांत देशमुख यांचा हेवा वाटतो' असं म्हटलं, तेव्हा मी जिंकलो होतो. 'चंद्रकात बांदिवडेकराचं वाचल्यावर आनंदानं नाचणंच तेवढं बाकी होतं.' असं जेव्हा सौ. लीला बांदिवडेकरांनी मला फोननं सांगितलं, तेव्हा माझ्या परिश्रमाचं सार्थक झालं असं वाटलं!

प्रा. रूपाली शिंदे :

'इन्किलाब विरुद्ध जिहाद'च्या प्रस्तावनेत 'अफगाणिस्थानच्या रूपाने आंतरराष्ट्रीय धार्मिक म्हणजे इस्लामी दहशतवाद' असं वेगळं स्पष्टीकरण का द्यावंसं वाटलं?

लक्ष्मीकांत देशमुख :

अफगाणिस्थानमधला कट्टर इस्लामीयत्वातून सिद्ध झालेला दहशतवाद आता तालीबान, आयसिस, लष्करे तोयबा इत्यादीमुळे जगभर पसरला आहे हे सर्वश्रुतच आहे. तत्पूर्वी इस्त्रायल– अरबाच्या संघर्षामधून फोफावलेला अराफतचा दहशतवाद हा त्याच परिसरापुरता मर्यादित होता. पण अफगाणिस्थानचा धार्मिक दहशतवाद हा अमेरिका - रशियाच्या संघर्षाचा परिणाम होता. रशियाप्रेरित व त्यांनी सैन्य पाठवून जिवंत ठेवल्यामुळे अफगाणिस्थानमधील तराकी, अमीन बबराक करमाल व नजिबुल्ला यांची कम्युनिझमकडे झुकलेली राजवट (जिला मी इन्किलाब म्हणतो) उलथून पाडण्यासाठी धार्मिक नेत्यांनी लढा उभारला, तिला अमेरिकेनं बळ दिलं, तर पाकिस्ताननं आश्रय व लष्करी प्रशिक्षण दिलं. त्यातून काळाचे काटे मागे उलटणारा दहशतवादाचा पुरस्कार व समर्थन करणारा इस्लामी मूलतत्त्ववाद तालीबानच्या रूपानं उदयास आला व तो सीमारेषा ओलांडीत आज जागतिक झाला आहे. एका अर्थानं त्याची अफगाणिस्थान ही प्रयोगशाळा होती. ज्या अमेरिकेनं हा धर्माधिष्ठित दहशतवाद जोपासला, तो त्यांच्यावरच भस्मासुरासारखा उलटला व ट्विन टॉवर उद्ध्वस्त करून गेला. अमेरिकेचे वेडे साहस इराक व सीरियातील हस्तक्षेपामुळे दिसून आले. त्याचे भयंकर परिणाम आज जग भोगत आहे. त्यामुळे प्रस्तावनेत तसे म्हटले होते एवढेच. पण ते वास्तव निरीक्षण आहे हे मान्य करायला हरकत नसावी.

प्रा. रूपाली शिंदे :

अफगाणिस्तानमधला कडवा व कट्टर धर्माभिमान आणि भारतात असलेला 'जमातवाद' यांच्यामध्ये नेमका कोणता फरक आहे?

लक्ष्मीकांत देशमुख :

बराच फरक आहे असा माझा अभ्यास सांगतो. भारतातील जमातवादाला इतिहासातील हिंदू-मुस्लीम संघर्षाची पार्श्वभूमी आहे. नरहर कुरुंदकरांनी 'जागर' मध्ये याचे मूलग्राही विवेचन केले आहे, ते अजोड व बिनतोड आहे. मी कादंबरीत जे काही याबाबत विवेचन केले आहे ते कुरुंदकरांच्या विचाराचा मागोवा घेणारे आहे. शरीयाप्रणित इस्लामी राज्य हे ध्येय अनेक इस्लामी राष्ट्रं काही उघडपणे तर काही छुपेपणाने, बाळगतात. लष्करे तोयबा, आयसीस हे उघडपणे म्हणतात– भारततही इस्लामी

संघटना– सिमी आदींचं कार्य आणि जामा मस्जिदचे इमाम आदींचे उद्दाम बोलणे, ओवेसी बंधूंची जहरी भाषा यामुळे दहशतवादी कृत्ये होताना दिसतात. पुन्हा गेली साठ वर्षे काश्मीर प्रश्न, पाकिस्तानने धगधगता ठेवला आहे. त्यासाठी दहशतवाद ही स्टेट पॉलिसी ते आचरतात. त्याची प्रतिक्रिया हिंदू समाजातून उमटते. एकीकडे काँग्रेसचा व समाजवाद्यांचा अतिरेकी स्वरूपाचा मुस्लीम अनुनय (मतांसाठी) तर त्याच्या दुसऱ्या टोकाला संघपरिवार व भाजप आदींची तीव्र प्रतिक्रिया– हिंदूंमधली (अनाठायी) भीती कुरवाळीत धर्मकारण करणं-उघड वा छुपं (तेही पुन्हा मतासाठी) यातून जमातवादाला खतपाणी मिळत चाललं आहे. यात दोन्ही राजकीय प्रवाह दोषी आहेत– जास्त काळ सत्ताधारी असणारे थोडे जास्त दोषी आहेत, असं म्हणता येईल. पण २०१४ च्या लोकसभा निवडणुकीमधल्या झालेल्या पराभवानं काँग्रेसला आत्मचिंतन करायला भाग पाडलं व सत्तेवर आल्यामुळे व २० कोटी मुस्लिमांना अराष्ट्रीय समजून, दूर लोटून राज्य करणं शक्य नाही हे भान भाजपला आलं तर तो सध्याच्या फोफावलेल्या जमातवादाच्या पराभवाचा आरंभबिंदू ठरेल. पण हा समंजसपणा दोघांनीही एकाच वेळी दाखवायला हवा. पण हाच खरा प्रश्न आहे.

तरीही भारतीय जमातवादाची तुलना अफगाणिस्थानच्या व आता खऱ्या अर्थाने जागतिक बनलेला धर्माधिष्ठित इस्लामिक दहशतवादाशी होऊच शकत नाही. कारण भारतात बळकट लोकशाही आहे, खुला मीडिया आहे, प्रोॲक्टिव्ह, स्वतंत्र व निष्पक्ष अशी न्यायपालिका आहे आणि मुख्य म्हणजे आम भारतीय हा सहिष्णू, उदार व सेक्युलर आहे. अगदी संघपरिवारातील तथाकथित जहाल जमातवादी हे आंतरराष्ट्रीय धर्माधिष्ठित कट्टरपणाच्या तुलनेत अंशमात्रही जहाल व कट्टर नाहीत. त्यामुळे मला भाजपप्रणीत (तथाकथित) भगवी राजवट सत्तेवर आल्यामुळे भारताचं कसं होणार याची चिंता वाटत नाही. कारण आपली घटनाप्रणीत लोकशाही राजवट आहे. आणि ती पूर्णत: सेक्युलर आहे व तिचे रक्षण न्याययंत्रणा डोळ्यात तेल घालून करीत असते. रामजन्मभूमी– बाबरी मशिदीबाबतचा अलाहाबाद हायकोर्टाचा निर्णय म्हणजे धार्मिक, जटिल संघर्षमय प्रश्नांचा सुंदर असं सेक्युलर उत्तर आहे. तो जर सर्व स्टेक होल्डर्सनी मान्य केला तर भारतीय सेक्युलरझिमला बळकटी येईल.

भारतीय सेक्युलॅरिझमला धोका आहे तो धर्मगटांना–जातसमूहांना 'व्होट बँक' समजून त्यांच्या जुनाट परंपरावादी वृत्तींना कुरवाळीत बळ देण्याचा. तो करण्यात कोणताही राजकीय पक्ष मागे नाही, ही खरी चिंतेची बाब आहे. जमातवाद हे त्याचं दृश्यरूप आहे. या पोपटाचा प्राण राजकीय पक्षांच्या स्पर्धात्मक धर्मगट व जात समूहांच्या तुष्टीकरणात आहे, त्याचा गळा घोटला की जमातवाद संपलाच म्हणून समजा. आणि भविष्यात हे घडू शकतं– शकेल, असा माझा अभ्यास सांगतो.

प्रा. रूपाली शिंदे :

सर्वसामान्य माणूस सर्व प्रकारच्या संस्कारामधून आणि समस्यांमधून वाट काढीत जगत राहातो; टिकून रहातो. अफगाणी माणसाबाबतही हे दिसतं का? तिथला सामान्य माणूस दहशतवाद कसा पचवितो, गिळून टाकतो?

लक्ष्मीकांत देशमुख :

प्रत्येक देशाची दहशतवादाशी सामना करण्याची क्षमता भिन्न असते. कारण तेथला धर्म, संस्कृती, संस्था यांच्या क्षमतेमध्ये फरक असतो. अफगाणिस्थानचा सामान्य माणूसही त्याचा चिवट धर्मश्रद्धा आणि लढाऊ, विजिगीषू वृत्तीच्या बळावर टिकून आहे. १९७९ पासून तो रक्तरंजित संघर्षाचा सामना करीत जगत आहे. आणि त्यातून सामुदायिक मन हे अधिक उदार होत आहे असं माझं निरीक्षण आहे. गेली दहा वर्षे अफगाणिस्थानमध्ये हमीद करजाईनं लोकशाही टिकवली व आता मतपेटीतून सत्तांतर झालं आहे. पण अमेरिकेच्या माघारी जाण्यानंतर काय होणार हा खरा प्रश्न आहे! अफगाणिस्थानची जनता दहशतवादाला कंटाळली आहे हे तर खरंच, पण तो संपणं हे त्यांच्या हाती नाही. कारण तालीबानचं शस्त्रसज्ज असणं व इस्लामिक राजवट आणण्यासाठी असणारं त्यांचं कडवं कडवटपण जोवर कायम आहे व त्यांना आंतरराष्ट्रीय स्तरातून साथ मिळत आहे, तोवर दहशतवाद संपणं कठीण आहे. त्यामुळे सामान्य माणसांना काही वस्तुस्थिती स्वीकारून जगणं भाग आहे. लेखक म्हणून ही अफगाणी मानसिकता मला समजून घेणं इंटरेस्टिंग वाटतं. जगण्याचं बळ कसं मिळवायचं हा त्यांच्यापुढचा सर्वात मोठा सवाल आहे. घातपात, दहशतवादामुळे कोण केव्हा मरेल हे माहीत नाही, त्यामुळे ते दैववादी– फॅटॅलिस्टिक बनत धर्माकडे अधिक झुकू शकतात आणि दहशतवाद– संघर्ष कमी होण्याऐवजी वाढू शकण्याची– नजीकच्या भविष्यात तरी अशी भीती वाटते.

प्रा. रूपाली शिंदे :

जगाच्या बाजारपेठांच्या सीमारेषा संपुष्टात येणे, तंत्रज्ञानातील संवाद-संपर्क-क्रांती यांचा परिणाम, आपली 'ओळख' टिकवून ठेवणे त्यासाठी कर्मठपणा (धार्मिक) अंगीकारणं अफगाणिस्थानचा विचार करता गरजेचे वाटत असेल का त्या नागरिकांना?

लक्ष्मीकांत देशमुख :

या प्रश्नाची गुंतागुंत प्रचंड आहे. हा खरं तर सर्वच इस्लामी देशांच्या संदर्भात प्रश्न प्रस्तुत ठरतो असं मला वाटतं. आधुनिक शिक्षण व तंत्रज्ञान, संवाद-संपर्क माध्यमानं माणूस उदार मानवतावादी बनतो असं होत नाही. उलट त्यामुळे धार्मिक

दहशतवाद व कट्टरवादाचं समर्थन करणारं आकर्षक तत्त्वज्ञान बनवलं जातं. खरं तर हा वर्ग – अमिनची सौरक्रांती व १५-१६ वर्षांची डावी–पुरोगामी राजवट अनेक अर्थांनी लोककल्याणकारी होती. मग अफगाणींना ती स्वीकारावी असं का वाटलं नाही? त्यातलं आंतरराष्ट्रीय कटकारस्थान व फूस सोडून द्या, पण दृश्य परिणाम म्हणून शिक्षण, जमीन सुधारणा व स्त्री स्वातंत्र्याची तेथे नवी पहाट झाली होती, ती आपल्या प्रगतीची आहे हे का त्यांना पटत नव्हतं? केमाल पाशा, राजा अमानुल्ला किंवा सद्दाम हुसेन हे सारे पुरोगामी राजकर्ते त्या त्या इस्लामी देशात आधुनिक जीवन पद्धती का स्थिरावू शकले नाहीत? असं काय तत्त्वज्ञान व विचारधारा इस्लाममध्ये आहे जी त्यांना आधुनिक लोकशाहीवादी व विज्ञाननिष्ठ बनण्यात अडथळा आणते? या साऱ्या प्रश्नांचा वेध मी 'इन्किलाब विरुद्ध जिहाद' मध्ये घेतला आहे; पण तरीही समाधानकारक उत्तर सापडत नाही. भारतातही हमीद दलवाई मुसलमानांना पचत नाहीत. शबाना आझमी ही पुरोगामी न समजता जामा मस्जिदचे इमाम तिला 'नाचने गानेवाली औरत' असं हिणवतात. बॅ. अंतुले, हुसेन दलवाई वा असगर अली इंजिनिअर हे सर्वमान्य मुस्लीम नेतृत्व होऊ का शकलं नाही? या साऱ्या प्रश्नांचा विचार करून, त्यांच्या धर्मपरंपरा व जीवनपद्धतीचा विचार करीत वस्तुनिष्ठ उत्तरं शोधली पाहिजेत असं मला वाटते.

प्रा. रूपाली शिंदे :

'जिहादी' माणसांचं अंतरंग, त्यांच्या संघटनेमधील सत्तास्पर्धा, निराशा, आशा, आंतरराष्ट्रीय स्तरावरील दहशतवादाची समस्या मांडताना हे चित्रण महत्त्वाचे का वाटले? दहशतवाद्यांचे पाय पण मातीचे आहेत हे दाखवणे लेखक म्हणून तुम्हास महत्त्वाचे का वाटले?

लक्ष्मीकांत देशमुख :

जिहादी मानसिकता समजून घेणं हे जगासाठी महत्त्वाचं आहे, कारण दहशतवादापासून आज कोणतेही राष्ट्र मुक्त–अनटचड् राहिलेला नाही. भारत तर नाहीच नाही. पुन्हा इथं त्याची प्रतिक्रिया म्हणून हिंदूंचा कट्टरपणा काही प्रमाणात वाढताना दिसतो. भगवा दहशतवाद ही अतिशयोक्ती म्हटली तरी तशी काही कृत्ये अलीकडच्या काळात झाली आहेत. पण ती भारतापुरती मर्यादित आहेत. इस्लामसारख्या मोनोलिथिक, एकेश्वरवादी व एक धर्मग्रंथांची सत्ता मानणाऱ्या धर्मात कट्टरता तुलनेने अधिक आहे. त्यामानाने जागतिक व इस्लामप्रमाणेच मोनोलिथीक धर्म असूनही आज ख्रिश्चनांमध्ये कट्टरता दिसत नाही. सारी ख्रिश्चन राष्ट्रे रेनेसान्स नंतर भांडवलशाही मार्गाने श्रीमंत होताना दिसतात. धर्म म्हणून बौद्ध, जैन कट्टरतावादाचा पुरस्कार करीत नाहीत व

त्यांची अनुयायी राष्ट्रे त्यापासून अभुक्त आहेत. पंजाबमधील खलिस्तान चळवळीमुळे काही काळ शीख कट्टरवादाचा व दहशतवादी कृत्याचा भारताला परिणाम भोगावा लागला होता, पण तो आता शमला आहे. त्यामुळे जगासाठी आज इस्लामच्या नावाने चालणारा व देशांच्या सीमारेषा मोठ्या प्रमाणात ओलांडलेला दहशतवाद ही आणि चिंतेची बाब आहे. आणि अमेरिकेची युद्धखोर नीती, वेड्या साहसवादाने व जगाच्या नियंत्रणाचा ठेका घेतल्याप्रमाणे वागणाऱ्या अमेरिकेमुळे आगीत तेल ओतून ती अधिक भडकवावी, तसं या दहशतवादाला बळ मिळत आहे. म्हणून 'इन्किलाब' च्या माध्यमातून तालीबानी जिहाद्यांचं अंतरंग मी रेखाटण्याचा प्रयत्न केला आहे. पण त्यांचेही पाय मातीचे आहेत व त्यांची ही धर्मनिष्ठा कडवी असूनही मूलभूत मानवी षड्विकारापासून ते मुक्त नाहीत आणि निसर्गनियम पाहाता ते शक्यही नाही; म्हणून ती शेवटी माणसे आहेत. त्यांचं हे मानवीपण मला लेखक म्हणून एक्सायटिंग वाटलं. ते मी येथे मांडलं आहे.

पुढील काळात मला केव्हा तरी काश्मीरवर कादंबरी लिहायची आहे. तेथेही मला या विषयाचा सामना करावा लागणार आहे. कारण काश्मीर समस्येचा इस्लामी पैलू व धर्माधिष्ठित दहशतवाद हे रोकडे वास्तव मला तेथेही मांडावे लागणारच आहे. काश्मीरची ओळख म्हणजे शैव, बौद्ध, सूफी, इस्लाम व शीख धर्मातून विकसित झालेली खास ऐतद्देशिय सांस्कृतिक वारसा– धरोहर वा विरासत आहे. तिला 'काश्मीरियत' म्हणता येईल. ती खच्ची करून तिला कट्टर वहाबी इस्लामी परंपरेत परावर्तित करण्यासाठी पाकिस्तान व काश्मीरचे हुरियत नेतृत्व प्रयत्नशील आहे. पंडितांचं स्थलांतर फोर्सफुली घडवून आणत काश्मीर खोरं हिंदू-शीख विरहित करीत त्याचं पूर्ण इस्लामीकरण करीत ते पाकिस्तानला जोडण्यासाठी फाळणीचं राहिलेलं काम (अनफिनिशड अजेंडा) मानून प्रयत्न करणं, हे सारे पदर काश्मीर समस्येला चिकटलेले आहेत. त्यामुळे येथेही जिहादी अंतरंग जाणत पात्रांद्वारे मांडणं मला भाग आहे. पाहू या कसं जमतं ते!

प्रा. रूपाली शिंदे :

आपण 'इन्किलाब विरुद्ध जिहाद' वर बरेच बोललो आहोत. आता मी तुमच्या थीमबेस्ड कथासंग्रहबाबत विचारू इच्छिते. एक मध्यवर्ती प्रश्न घेऊन त्याभोवती अनेक कथा लिहिणं व त्या एकत्र कथासंग्रहाच्या रूपानं प्रसिद्ध करणं या मागे लेखक म्हणून तुमची काय भूमिका आहे?

लक्ष्मीकांत देशमुख :

'कथांजली' व 'अंतरीच्या गूढगर्भी' या दोन कथासंग्रहात विविध विषयांवरच्या

कथा होत्या. पण त्यानंतर ओळीने (अर्थात १९९६ ते २०१४ दरम्यान) तीन थीमबेस्ड कथासंग्रह आले हे खरं आहे. या काळात इतरही कथालेखन झालं. ते 'अग्निपथ'मध्ये समाविष्ट आहे व २०१५ मध्ये प्रकाशित होणारा 'मृगतृष्णा' या कथासंग्रहातही आहे. पण तीन थीमबेस्ड कथासंग्रह हा माझी मराठी साहित्याला दिलेली देणगी आहे, असे डॉ. आनंद पाटील म्हणतात. त्यांचा या बाबतचा सविस्तर लेखही ही मुलाखत ज्या ग्रंथात आहे त्या माझ्या साहित्यावरील समीक्षा ग्रंथात समाविष्ट आहे. पण या संदर्भात माझी भूमिका तुम्ही विचारली याचा आनंद आहे.

'पाणी! पाणी!!' मधील सर्व सोळा कथा पाणी टंचाई व दुष्काळाचा मानवी जीवनावर होणारा परिणाम दाखवणाऱ्या कथा आहेत. 'नंबर वन' हा कथा संग्रह खेळाडूंमधील माणूस दाखवणारा व खेळाशी निगडित जीवन असल्यामुळे त्याचे यश अपयश जीवन कसं प्रभावित करते हे दाखवणाऱ्या आहेत. 'सावित्रीच्या गर्भात मारलेल्या लेकी' हा स्त्रीभ्रूण हत्या प्रश्नावरील आठ कथांचा संग्रह आहे. म्हणून हे माझे तीन थीमबेस्ड कथासंग्रह आहेत. हा एक नवा ठसठशीत असा साहित्यप्रयोग आहे व तो अपूर्व आहे, एवढे किमान श्रेय तरी माझ्या पदरी समीक्षकांनी टाकण्यास अनमान करू नये.

मी असे थीमबेस्ड कथासंग्रह का सिद्ध केले? यापेक्षाही एकाच विषयावर वेगवेगळ्या कथा कशा सुचल्या व मी लिहिल्यावर त्या एकत्रित का छापाव्या वाटल्या (व प्रकाशकांनी तरी का छापल्या?) हा प्रश्न जास्त महत्त्वाचा आहे.

पाणी टंचाई व दुष्काळ मी जवळून पाहिला आहे. त्याची व्यापकता व अनेक पैलू माझ्या लक्षात आले, जाणवले व मनाला भिडले. त्यात मला सलग मोठी कादंबरी दिसली नाही, तर वेगवेगळ्या पैलूंच्या कथा दिसल्या. सर्वप्रथम मी 'बांधा' ही कथा लिहिली, मग 'पाणी चोर' आणि लक्षात आलं की या एकाच प्रश्नाचे विविध पैलू असणारी बरीच कथाबीजं मनात आहेत, घटना व पात्रं आहेत. त्यांनाही वाट देत मग मी सलगपणे त्या कथा एकामागून एक लिहिल्या. आणि वाटलं की, त्या एकत्र छापणं योग्य राहील. सुदैवानं माझ्या प्रकाशकमित्र बाबा भांडना त्याचं वेगळेपण व मोल जाणवलं आणि 'पाणी! पाणी!!' हा कथासंग्रह प्रकाशित झाला. तसंच इतर दोन संग्रहांबाबत घडत गेलं!

अरुण शेवते, विठ्ठल वाघ आदींनी एकाच विषयाभोवती कविता मालिका लिहिल्या आहेत. पण त्यांनी एकाच काव्यसंग्रहपुरता हा प्रयोग केला. मी गद्य साहित्यात तीन कथासंग्रह एकाच विषयाशी संबंधित लिहिल्यावर जाणीवपूर्वक थीमबेस्ड स्वरूपात प्रसिद्ध केले.

जरी या तीन कथासंग्रहात विषयाचं एकारलेपण असलं तरी त्यात तोचतोचपणा

किंवा पुनुरुक्ती अजिबात नाही असा माझा दावा आहे. प्रत्येक कथा त्या प्रश्नाचा वेगळा पैलू मांडते. प्रत्येक कथेचा 'व्ह्यू पॉईंट' भिन्न आहे. घटना आणि कथा-कथन एका कथेपेक्षा दुसऱ्या व सर्वच कथेमध्ये निराळे आहेत. संगीताच्या भाषेत सांगायचं झालं तर राग एक, पण प्रत्येक गाणं त्यावर आधारलेलं भिन्न भावना प्रगट करणारं असतं. तसंच या कथासंग्रहातील कथांचं आहे. यामुळे एका प्रश्नाचा व्यापक पट आणि आकलन ललित अंगानं वाचकांना होत जातं व तो जाणीव समृद्ध होत जातो, असं मला वाचकांच्या आजवर आलेल्या प्रतिक्रियांमधून जाणवलेलं आहे.

विनोद शिरसाठ :

आता थोडं तुमच्या प्रशासकीय कामाकडे वळू या. कारण ते तुमच्या लेखनातून वेगळे काढता येत नाही. माझ्या मते प्रशासनात काम करताना तुमच्या कारकिर्दीचा उत्तरार्ध हा बराच वेगवान राहिला आहे. म्हणजेच जिल्हा परिषदेचे मुख्य कार्यकारी अधिकारी, महानगरपालिका आयुक्त, क्रीडा संचालक, जिल्हाधिकारी व फिल्मसिटीचे एम. डी. असा हा कालखंड आहे. या काळातला प्रशासक व पूर्वार्धातला प्रशासक म्हणून तुम्ही त्यात काय साम्य व फरक करता? तसा तो राहिला आहे का?

लक्ष्मीकांत देशमुख :

निश्चितच. कारण पूर्वाधात मी उपजिल्हाधिकारी व अप्पर जिल्हाधिकारी म्हणून १७-१८ वर्षे खालच्या पदावर काम केले, तेथे विभाग प्रमुख म्हणून जिल्हाधिकारी असायचे. मात्र १९९६ साली मी आय.ए.एस. म्हणून पदोन्नत झालो व मी वर आपण म्हणलेली विभाग प्रमुखांची पदे भूषविली. हा उत्तरार्ध वेगवान यासाठी होता, की मला या प्रत्येक पदावर पदाची जी शासनविहित कामे आहेत ती करताना इतर अनेक सामाजिक व सांस्कृतिक कामे करता आली व काही 'आऊट ऑफ बॉक्स' उपक्रम राबवता आले.

तथापी प्रशासकीय नोकरीच्या पूर्वार्धातही मला उत्तम काम करता आले. महसूल प्रशासनात असल्यामुळे पाणी टंचाई, दुष्काळ तसेच महापूर आदी, लेखक असल्यामुळे अधिक डोळसपणे संवेदनक्षमतानिशी कामे पार पाडली. नांदेड नगरपालिकेत मी आज ज्याला 'वन विंडो सिस्टीम' म्हणतात, ती तेव्हा सर्वप्रथम मी मराठवाड्यात सुरू केली होती व सर्व कामे विहित मुदतीत पूर्ण करण्याचा मी उच्चांक प्रस्थापित केला होता. स्वच्छता, पाणी पुरवठा व खड्डेविरहित रस्ते व शिक्षण आरोग्याचा दर्जा वाढविणे ही मूलभूत कामे केली. परभणीत असताना संपूर्ण साक्षरता अभियान यशस्वीपणे मुख्य संयोजक म्हणून राबवले व सुमारे सव्वादोन लाख प्रौढ खऱ्या अर्थाने साक्षर केले. त्यामुळे १९८१ साली स्त्री साक्षरतेमध्ये जो परभणी जिल्हा खालून

दुसरा होता, तो २००१ च्या जनगणनेत स्त्री साक्षरतेमध्ये राष्ट्रीय सरासरी गाठू शकला. हे काम मला मोलाचे वाटते. परभणीला १९९५ मध्ये ६८ वे अखिल भारतीय मराठी साहित्य संमेलनाचेही यशस्वीपणे आयोजनही मी कार्याध्यक्ष म्हणून केले होते. याखेरीज पुरवठा विभागातील भ्रष्टाचार मोडून काढणे, जमिनीचे रेकॉर्ड अद्ययावत करणे, दुष्काळात सहा-सहा महिने एक लाखावर मजुरांना रोजगार हमीचे काम उपलब्ध करून देणे, रो.ह.यो. निगडित फळबागांची मोहीम १९९०-९२ मध्ये मराठवाड्यात यशस्वीपणे राबवणे ही कामे मला करता आली. तरीही मी विभागप्रमुख नसल्यामुळे या काळात माझ्या कामांना मर्यादा होत्या.

पण आय. ए. एस. झाल्यावर मी विभाग प्रमुख म्हणून काम केले, तेथे प्रत्येक क्षण विकासाचे आदर्श प्रशासन करण्याचे जे ध्येय मी प्रशासकीय सेवेत येताना बाळगले होते, जे स्वप्न पाहिले होते, ते साकार करण्यासाठी मी एकही दिवस सुट्टी न घेता काम करून माझं सर्वस्व पणाला लावून करायचा प्रयत्न केला. त्यात यशस्वी पण झालो. अकोला येथे मनपा आयुक्त म्हणून बी. ओ. टी. तत्त्वावर नफ्यात चालणारी सिटीबस सेवा, कचऱ्यापासून खत निर्मिती, उत्तम रस्ते, पाणी पुरवठा व ३५०० झोपडपट्टीचे वाल्मी योजनेअंतर्गत पक्क्या घरात रूपांतर अशी कामे केली. सांगलीला ५०० शाळांना प्रत्येकी तीन संगणक संच व पहिली ते सातवी पर्यंतच्या सर्व विषयांच्या व्हिडिओ सी. डी. देऊन शैक्षणिक गुणवत्तावाढीचा प्रकल्प, आरोग्य सेवा वाढवणे, याबरोबर २०० गावे हगणदारी मुक्त केली. जि.प.मध्ये जेंडर बजेट इंड्रोड्युस केले. मला त्या वेळी यशवंत पंचायत राज, म. गांधी उत्कृष्ट जिल्हा पुरस्कार पण मिळाले. क्रीडा संचालक म्हणून बालेवाडी पुणे येथे भारतातले सर्वोत्तम आंतरराष्ट्रीय दर्जाचे क्रीडा संकुल उभारले व राष्ट्रकुल युवा क्रीडा स्पर्धांचे यशस्वी नेटके आयोजन केले; पण दिल्लीच्या राष्ट्रकुल स्पर्धेतील भ्रष्टाचारामुळे इथेही तसेच झाले असे समजून प्रथम ए. जी., मग कॅग व शेवटी सार्वजनिक लेखा समितीने कसून चौकशी केली. त्यांना काही सापडले नाही. यामुळे मात्र हे माझ्या व्यवस्थापन कौशल्याची कसोटी पहाणारे यश काही प्रमाणात झाकोळले गेले याचा विषाद जरूर आहे. असो. कोल्हापूरला मी तलाठ्यांना लॅपटॉप देत 'इ-चावडी' प्रकल्प राबवला. आय.टी.चा वापर करून रॉकेल व धान्याचा काळाबाजार रोखला. मुख्य म्हणजे स्त्रीभ्रूण हत्या रोखण्यासाठी कल्पकतेने डॉक्टर व समाज, राजकीय नेते, तथाकथित स्वयंसेवी संस्थांचा रोष पत्करूनही आय. टी आधारित 'सेव द बेबी गर्ल' ही ऑनलाईन सोनोग्राफी यंत्रणा व ॲक्टीव ट्रॅकरद्वारे मुलीच्या जन्माचे प्रमाण वाढवून दाखवले. त्यावर हायकोर्टाने मान्यतेची मोहर उठवली. राजस्थान व मध्यप्रदेशने हे मॉडेल स्वीकारले, पण महाराष्ट्र शासनाने काही निर्णय केला नाही. पण मी एक नवा पथदर्शक

प्रकल्प राबवला हे काय कमी आहे? राळेगण सिद्धी व हिवरे बाजारप्रमाणे आदर्श गाव योजनेचे सार्वत्रिकीकरण झाले नाही म्हणून का त्याचे महत्त्व कमी समजायचे? तसेच या माझ्या 'सेव द बेबी' प्रकल्पाचे आहे. मी सर्वोत्तम काम केले याचे समाधान आहे. कोल्हापूरला कलेक्टर म्हणून अनेक सांस्कृतिक उपक्रम राबवले, तेही मला मोलाचे वाटतात. अनाथ बालकांसाठी काम करणाऱ्या बालसंकुलच्या दोन कोटीच्या दोन इमारती मला लोकवर्गणीतून उभारता आल्या याचं समाधान काय वर्णावं? शाहू स्मारक भवनाचे नूतनीकरण व विस्तारीकरण करून एका सांस्कृतिक केंद्राचे त्याला रूप दिले, राजर्षि शाहू महाराजांचा विचार थोडाफार राबविला, याचं समाधान काही और आहे. हे सर्व मला महत्त्वाचे वाटते.

पूर्वार्धात व उत्तरार्धात प्रशासक म्हणून माझी तत्त्वं व कामे तशीच होती, पण आय.ए.एस. झाल्यावर अधिकार मिळाले, त्याचा वापर करून एक प्रशासक किती उत्तम काम करू शकतो याचा वस्तुपाठ घालून दिला. हे मला करता आलं ते माझ्या ध्येयवादामुळे व आदर्श प्रशासनाच्या स्वप्नामुळे. याचा मला लेखक म्हणून व एक भारतीय नागरिक म्हणून जरूर फायदा झाला असं वाटतं.

विनोद शिरसाठ :

मराठीतले बहुतांश ललित लेखन 'खाउजा' म्हणजे खाजगीकरण, उदारीकरण व जागतिकीकरण याबाबत नकारात्मक सूर लावतात असे दिसते. तुमच्याबाबत असे झालेले दिसत नाही. याचे कारण तुमचे प्रशासनातले अनुभव, की अन्य काही वेगळे कारण आहे? याबाबत आपले एकूण चिंतन तसेच साहित्याच्या संदर्भातले त्याचे महत्त्व आम्हांस जाणून घ्यायला आवडेल.

लक्ष्मीकांत देशमुख :

भारतामध्ये १९९१ मध्ये डॉ. मनमोहन सिंग यांनी अर्थकारणाच्या संदर्भात खुलेपणाचे म्हणजेच उदारीकरणाचे काही निर्णय घेतले. त्यांनी व पंतप्रधान पी. व्ही. नरसिंहरावांनी ते अंमलात आणले, त्या काळातच माझी प्रशासकीय कारकिर्द बहरली, म्हणून याबाबत माझे चिंतन आपणास जाणून घ्यायचे आहे. एक लेखक– विचार करणारा (स्वत:ला विचारवंत समजत नाही, पण याबाबत मी बराच अभ्यास केला आहे) लेखक व प्रत्यक्ष शासनात काम करणारा प्रशासक अशा दुहेरी नात्यानं मी या प्रश्नाकडे कसा पाहातो याचं मी प्रथमदर्शनी असं उत्तर देईन की मी याकडे प्रॅग्मॅटिक नजरेने पहातो. 'खाऊजा बाजूने टिमकी वाजवत नाही की विरुद्ध जात टिऱ्या बडवत नाही. आज ती वस्तुस्थिती आहे व या एकविसाव्या शतकात तिच्यासह, तिच्या गुणदोषासह, साऱ्या जगताला व लोकांना जगावे लागणार आहे, हे एकदा आपण

स्वच्छपणे मान्य केले तर मग त्याला कसं समोर जायचं हे समजू शकेल.

जागतिकीकरण ही काही या तीन-चार दशकातील बाब नाही. ती पूर्वापार चालत आलेली बाब आहे. जुन्या काळात भारताचा दक्षिण मध्य आशियाशी व्यापार होता, बुद्धधर्म अनेक देशांत पसरला होता. भारताचे जागतिक व्यापार-संबंध होते. भारतात वास्को द गामा आला होता, मग फ्रेंच, पोर्तुगीज व शेवटी इंग्रज आले. जहाज व विमानाने जग जवळ आले. हे सारे आधीच घडले आहे. मग माध्यमक्रांती झाली, आय. टी. व इंटरनेटचे युग आले व संपर्काच्या साऱ्या सीमारेषा अडथळाविरहित होत पुसल्या गेल्या. प्रत्यक्ष परदेशी जायला आज पासपोर्ट- व्हिसा लागतो, पण इंटरनेट व माध्यम साधनांमुळे घरबसल्या कुणाशीही संपर्क, चॅटींग करता येते. जगभरचे कार्यक्रम, सिनेमा, मालिका, खेळ, बातम्या पाहाता येतात. त्यामुळे जागतिकीकरण हा चर्चेचा विषय राहिला नाही, तर आज ती वस्तुस्थिती आहे.

वास्तविक जागतिकीकरण (व उदारीकरण पण) हे अर्थकारणासाठी जगाने एकत्र येऊन नवीन धोरणात्मक व्यवस्था स्वीकारल्याचे दृश्यरूप आहे. भांडवल, पैसा, व्यापार व मनुष्यबळाचा मुक्त संचार हे या जागतिकीकरणाचे वैशिष्ट्य आहे. डाव्यांचा कितीही कडवा झापडबंद विरोध असला तरी आज जगानं जागतिकीकरण मोठ्या प्रमाणात स्वीकारले आहे व त्यानं देशांचा आर्थिक विकास झाला आहे व गरिबी पण बरीच कमी झाली आहे. भारतातही या दोन-अडीच दशकात जी प्रगती झाली आहे, आर्थिक विकास झाला आहे व ज्या प्रमाणात गरिबी कमी झाली आहे, त्यामुळे जागतिकीकरणामुळे फायदा झाला आहे हे मान्य केले पाहिजे. पण संपत्तीचे विषम वाटप, दादागिरी करणाऱ्या विकसित राष्ट्रांचे दडपण यामुळे अनेक चुकीचे निर्णय भारतात घेतले, त्यामुळे शेतीचा कुंठित झालेला विकास व शेतकऱ्यांच्या आत्महत्या, उत्पादन क्षेत्राची मंदी असे प्रश्न गंभीर झाले आहेत. तो दोष राजकर्त्यांच्या लघुदृष्टीचा व धोरणांचा आहे. एका व्यापक अर्थानं जागतिकीकरणाची ही काळी बाजू आहे. आणि लोककल्याणकारी राज्य प्रशासनाला आव्हान आहे शिक्षण, आरोग्य व मानवी विकासात गुंतवणूक कमी करणं हे जर जागतिकीकरणाच्या नावाखाली व तत्त्वाचा भाग म्हणून होत असेल तर ते चुकीचं आहे. असं म्हणणं भाग आहे. खाजगीकरण ही संकल्पना मानवी स्वार्थमूलक वृत्ती ओळखून निर्माण झालेली व्यवस्था आहे. समाजवाद व सहकार हे आदर्श आहेत, पण मानवी स्वभाव मूलतः स्वार्थी आहे, त्याला नफा व मालमत्तेची ओढ आहे. ती त्याची प्रमुख कार्यप्रेरणा आहे. काही ध्येयदारी व विचारी माणसं त्याला अपवाद असतात. जेव्हा म. गांधींसारखा युगपुरुष अवतरतो, तेव्हा काही काळ सर्व समाज, देश त्यानं भारावून स्वार्थत्यागाला तयार होतो. पण आता विसाव्या शतकाचा उत्तरार्ध व एकविसावे शतक हे जगभरच खुल्या

नेतृत्वाचं जग आहे. आता या पुढे गांधी, मंडेला, मार्टीन ल्युथर किंग निर्माण होतील की नाही ही शंका आहे. त्यामुळे व्यापक हित पाहाणारी समाजवादी व्यवस्था व परस्परांना साह्य करीत सर्वांचाच उद्धार व्हावा अशी प्रेरणा असलेली सहकारी चळवळ आता किती सडली आहे हे सांगायला नको. त्यामुळे जगात भांडवलशाही सर्वत्र फोफावली आहे. तिनं संपत्ती व समृद्धी निर्माण केली आहे, हे पण विसरून चालणार नाही. आज नारायण मूर्ती म्हणतात त्याप्रमाणे 'कंपॅनशेट कॅपिटलिझम'– उदारकरुणाधिष्ठित भांडवलशाही हवी आहे. या पार्श्वभूमीवर खाजगीकरण सार्वत्रिक झाले आहे हे लक्षात घेतले पाहिजे.

मी २००४-२००५ या वर्षभरात आय.आय.एम. बेंगलोरला पब्लिक पॉलिसीचा एक वर्षाचा अभ्यासक्रम– एम. बी. ए. केला होता. स्वांतसुखाय व ज्ञानाची प्रबळ प्रेरणा म्हणून. तेव्हा 'खाउजा'चा अभ्यास केला होता. पुन्हा प्रशासनात काम करताना सहकार क्षेत्र, व्यापारी आणि राज्यकर्त्यांचे वर्तन, प्रेरणा व कामे-धोरणे पाहिल्यावर खाजगीकरण हे 'लेसर इव्हिल' म्हणून स्वीकारणं क्रमप्राप्त आहे. आणि जागतिकीकरण व उदारीकरण हे सर्व देशांनी एकत्र येऊन प्रश्न 'गॅट' व नंतर 'डब्ल्यु. टी. ओ.'च्या माध्यमातून स्वीकारल्यामुळे ते आजचे वास्तव आहे. त्याचे जसे फायदेशीर व सकारात्मक पैलू आहेत, तसंच त्यांचे काही नुकसानदायी नकारात्मक भागही आहे. देशाचे नेतृत्व जास्तीतजास्त फायदा कसा करून घेत नुकसान कसे टाळता येईल यासाठी दक्ष राहात कणखरपणे धोरणे आखेल तर आपली प्रगती वेगाने होऊ शकते. भारत यात कमी पडला म्हणून आजचे गंभीर प्रश्न निर्माण झाले आहेत.

माझं हे तत्त्वचिंतन म्हणा, वा अभ्यास आहे; त्यामुळे मी लेखनात वा चर्चेत याबाबत प्रॅक्टिकल भूमिका घेतो. अकारण अज्ञानमूलक नकारार्थी सूर लादत नाही, एवढाच त्याचा मथितार्थ.

विनोद शिरसाठ :

जागतिकीकरण व एकूणच 'खाउजा' आणि साहित्याकडे आपण कसे बघता? ह्याचे सूर तुमच्या लिखाणात उमटलेले आहेत असं तुम्हाला वाटतं का? मराठी साहित्यामध्ये जागतिकीकरणाचे किती प्रतिबिंब उमटले आहे असे तुम्हास वाटते?

लक्ष्मीकांत देशमुख :

हा फार महत्त्वाचा प्रश्न आहे विनोदजी. जागतिकीकरण आणि साहित्य यावर जगात सर्वत्र विचार चालू आहे. मी मात्र जागतिकीकरणाचा संस्कृतीच्या संदर्भात विचार करून मत मांडणं पसंत करेन. त्यात साहित्य हे येणारच.

सांस्कृतिक अंगानं जागतिकीकरणाचा विचार केला तर असं लक्षात येईल की दळणवळण व संपर्कक्रांतीमुळे आज इतिहासात कधी नव्हे ते सर्व जग जवळ आलं आहे. जागतिकीकरणामुळे अर्थकारण, श्रमशक्ती, भांडवल आणि तंत्रज्ञानाची आयात-निर्यात व मोबिलिटी वाढली आहे. भारतातून बाहेर जाणारी माणसं काही दशकापूर्वी ब्रेनड्रेन संबोधिली जायची, पण आज तो व्यापक अर्थानं 'ब्रेनगेन' आहे, त्यामुळे भारताचा विकास होत आहे. भारतातले तरुण-तरुणी जगभर श्रमप्रधान व बौद्धिक क्षेत्रात मोठ्या संख्येने काम करीत आहेत. एकट्या अमेरिकेत तीस ते चाळीस लाख भारतीय आहेत. जागतिकीकरणामुळे जग हे एक वैश्विक खेडे झाले आहे. आय.टी.मुळे कल्पना, संशोधन, विचार आणि विचारसरणीचं प्रचंड प्रमाणात आदान-प्रदान होत आहे. मल्टी नॅशनल कंपन्यांमुळे जगभर सर्वत्र एकाच ब्रँडचे कपडे, खाद्य पदार्थ, शीतपेये आणि प्रसारमाध्यांमुळे सिनेमा, संगीत, नृत्य आणि जीवनशैली झपाट्यानं एकजिनसी होत आहे. एका अर्थानं शतकभर जे ती असणाऱ्या पाश्चात्त्य (पक्षी : अमेरिकन) जीवनशैली आणि इंग्रजी भाषेच्या प्रभावाखाली सर्व जग मोठ्या प्रमाणात आलं आहे. भारतापुरता विचार केला तर इथलं स्वदेशी एतद्देशीय त्याचा थोडाही पुरस्कार केला की त्याच्यावर संघविचाराचा असा शिक्का बसतो! ते कमअस्सल व अमेरिकन जीवनशैली आधुनिक व आजच्या युगाची म्हणून अनुकरणीय झाली आहे. त्यामुळे भारतात चौकोनी कुटुंब, वडीलधाऱ्यांना आता न सामावून घेणारी कुटुंब व्यवस्था, वाढते घटस्फोट, लिव्ह इन रिलेशनशिप, एल.जी.बी.टी.सारख्या बाबींचा वाढता स्वीकार, मोकळे स्त्री-पुरुष संबंध, औद्योगिक क्रांती व नव्या यंत्रामुळे मागील दोन दशकात कमी झालेले मानवी श्रम व सांस्कृतिक बाबीसाठी उपलब्ध झालेला मोकळा वेळ पुन्हा कमी होणं, वाढतं असामाजिकीकरण, मोबाईल, टी.व्ही. क्रांती, अन्न-कपडे व भाषेचे जागतिककीकरण व एकजिनसीपणा, वाढते स्थलांतर व अदेशीपणा–मुळं उखडली जाणं, कमी होणारी विविधता व स्थानिक महत्त्व– हे सारे सांस्कृतिक संदर्भ व बदल जागतिकीकरणाशी जोडले गेले आहेत. पुन्हा जागतिकीकरणाशी नीट सामना आपण करू शकत नसल्यामुळे बेरोजगारी, शेतकऱ्यांची विपन्न अवस्था, घसरलेली जीवनाची गुणवत्ताः शिक्षण, आरोग्य, सामाजिक क्षेत्रात कमी झालेली भांडवली गुंतवणूक, सरकारचा संकोच, विघातक विकास- नीतीमुळे होणारा पर्यावरणाचा ऱ्हास व त्याचा मानवी जीवनावरचा होणारा गंभीर परिणाम हे सारे बदल म्हणजे सांस्कृतिक स्थित्यंतर आहे व त्याचे पडसाद साहित्यामध्ये पडणे अपरिहार्य आहे. कारण साहित्याचे भांडवल भवतालचे जीवन व माणसाची सुखं-दुःखं असतात. पण या साऱ्या बदलाचा नीट आवाका समजून घेणे, त्याचा अन्वयार्थ लावणे हे लेखकासाठी अपरिहार्य आहे, तसे असले पाहिजे असे मला वाटते.

यंदाच्या जयपूर लिटरेचर फेस्टिवल मध्ये (२०१४ जानेवारी) 'ग्रीड फॉर ग्लोबलायझेशन इज किलिंग इंडियाज सोल' यावर एक फार उद्बोधक चर्चा झाली होती, तिची आठवण मला आज तुम्हांला उत्तर देताना व माझं प्रकट चिंतन अभिव्यक्त करताना होतेय. स्वामी अग्निवेश यांनी बोलताना फार मार्मिक टिपणी केली होती. ती (संदर्भ पाहात) मी सांगतो. ते असं म्हणाले होते, ते मी मूळ इंग्रजीतच देतो.

'It is theocratisation of the market place which is distrubing me. By glorifying globalisation we are glorifying greed. A new God is emerging from the market forces and there is no place any more for social and economic justice.'

काहींना हे विधान व प्रतिक्रिया टोकाची वाटण्याचा संभव आहे. पण आज भारतात ते घडताना दिसतंय. काही भांडवलदार अर्थविकास हा नवा देव मानू लागले आहेत. आपण 'गरज' (नीड) आणि स्वार्थ आणि ओरडबडून घेणं (ग्रीड) यामधला फरक विसरत चाललो आहोत. त्यामुळे भारतात जागतिकीकरणाची काळी बाजू मोठ्या प्रमाणात दिसत आहे. ती अनेक देशांनी रोखली आहे, पण भारताचं खुजं व कमी बौद्धिक प्रतीचे नेतृत्व रोखू शकत नाही, हाच याचा मथितार्थ आहे. आज उजव्या पक्षाचं राज्य आहे व त्यांच्यासाठी स्वामी विवेकानंद हे ऑयडॉल आहेत. त्यामुळे त्यांनी त्यांच्या सुप्रसिद्ध १८९३ च्या जागतिक धर्मपरिषदेमध्ये याबाबत सर्व जगाला इशारा देताना जे म्हटले होते, ते लक्षात ठेवावं असं मी सुचवेन. स्वामीजी असं म्हणाले होते,

'Shall India die? Then from the world all spirituality will be extinct, all ideality will be extinct and in its place will reign the duality of lust and luxury as the male and female dieties; with money as priest. Fraud, force and competition its ceremonies and human soul as its sacrifice. Such thing can never be.....

असं काही होऊ नये म्हणून लेखक म्हणून माझी व सर्वांचीच काही एक जबाबदारी नाही का? आम्हां लेखकांच्या लेखनातून ही चिंता, हा ऱ्हास आणि हे बदल प्रतिबिंबित होणार की नाही? माझ्यापुरतं बोलायचं झालं तर 'अंधेरनगरी'मध्ये 'लस्ट फॉर पॉवर ॲण्ड मनी' – म्हणजेच सत्ता व पैशाची लालसा व राजकारणाचे गुन्हेगारीकरण रेखाटले आहे. 'ऑक्टोपस' मध्ये मी 'ग्रीड' ही 'नीड' वर कशी मात करते व भ्रष्टाचार कसा पसरतो व त्यात मानवी मूल्ये कशी हतबल होतात यावर कलात्मक भाष्य केलं आहे. 'इन्किलाब विरुद्ध जिहाद' मध्ये दहशतवाद, धार्मिक मूलतत्त्ववाद आणि सत्तेची लालसा व समाजावर नियंत्रण मिळवणे, स्त्रीला अधिक

गुलाम करणे आदी विषयावर पात्रांकरवी विस्तृत असं जीवनदर्शन आलं आहे. बालमजुरी हे शोषणाचं सर्वात वाईट व काळं रूप आणि विकृती आहे हे माझ्या 'हरवलेले बालपण' मध्ये अधोरेखित झालं आहे. याची तुमच्यासारख्या समीक्षक अभ्यासकांनी दखल घेत विवेचन केलं आहे. केवळ कलावादी- सौंदर्यवादी फूटपट्या लावीत त्याकडे कानाडोळा करणं योग्य नाही.

एकूण मराठी साहित्यात जागतिकीकरणाबाबत व प्रभावित केलेल्या संस्कृती-जीवन व्यवहाराबद्दल किती आलं आहे, हे सांगण्याइतपत माझा अभ्यास नाही. तथापी राजन गवस, रंगनाथ पठारे, राजन खान आदींच्या साहित्यातून काही प्रमाणात तरी हे आलं आहे असं माझं मत आहे.

विनोद शिरसाठ :

साहित्यविषयक आकलन आणि लेखन या संदर्भात तुमच्या कारकिर्दीचे काही टप्पे दाखवता येतील का? असे टप्पे येण्यास कारणीभूत ठरलेले घटक कोणते असावेत? अद्याप साहित्य व समाजाच्या आकलनाचे काही टप्पे बाकी आहेत असे आपणास वाटते का?

लक्ष्मीकांत देशमुख :

(हसत) बापरे, हा तर फारच समीक्षकी थाटाचा प्रश्न झाला. दुर्दैवाने मी काही मराठीचा प्राध्यापक नाही. असो, विनोदाचा भाग सोडून देऊ या; पण खरंच हा प्रश्न भलताच अवघड आहे माझ्यासाठी. पण तरीही उत्तर देण्याचा प्रयत्न करतो.

एक बाब मात्र इथं नमूद करणं आवश्यक वाटतं की, मी उस्फूर्ततेवर भर देत लिहिणारा ललित लेखक आहे. मला एकादी कथा सुचली की, सुरुवात करताना जो वेळ लागेल तो दिला, की सलग एक-दोन वा तीन बैठकीत १५ ते २५ फुलस्केप पानांची कथा लिहून होते. माझ्याकडून त्यासाठी फार चिंतन, मनात ती घोळवत राहाणं असं होत नाही. दिवसभर व झोपेतही आपला मेंदू काम करीत असतो, त्या अर्थानं विचारचक्र चालू असतंच. त्या विचारचक्रात इतर सांसारिक बाबींप्रमाणे कथेचा विचारही असतो. पण उस्फूर्ततेवर माझा जास्त भर असतो. हीच बाब कादंबरी लेखनाची आहे. ती दीर्घ टप्प्याची असल्यामुळे तिथं प्रत्येक टप्प्यावर व प्रकरण/ भागापूर्वी चिंतन होणं अपरिहार्य आहे. पण मी सहजतेनं लिहितो, त्याचे पुनर्लेखन-पूर्ण नवा ड्राफ्ट होत नाही. थोड्या दुरुस्त्या, थोडीशी भर वा थोडीशी काटछाट होते. अगदीच एकादा भाग पसंत पडलाच नाही तर नव्यानं लिहून होतं एवढंच.

या पार्श्वभूमीवर माझे साहित्यविषयक आकलन व लेखनाचे काही टप्पे दिसतात का? माझं वाचन अफाट आहे. मी नेहमी म्हणतो, वाचकाचा प्रवास (मराठीच्या

संदर्भात) बाबा कदम, सुहास शिरवळकर आदींच्या रंजक साहित्यापासून जी. ए., नेमाडे, शाम मनोहर आदींच्या गंभीर, आशयप्रधान व शैलीदार साहित्यापर्यंत व्हाया रंजक पण गंभीर लिहिणारे जयवंत दळवी, रत्नाकर मतकरी इ. द्वारे रुंदावत व सखोल होत गेला पाहिजे. माझा तसा होत गेला. शालेय वयात वर्ध्याच्या राष्ट्रभाषा समितीच्या बी. ए. समकक्ष पर्यंतच्या हिंदीच्या परीक्षा दिल्या. त्यामुळे हिंदी साहित्याचे वाचन सुरू झालं. पुढे इंग्रजीचं. त्यामुळे माझं साहित्यभान विस्तृत झालं व आकलनही. पुन्हा मला वृत्तपत्र-मासिक वाचायची पण भारी आवड– नव्हे, व्यसनच आहे. स्पर्धा परीक्षेच्या निमित्तानं अर्थशास्त्र, समाजशास्त्र इतिहास आदी मानव्य शाखांचा अभ्यास झाला. नांदेडला चालत्याबोलत्या नरहर कुरुंदकर नामक विद्यापीठाचाही स्वयंघोषित विद्यार्थी म्हणूनही अनेक विषयाचं सहजतेनं ज्ञानार्जन झालं. या साऱ्याचा परिपाक म्हणून आधी समाजाचं– समाज स्थितीचं व पर्यायानं साहित्याचं माझं आकलन वाढत गेलं !

माझ्या काही सुरुवातींच्या कथांचे विषय हुंडा नाकारून अविवाहित राहाणं पत्करणारी स्त्री, क्रीडा स्पर्धा व खेळाडूंचे विश्व, सैल झालेले नातेसंबंध असे होते. पण तरीही माझ्या पहिल्या दोन संग्रहातील कथांचे विश्व माझ्या तरुण मनाचे प्रतिबिंब आणि भावभावना व्यक्त करणारे होते, त्या दृष्टीने 'स्वत:च्या मनाचा एक्सरे रिपोर्ट', 'माझे अबोलणेही', 'अभिमान' आदी कथांकडे मी आज पहातो. पण तरुणपणी कविता व गद्यात प्रेमकथा लिहिली पाहिजे, या अलिखित नियमाला मी अपवाद होतो हे मात्र नक्की. प्रेम, स्त्री-पुरुष संबंध, त्यातील गुंतागुंत याबाबतच्या काही कथा जरूर लिहिल्या. माझा आगामी कथासंग्रह 'मृगतृष्णा' अशाच काही कथांचा संग्रह आहे. खरं तर माझा मनस्वी स्वभाव, प्रेम संकल्पनेचं आकर्षण आणि स्त्रीबाबतची स्वाभाविक ओढ पाहाता मी प्रेमकथा का लिहिली नाही याचं मलाही कारण सापडत नाही. किंवा असं असेल का, त्यात मला वेगळं सांगण्यासारखं काही सुचलं नसेल... पण प्रथमपासून माझं प्रखर सामाजिक भान मला सामाजिक आशयाच्या, भोवतालच्या परखड वास्तवाच्या आणि माणसाच्या संघर्षपूर्ण जगण्याच्या कथा लिहायला प्रवृत्त करून गेलं. त्यामुळे माझ्या साहित्यविषयक आकलनाचे व लेखनाचे भिन्न भिन्न टप्पे आहेत, असावेत अशी माझी धारणा आहे.

आणि मला हे पटतं की, लेखक कथाविषय निवडत नाही, तर त्याची प्रवृत्ती निवड करते. मी समाजात काय घडतं याचा अत्यंत जागरूक वाचक, निरीक्षक व अभ्यासक आहे. त्यातूनच मला चटकन नवं काही सुचतं. अगदी आजच (दिनांक २३ डिसेंबर २०१४ चं) उदाहरण देतो. गेले पंधरा दिवस संघ परिवाराचं शुद्धीकरणाचं, जे हिंदू पूर्वी धर्मांतर करून मुस्लीम-ख्रिश्चन झाले, त्यांना पुन्हा हिंदु धर्मात आणण्याचं 'घर वापसी' काम संसदेत गाजत आहे. यावर मला 'घर वापसी– पण गांवकुसाबाहेरची'

अशी कथा सुचली आहे. ती लवकरच लिहिणार आहे. मूळ दलित माणूस मुस्लीम होतो आणि 'घर वापसी'नं पुन्हा हिंदू होतो, पण त्याची जात कायम राहाते. त्याच्या धर्मांतर न केलेल्या भावावर त्यानं उच्चवर्णीय मुलीशी प्रेमविवाह केला म्हणून बहिष्कार चालू आहे. याला मुस्लीम असताना गाव बहिष्काराचा फटका बसत नाही, पण 'घर वापसी' करून पुन्हा तो हिंदू धर्मात, नव्हे, हिंदूमधील दलित जातीत परततो आणि त्याच्यावरही गांव-बहिष्कार टाकला जातो... अशा आशयाची कथा मला सुचली. हे मी यासाठी थोडं सविस्तर सांगितलं की मला नेहेमीच माझ्या सामाजिक भानामुळे अशा सामाजिक आशयाच्या कथा सुचतात. मी पुन्हा कोणत्याही इझमचा नाही, त्यामुळे डाव्या, उजव्या, मुस्लीम-बौद्ध धर्मीयांच्या संदर्भात त्यांचं माणूसपण व संघर्ष विसंगतीच्या व टकरावाच्या कथा सुचतात. त्यामुळे माझा असेल कोणता 'इझम' तर तो 'ह्युमॅनिझम' आहे असं मी मानत आलो आहे.

समग्र सामाजिक भान व आकलन हे कोण्या एका मानवी मनाच्या आवाक्याबाहेरचे आहे. मी त्याला अपवाद नाही. पण तरीही ते सातत्याने वाढत आहे, त्याचे नवे नवे पैलू जाणवत आहेत. त्या अर्थानं माझी वाढ चालू आहे, खुंटलेली नाहीय. म्हणून त्या संदर्भात अजूनही लेखनाचं वैविध्य, सखोलता व उंची (जी गाठली आहे आजवर त्यापेक्षा अधिक) गाठायची आहे, असंच फार तर मला प्रांजळपणे कबूल करता येईल.

विनोद शिरसाठ :

तुम्हांला मी थोडं मागे जाऊन पाहायला लावत एक प्रश्न विचारतो. आपण चांगले लेखन करू शकतो याची जाणीव साधारणपणे सुरुवातीच्या काळात कधी वाटले होते का? लेखक म्हणून काही महत्त्वाकांक्षा मनात ठेवली होती का?

लक्ष्मीकांत देशमुख :

प्रत्येक जरी नाही तरी काही चांगल्या वाचकांना वाचनाच्या एका टप्प्यावर आपण लेखन करू शकतो याचा आत्मसाक्षात्कार होतो, असं जे म्हटलं जातं ते माझ्याबाबत नि:संशय खरं आहे. बालपणापासून वाचनाची गोडी लागली व समोर येईल ते वाचू लागलो. सहावी-सातवी दरम्यान कधी तरी चार-दोन बालकथा लिहिल्या गेल्या. तसंच काही कथा-लेख (शालेय हस्तलिखित मासिकात). नंतर कॉलेज सुरू झालं आणि गांभीर्यानं सतत नसलं, तरी अधून मधून कथालेखन सुरू झालं. साधारणपणे वयाच्या विशीमध्ये माझ्या कथांना तीन-चार कथालेखन स्पर्धेत प्रथम वा द्वितीय क्रमांकाचं बक्षिस मिळालं आणि जाणीव झाली, की आपण चांगलं- मुख्य म्हणजे वेगळा आशय असलेलं– लेखन करू शकतो. आणि त्यावेळच्या तरल तरुण भावविश्वात स्वत:चं वेगळेपण सिद्ध करण्यासाठी (इतरांना कुणाला? सांगायची

गरज आहे?) इंप्रेस करण्यासाठी पण आतून उत्कटतेनं वाटतं म्हणून लेखन सुरू झालं. मध्ये (पूर्ण न झालेलं) संशोधन- (त्यावरही मी लिहिलं होतं. जे नितांत वैयक्तिक म्हणून छापले नाही) आणि नोकरी- प्रथम बँक, मग स्पर्धा परीक्षा व उपजिल्हाधिकारीच्या कामात झोकून दिल्यामुळे मोठा गॅप पडला. पण वयाच्या पंचविशीत पहिला कथासंग्रह प्रकाशित झाला. दुसरा त्यानंतर साताठ वर्षांनी आला. तरी मधल्या काळात लेखन सुरूच होतं. स्वत:च्या मनात ही भावना मात्र होती की, आपण जरा वेगळं- लिकसे हटकर लिहीत आहोत.

माझ्या लेखनाची यत्ता कोणती हे मला माहीत नाही, त्याचा न्याय निवडा मी नेहमीच वाचक व समीक्षकांवर सोडला आहे; पण एक ठामपणे विधान करू शकतो, माझ्या लेखनावर कुणाचीही छाप नाही. कुणाचेही मी अनुकरण केलेलं नाहीय, किंवा कुणाच्या शैलीचा अभ्यास करून तसं प्रभावाखाली येत लिहिण्याचा प्रयत्न कधीच केला नाही. मराठीत मला अरुण साधू, रंगनाथ पठारे, जी. ए. कुलकर्णी आवडतात. पण त्यांचा माझ्या लेखनावर परिणाम झालेला नाही. मी हिंदी-इंग्रजीचंही बरंच वाचन केलं आहे. पण मी माझ्या स्वत:च्या जाणिवेतून घडत गेलेला लेखक आहे.

लेखक म्हणून माझी काही खास अशी महत्त्वाकांक्षा होती, आहे असं मला वाटत नाही. पण सतत लिहावं आणि वाचकांना जे आवडावं, समीक्षकांना ते प्रभावित करावं ही इच्छा मात्र सदैव राहिली आहे. मला साहित्यविषयक बरीच पारितोषिकंही मिळाली आहेत, तरीही 'इन्किलाब' वा 'नंबर वन', 'बखर भारतीय प्रशासनाची' याला मला जी काही महत्त्वाची पारितोषिके मिळायला हवी होती, ज्यासाठी ह्या माझ्या साहित्यकृती पात्र होत्या असं मला वाटत होतं, त्या मिळाल्या नाहीत हे खरं. दोन पारितोषिकं मला मिळता मिळता राहून गेली. असं त्या पारितोषिक समितीमधल्या सदस्यांनीच नंतर सांगितले, तेव्हा खंत वाटण्याखेरीज काय हाती होतं? असो, भरपूर लिहिणं व लिहिलेलं छापलं जाणं ही प्राथमिक महत्त्वाकांक्षा आजही कायम आहे. पारितोषिक, सन्मान कुणाला नको असतात? मलाही ती गुणवत्तेच्या जोरावर मिळावेत (मिळाले पण आहेत) असं वाटतं हे मात्र खरं!

विनोद शिरसाठ :

'नंबर वन' हे पुस्तक क्रीडा संचालक म्हणून काम करताना २००८ साली प्रकाशित झालं आहे, पण त्या लेखनाची बीजं आधीच कधीतरी पडली होती. व संधी मिळताच उगवून आली असे काही झाले आहे काय?

लक्ष्मीकांत देशमुख :

तुमच्या प्रश्नातच उत्तर सामावलं आहे. सुरवातीच्या लेखनात मी क्रीडापटूंवर

लिहिलं. 'ब्रदर फिक्सेशन' व 'अखेरचे षटक' या कथांना मानाच्या कथास्पर्धात पारितोषिके मिळाली होती. खरं तर मी त्या अर्थानं खेळाडू नाही, पण खेळात प्रचंड रस आहे. त्याहीपेक्षा कलाजगताप्रमाणे क्रीडाजगतातील खेळाडू, त्यांचं वर्तन, त्यांची मानसिकता व त्यांचे जय-पराजय– मला कायम एक माणूस म्हणून व एक लेखक म्हणून आव्हान देत आले आहेत. त्यातूनच या क्रीडा-कथा लिहून झाल्या. मग २००७-२००८ मध्ये मी राज्याचा क्रीडा संचालक झालो व त्याच काळात आंतरराष्ट्रीय स्तरावरची राष्ट्रकुल युवाक्रीडा स्पर्धांचं आयोजन झालं, त्यात माझा सहभाग होता. त्या निमित्तानं खेळाडू, खेळांची असोसिएशन्स आणि खेळांचं जवळून दर्शन-आकलन झालं आणि एकामागून एक क्रीडा कथा सुचत गेल्या. आणि त्या लिहून प्रकाशित झाल्या. 'नंबर वन' नंतरही मी तीन / चार क्रीडा विषयक कथा लिहिल्या. अगदी २०१४ च्या 'अष्टपैलू' या क्रीडाविषयक दिवाळी अंकातही फ्री फॉल जंप आणि ॲडव्हेंचर स्पोटर्सवर शीतल महाजन आणि कृत्रिम पायानं एव्हरेस्ट जिंकणारी अरुजिमा सिन्हाच्या कामगिरीचे अनोखं मिश्रण करून एक पूर्ण काल्पनिक पण वास्तवावर आधारित साहसी क्रीडाकथा लिहिली आहे. नूरा (म्हणजे खोटी लढत देऊन मुद्दाम हार पत्करणे) कुस्तीवर पण एक कथा लिहिली आहे, जिच्यावर आगामी काळात चित्रपट येण्याची शक्यता आहे. त्याची पटकथा व संवादही लिहून तयार आहेत. तसंच 'नंबर वन' मधील 'फिरून नवी जन्मेन मी' वर 'जगज्जेती' नामक सिनेमाची पटकथा, संवाद मी लिहिले आहेत. जर सिनेमाचं जमलं नाही तर त्याचं रूपांतर नंतर कधी तरी कादंबरीत करेन.

विनोद शिरसाठ :

तुमची जडणघडण मराठवाड्यात झाली असल्याकारणाने पाणी टंचाई केंद्रभागी असलेला 'पाणी! पाणी!!' कथासंग्रह आला असावा. 'इन्किलाब विरुद्ध जिहाद' लिहायला तुमचे आई-वडील ज्या हैद्राबाद संस्थानात (निजाम राजवटीत) जन्मले, वाढले व तुमचंही बालपण त्याचा भाग असणाऱ्या मराठवाड्यात गेलं म्हणून ती पार्श्वभूमी कारणीभूत असणार, त्यातून बाहेर आल्यावर बराच काळ लोटल्यावर आणि वेगळ्या प्रदेशात राहिल्यानंतर पूर्वीच्या त्या लेखनात काही अधिक-उणे दिसतं का?

लक्ष्मीकांत देशमुख :

तुमचा हा प्रश्न मी जरा वेगळ्या पद्धतीने विचारात घेऊन उत्तर देतो. हे खरं की, मी मूळचा मराठवाड्याचा. आज पुण्यात असूनही मराठवाड्याच्या मातीचा टिळा मी अभिमानाने मिरवतो. त्या भागात माझं बालपण, कॉलेज जीवन आणि नोकरीची पहिली पंधरा-वीस वर्षे, म्हणजे साधारणपणे चाळीशी-पंचेचाळीशी पर्यंतच्या आयुष्याचा काळ

तेथेच मी घालवला. त्या काळात त्या भागात पाणीटंचाई मी जवळून पाहिली, अनुभवली. एक सहज आठवण झाली म्हणून सांगतो... मुरुम, तालुका उमरगा हे माझे मूळ गाव. शालेय वयात उन्हाळ्याच्या सुट्टीत तेथे मी जात असे. तेथे पाणी टंचाई खूप होती. एका सार्वजनिक विहिरीवरून पिण्याचं पाणी शेंदून आणावं लागायचं. मला पोहरा-घागर दोरीला लावून उघड्या विहीरीत सोडून पाणी शेंदता येत होतं. उस्मानाबदला फरशी गल्लीत आमचं वास्तव असताना दुरून पाणी आणावं लागायचं. तसंच प्रशासनात सातत्यानं दुष्काळाशी सामना करावा लागला. आणि परभणीला १९९५-९६ ला असताना कधीतरी पहिली कथा 'बांधा' लिहिली, मग 'पाणी चोर'; आणि लक्षात आलं की कितीतरी पाणी टंचाईचे संदर्भ मनात भिनलेले आहेत. ते मग अलगद बाहेर आले, त्या कथा झाल्या. आणि माझा पहिला एका प्रश्नाभोवती केंद्रित झालेला थीमबेस्ड कथासंग्रह किंवा कथामालिका झाली. आज पंधरा वर्षानी तो कथासंग्रह वाचतो किंवा २०१० साली त्यातील सहा कथांची नामवंत कलावंताच्या आवाजातली कथा- वाचनाची ऑडीओ सीडी आली तेव्हा त्याचा विचार केला तर वाटलं की आपण फार संयमानं लिहिलंय. पाणी टंचाई व दुष्काळाचं वास्तव कितीतरी जास्त दाहक आहे व ग्रामीण माणसावर त्याचा होणारा परिणाम कितीतरी खोल आहे.... तो मला पूर्ण समग्रतेनं पकडता आला नाहीय. आजही महाराष्ट्र तहानलेला आहे, नव्हे, त्याची ती तहान वाढलेली आहे... हे मागेपुढे कदाचित लिहीनही. आज सांगता येत नाही.

'इन्किलाब'चं बीजही मला १९९४-९५ मध्ये परभणीत असतानाच सुचलं. कारण त्यावेळी अफगाणिस्थानमध्ये कम्युनिस्ट राजवट चालू होती. मुजाहिदीननी सत्ता काबीज करून जेव्हा १९९६ मध्ये नजिबुल्लाहला भर चौकात सरे आम फाशी दिली आणि शरीयाप्रणीत राजवट आणली- स्त्रियांचं शिक्षण बदं करीत त्यांना बुरख्यात बंदिस्त केलं, तेव्हाच हे कादंबरीचं कथानक व 'इन्किलाब विरुद्ध जिहाद' हा संघर्ष सुचला. त्याला माझी मराठवाडी पार्श्वभूमी कारणीभूत होती- असणार. कारण माझ्या भागात- खास करून शहरात– जिल्हा मुख्यालयी मुस्लीमांची लक्षणीय लोकसंख्या आहे. आणि माझे अनेक मुस्लीम मित्र आहेत. उर्दू शायरी व मुशायराचं मला वेड होतं- ते आजही कायम आहे. परभणी-खुलताबादच्या उरुसात कव्वाली ऐकणं हाही माझा शौक होता. पुन्हा नरहर कुरुंदकरांमुळे मुस्लीम प्रश्न, इस्लाम, भारतीय फाळणीवरचं वाचन झालं. रफिक झकेरिया, असगर अली इंजिनिअर आदींचे ग्रंथ जिज्ञासेपायी वाचत गेलो. ही माझी पार्श्वभूमी मला 'इन्किलाब विरुद्ध जिहाद' चं कथानक सुचण्यास कारणीभूत ठरली असणार. पुन्हा मला जगातील अनेक प्रश्न ललित अंगानं अस्वस्थ करतात. जपानमधील अणुस्फोटामुळे १९७०-७५ पर्यंत अणुविकृत माणसं जन्मास येणं - त्यावरची माझी 'हिबाकुशा' ही कथा आहे ही श्रीलंकेमधील तामिळ- सिंहली

संघर्ष पण मला अस्वस्थ करतात. काश्मीर समस्या मला भारत-पाक संबंधाची एक भळभळती जखम म्हणून विद्ध करते. त्यावर मी लवकरच 'इन्किलाब' सारखी बृहद्कादंबरी लिहायला घेणार आहे. पुन्हा मला हैद्राबादचा मुक्ती संग्रामही सतत खुणावत असतो. थोडक्यात जागतिक समस्या मला लेखक म्हणून खुणावत असतात- पण प्रामुख्याने मुस्लीम जगत व इस्लाममधला संघर्ष- कट्टरता व मॉडरेटमधला संघर्ष-अधिक वेधक वाटतो.

'इन्किलाब विरुद्ध जिहाद' ही कादंबरी मराठवाड्यात असतानाच लिहून झाली. आज दहा वर्षांनी २०१५ मध्ये तिची संपादित जनावृत्ती प्रकाशित होणार आहे. तिला मी नव्याने उपोद्घात (प्रोलॉग) व उपसंहार (इपिलॉग) लिहिण्याचं ठरवलं आहे. त्याचं कारण, मला ती कमी, उणं वाटते हे नाही तर मी ज्या टप्प्यावर ही कादंबरी संपवली त्यानंतर आज एक वर्तुळ पूर्ण करून पुन्हा एकदा अफगाणिस्थान हा तालिबान्यांच्या ताब्यात जाण्याची चिन्हं दिसत आहेत. म्हणून थोडी भर टाकायची आहे.

इतराप्रमाणे मलाही माझ्या प्रकाशित लेखनात नंतर काही उणिवा दिसू लागतात. कारण त्यानंतर आपली समज, आकलन वाढलेलं असतं. अधिक अनुभवाचं गाठोडं जमा झालेलं असतं; पण हे असं होणं क्रमप्राप्त असतं. तरीही मी जे लिहिलं त्यावर खूश असतो. स्वत:चं मूल कितीही वेडब्रिदं असलं तरी आईला ते प्रिय असतं, तसंच लेखन म्हणून माझी निर्मिती मला आवडते; कारण ती माझी असते, तिचा मी रचयिता असतो.

विनोद व रूपाली :

मुलाखत छान झाली. तुम्ही सर्वच प्रश्नांना मनापासून उत्तरे दिली. तुमचं हे साहित्याचं चिंतन मराठी वाचक, समीक्षक आणि अभ्यासकांना विचारप्रवृत्त करेल, यात आम्हां दोघांना शंका वाटत नाही. आपण एवढा वेळ दिला, त्याबद्दल आभार.

लक्ष्मीकांत देशमुख :

धन्यवाद !

❑

'प्रेमचंद' परंपरेचा पाईक

भ. मा. परसावळे

भ.मा.परसावळे -

सर्वप्रथम नांदेड येथे भरणाऱ्या ३६ व्या मराठवाडा मराठी साहित्य संमेलनाच्या अध्यक्षपदी आपली निवड झाल्याबद्दल आपले हार्दिक अभिनंदन! हा आपल्या आजवरच्या २० पुस्तकांच्या रूपाने केलेल्या साहित्य सेवेचा उचित गौरव आहे असे मी मानतो.

लक्ष्मीकांत देशमुख -

आभारी आहे. मला ज्या असंख्य वाचक व साहित्यिक मित्रांचे फोन व एस. एम. एस. येत आहेत, त्यामुळे मी भारावून तर गेलो आहे, पण त्यापेक्षा अधिक विनम्र झालो आहे.

परसावळे -

आता मुलाखतीकडे वळू या. माझा पहिला प्रश्न. हा जरी जुना असला तरी महत्त्वाचा आहे तो विचारतो. आपल्या लेखनाच्या प्रेरणा कोणत्या?

देशमुख -

प्रत्येक माणसाला व्यक्त होण्याची सहज प्रेरणा असते, तशीच मन मोकळं करण्यासाठी ती गरजही असते. पण ज्यांना प्रतिभेचे वरदान मिळाले असेल, असे कलावंत नाटक - सिनेमा असेल वा नृत्य, संगीत अशा विविध कला माध्यमातून अभिव्यक्त होत असतात. मी शब्दात व्यक्त होणार नाही अशा अलौकिक प्रतिभेचा थोडा स्पर्श झालेला छोटा कलावंत आहे व कथा-कादंबरी हे माझे अभिव्यक्तीचे माध्यम आहे.

आत्माविष्कार ही कलावंताच्या कलेची पहिली व अखेरची प्रेरणा असते, पण कलावंत हा समाजाचा जबाबदार घटक असतो आणि आपल्या काळाचं 'प्रॉडक्ट' अपत्य असतो. त्यामुळे त्याची कलाप्रेरणा केवळ मनाचा अविष्कार नसते, तर

समाजातील माणसांच्या सुख-दु:खाची, संघर्ष लढ्याची प्रत्यक्ष - अप्रत्यक्ष कृतीद्वारे वा सहानुभूतीने जाणून घेऊन ती व्यक्त करणे व माणसाला जगण्याला बळ देणे, त्याला प्रसंगी पेटवणं तर कधी रिझवणं अशा पद्धतीने आपल्या प्राप्त व विकसित होणाऱ्या प्रतिभारंगात मिसळून व्यक्त होते.

मी स्वत:ला सामाजिक प्राणी समजतो व माझी नाळ सदैव माणसाच्या दु:ख वेदनेशी जोडलेली गेलीय असं वाटतं. खरं तर टॉलस्टॉयनं म्हणल्याप्रमाणे सुखाच्या - आनंदाच्या कहाण्या फार एक दोन होतील, पण दु:ख, वेदना आणि संघर्षाच्या शेकडो कथा होऊ शकतात. मला तर प्रत्येक माणसाचं दु:ख, संघर्ष हा माझ्या लेखनाचा कच्चा माल वाटतो. अशा माणसाचं अंतरंग प्रतिभा, स्वानुभव, चिंतन आणि मनन करून जाणणं व शब्दाच्या माध्यमातून प्रकट करीत माणसाच्या दु:ख - वेदनेशी संघर्ष करणाऱ्या त्याच्या विजिगीषू वृत्तीला बळी देणं ही माझ्या लेखनाची सर्वात प्रबळ प्रेरणा आहे, असं मी मानतो.

आज एकविसाव्या शतकातलं जग स्फोटक बनलं आहे. गरिबी, मूल्यांचा ऱ्हास, दशहतवाद, क्रौर्य आणि सत्तेमुळे होणारी दडपशाही यामुळे सामान्य माणूस निराश, हतबल व कुंठित झाला आहे. त्याला स्वर देत आत्मभान मला देता येईल व त्याचा जगण्याचा विश्वास अंशमात्रानं का होईना वाढवता येईल का हा माझ्या सतत प्रयत्न राहिला आहे. आपल्या देशापुरतं बोलायचं झालं तर इंडिया विरुद्ध भारत हा संपन्नता विरुद्ध अभाव, विकृतीच्या टोकापर्यंत पोचलेला सुखभोग विरुद्ध भूक व जगण्यसाठी चोरी खून करण्यापर्यंत मजबुरीनं पोचलेली दुसरी असह्य विकृती आणि आत्महत्त्येपर्यंतची निराशा व संपलेपणाचा विषम संघर्ष आहे. तो आपल्या लेखनातून प्रकट होताना वाचकांना मी काय देऊ शकतो, याचं मी सातत्यानं भान बाळगतो. तसेच 'हॅव नॉट' म्हणजेच 'नाही रे' वर्गाची बाजू घेत त्यांच्या कथा लिहिणे ही पण माझी एक स्वाभाविक प्रेरणा आहे, तसेच ते विचारपूर्वक बनवलेले तत्त्वज्ञान आहे. मात्र त्यासाठी कोणताही एक 'इझम' वा तत्त्वज्ञान हा मानवी कल्याणाचा अक्सीर रामबाण इलाज आहे. असे मी मानीत नाही. माझा असेल इझम तर तो नि:संशयपणे निखळ मानवतावाद आहे.

पुन्हा, मी पूर्णत: व्यक्तीवादी व व्यक्तिस्वातंत्र्याचा भोक्ता आहे. प्रत्येकाला कायद्याच्या चौकटीत, इतरांना त्रास होणार नाही एवढी काळजी घेत मनचाहे जगायचा पूर्ण अधिकार आहे. मग आंतरजात - धार्मिक विवाहाची बाब असो, होमो सेक्युअॅलीटाचा प्रश्न असो, 'लिव्ह इन' मध्ये राहात लग्नसंस्थेला नकार देण्याचा प्रश्न असो - येथे माणसाचं वर्तन त्याच्या स्वत:च्या नैतिकतेच्या कसोटीवर मी पारखायचा प्रयत्न करतो, मग त्याचं / तिचं हे वर्तन समाज मान्यतेच्या चौकटीत बसो वा न बसो .....

त्याचं निवडीचं व जगण्याचं स्वातंत्र्य मला मोलाचं वाटतं. ते जपावंसं वाटतं. या विचारश्रद्धेतूनही मी आजवरचं माझ ललित लेखन केलं आहे. ही पण माझी लेखनाची एक प्रेरणा आहे.

अंतिमत: एवढं म्हणता येईल की माझं लेखन हे माणसाच्या सुखापेक्षा दु:ख - संघर्षाचे कलात्मक वर्णन वास्तवतेला सोडचिठ्ठी न देता होत असतं व पुढेही होत राहील.

परसावळे -

आपण खुऱ्या अर्थाने समकालीन लेखक आहात असे मला वाटते. हे सहज घडत गेले का दायित्व म्हणून आपण स्वीकारले आहे?

देशमुख -

तुम्हाला मी आजच्या वर्तमानाला अर्थात समकालीन लेखक वाटतो ही माझ्यासाठी सकारात्मक कॉम्प्लीमेंट आहे असे मी मानतो. याचे उत्तर सोपं नाही. पण ते देण्याचा प्रयत्न करतो. मराठी वाचकांना पुराण - इतिहासात रमायला आवडतं. राजकीय नेते हे जाणून मतपेटीसाठी 'पुनरुज्जीवनवादा' ला उजाळा देण्याचा प्रयत्न करीत आहेत. त्यामुळे जुन्या काळाचे व त्याकाळच्या नायकांना देवत्व बहाल करणारे लेखन बरेच होत आहे. दुसरा लेखनाचा प्रकार म्हणजे 'नॉस्टेल्जीक' होत गेलेल्या लेखनाचा. मला वाटतं की, मराठी माणूस अजूनही भूतकाळात जास्त रमतो. त्यामुळे लेखकही तसं लिहीत असतील. पण माझी स्मरणरंजनाची व इतिहास - पुराणात रमण्याची वृत्ती नाही. त्यामुळे त्यापासून मी बचावलो आहे. भविष्यात मला काश्मीर समस्या, हैद्राबाद मुक्ती संग्राम व जात-धर्म संघर्ष चितारणारी एक ऐतिहासिक कादंबरी - असं ऐतिहासिक स्वरूपाचं जरूर लिहायचं आहे, पण त्यातला विचार व प्रेरणा आजच्या आधुनिक संवेदनाच्या असतील, हे मी खात्रीनं सांगेन. त्यामुळे मी भूतकाळात रमणारा लेखक नाही, तसेच विज्ञानकथा लेखकांप्रमाणे भविष्याचा वेध घेणारा लेखक नाही.

मी खऱ्या अर्थाने वर्तमानात जगणारा व आजच्या काळाचं प्रॉडक्ट असलेला मी एक माणूस व एक लेखक आहे. सबब तुम्ही मला समकालीन लेखक म्हणू शकता. इथं कदाचित एक धोका माझ्यासारख्या समकालीन लेखकाबाबत उद्‌भवतो. तो हा, की उद्या हे साहित्य शिळं तर होणार नाही? माझं उत्तर साफ आहे. कालिदास, शेक्सपिअर, प्रेमचंद व मंटोसारखे कालजयी लेखक पण आज किती वाचले जातात? त्यामुळे भविष्यकाळातील वाचकाची मी बिलकुल चिंता करीत नाही. आज जो माझ्या भोवतालचा समाज आहे, माणसं आहेत, त्यांच्यात मी गुंतलेला असतो. लेखक म्हणून तसेच कलावंत म्हणून त्यांच्या खाजगी जीवनाविषयी मला निकोप कुतूहल

लेखक म्हणून आहे. ते जाणून व समजून घेत मी आजच्या माणसासाठी लिहितो. मला इथं साहिरचं गाणं तत्त्वज्ञान म्हणून एकदम मान्य आहे. *'ये पल उजाला है. बाकी अंधेरा है. ये पल गवाना ना. ये पल ही तेरा है. जीनेवाले सोच ले यही वक्त है करले पुरी आरजू.'* म्हणून तुम्ही म्हणला नसतात तरी मी स्वतःला वर्तमानाचा, समकालीन लेखक म्हणून घेतलं असतं. समकालीनत्व हा माझ्या लेखनाचा 'यु. एस. पी.' आहे म्हणा ना!

पण याचा अर्थ असा नाही की, समकालीन लेखन हे क्षणजीवी असतं, मौलिक नसतं. मानवी भाव-भावना, माणसाचे षड्रिपू हे सार्वत्रिक व कालातीत एका अर्थाने सनातन आहेत. उदाहरण द्यायचं झालं तर टॉलस्टॉयच्या 'ॲना कॅरेनिना' मधली विवाहबाह्य संबंधाची कथा एका अर्थानं त्या काळाची जितकी होती, तितकीच ती आजची, तसेच वैश्विक व कालातीत आहे. कारण समाजव्यवस्थेसाठी विवाहसंस्था माणसानं निर्माण केली व विवाहबाह्य संबंध निषिद्ध मानले. पण स्त्री-पुरुष आकर्षण व प्रेम हे जेव्हा उत्कट व असीम असतं तर मग कधी-कधी विवाह संबंध व नैतिकतेची चौकट ओलांडली जाते. हे काल, आज व उद्याचं पण वास्तव आहे. महाभारताचं युद्ध हे सत्ता, जमीन व संपत्तीचं होतं, त्यात सत्-असत्‌ची सरमिसळ पाहायला मिळते. त्यामुळे ते आजही जिवंत आहे. सबब आजचं सर्वच समकालीन लेखन हे क्षणजीवी असेल असं समजायचं कारण नाही. ते उद्या पण समकालीन वाटू शकेल, जर परिस्थिती व मानवी भावना - संस्कृतीत बदल झाला नाही तर. मी गंमतीनं विंदा करंदीकरांची एक कविता थोडी बदलून असं म्हणेन की, 'लिहिणाऱ्याने लिहीत जावे. वाचणाऱ्यांनी वाचत जावे. वाचता वाचता वाचकांनी एक दिवस लेखकाचे मन व्हावे!' आणखी एक बाब लक्षात घेतली पाहिजे ती ही की, माणूस हा मर्त्य आहे आणि चिरंजीवत्व हे शाप आहे माणसासाठी. त्यामुळे मला जीवनाचे हे क्षणभंगुरत्व व मर्त्यपणा मान्य आहे व माझ्या लेखनालाही तो न्याय लागत असेल तर मला वाईट वाटायचं कारण नाही.

माझ्या लेखनातलं समकालीनत्व हे नैसर्गिक आहे, तसंच मी ज्या वातावरणात जगत - वाढत गेलो, जे वाचन - चिंतन केलं आणि प्रशासकीय सेवेत मनापासून लोकांसाठी संवेदनक्षमतेनं काम करताना माणसं, प्रश्न व समस्या कळल्या, त्यातूनच माझं समकालीन वर्तमानाचं दर्शन घडविणारं लेखन घडत गेलं असावं, असं माझं मत आहे.

परसावळे -

मानवी दुःखाला भिडणारा हा आपला स्थायीभाव असल्याचे आपल्या लेखनातून

प्रत्ययास येतो. तसेच आपली पात्रे सगळ्याच जाती - धर्मातून परंतु निम्न स्तरातून आलेली दिसतात. हे कसे घडले?

देशमुख -

कोणत्याही लेखकाला जे अंत:करणातून व प्रतिभेने स्फुरते, त्याप्रमाणे तो लिहीत जातो. माझेही तसेच आहे. आजवर जगण्यातून तसेच वाचन - चिंतनातून निरीक्षणातून सहअनुभूतीनं जे भावलं ते मी लेखनातून प्रकट करीत गेलो. त्यामुळे तुमचा हा प्रश्न ऐकताना क्षणभर मी स्तिमित झालो. आणि जाणवलं की, आपलं निरीक्षण खरं आहे. माझ्या अनेक कथांची प्रमुख पात्रे ही निम्न स्तरातून आली आहेत. उदाहरणार्थ, आता बोलताना आठवलं की माझ्या 'रात्र' या पहिल्याच कथासंग्रहातला नायक हा रात्री पावसाळ्यात बेडूक पकडून स्थानिक सायन्स कॉलेजात प्रयोगासाठी व डिसेक्शनसाठी पुरवणारा दलित सुशिक्षित आहे. 'पाणी! पाणी!!' मधील सारी पीडित माणसं व त्यांची सुख-दुःखे ग्रामीण दुष्काळी महाराष्ट्राचे आहेत. माझी पहिली कादंबरी 'सलोमी' ही धर्म परंपरेच्या जाचात काचून गेलेल्या एका बंडखोर मुस्लीम स्त्रीची कहाणी आहे. 'बास्टर्ड' कथेतलं मध्यवर्ती पात्र एका पारधी स्त्रीच्या व एका उच्चवर्णीयांच्या संयोगातून जन्मलेल्या व सदैव बंडखोरी आणि 'प्रोटेस्ट' करणाऱ्या तरुणाचं आहे. त्यामुळे आपले निरीक्षण बऱ्याच प्रमाणात माझ्या किमान निम्म्या लेखनाला लागू पडतं.

हे असं का घडलं असावं? मला वाटतं, माझी स्वाभाविक 'नाही रे' वर्गाशी असलेली बांधिलकी. तसेच प्रथम उप-जिल्हाधिकारी, मग कलेक्टर आदी पदावरून महाराष्ट्राच्या विविध जिल्ह्यात काम करताना प्रामुख्यानं ग्रामीण महाराष्ट्राचा संबंध आला. तळागाळातल्या माणसांचे प्रश्न सोडविणे हे या खात्याचं काम. माझ्यावरील गांधीवादी व युक्रांदीय संस्कारानं माझी वैचारिक तसेच भावनिक बांधिलकी दलित, शोषित व ग्रामीण शेतकऱ्यांशी सहजतेनं जुळत गेली. काम करताना त्यांचं जे जीवनविश्व पाहायला, अनुभवयाला मिळालं ते टीपकागदाप्रमाणे लेखक म्हणून माझ्या मनात टिपलं गेलं असणार. त्यातूनच माझे कथाविषय मला गवसत गेले.

पण परसावळेजी, मला आत्मकेंद्री व उपभोगाच्या दुनियेत रमलेल्या श्रीमंत व उच्च मध्यमवर्गीय जीवनाचं फारसं आकर्षण कधीच नव्हतं, नाहीय. मी जरी चांगल्या नोकरीमुळे उच्च मध्यमवर्गीयात - आर्थिक बाबीचा विचार करता - सामील झालो असलो तरी माझे संस्कार व जीवनमूल्यं ही आजही मध्यमवर्गीय आहेत. त्यात साधी राहाणी बसते. तसेच, मला श्रीमंतीची मनात कुठेतरी एका बाजूला भीती वाटते, तर दुसऱ्या बाजूला तिटकाराही. त्यामुळे त्यांचं विश्व माझ्या साहित्यात फारसं आलेलं

नाही. याच्या जोडीला ग्रामीण भागातील मध्ययुगीन संस्कार, अहंकार व पीळ अजूनही नसानसात बाळगून असलेल्या जमीनदार व राजकारण्यांबद्दलही मला श्रीमंताप्रमाणे एक प्रकारचा सूक्ष्म तिटकारा आहे. अर्थात लेखक म्हणून त्यांनाही जाणणं माझी अपरिहार्यता आहे. पण त्यांच्यासाठी खचितच माझी सहानुभूती असत नाही. माझी ही मानसिकताच कदाचित माझ्या लेखनाचे विषय ठरवीत असावी. नव्हे असते.

मुख्य म्हणजे कोणत्याही प्रमुख लेखकाचं लेखन पहा, ते दुःख, वेदना व जगण्याच्या संघर्षाची कहाणी सांगत असतं. टॉलस्टॉयच्या एका कादंबरीचं पहिलंचं वाक्य आहे, 'जगात सुखी माणसाच्या कथा सर्वत्र समान असतात, मात्र प्रत्येकाच्या दुःखाची कहाणी मात्र भिन्न असते.' मला हे मान्य आहे. म्हणून दुःख-वेदनेला भिडणं व लेखन करणं ही माझी स्वाभाविक प्रेरणा आहे. त्यामुळे माझी ही पात्रे कदाचित वंचित घटकातून आणि निम्न स्तरातून आली असणार. माझं हे विवेचन तुम्हाला पटायला हरकत नाही.

परसावळे -

आपण विशिष्ट स्वरूपाची बांधिलकी मानत नसला तरी आपणास जवळची वाटणारी विचारधारा व लेखक कोणते?

देशमुख -

कोणत्याही सच्चा कलावंताप्रमाणे मी स्वतःला कोणत्याही विचारधारा व इझमशी कधी बांधून घेतलेले नाही. कारण जगात अंतिम व कालत्रयी न बदलणारं असं सत्य नसतं, हे माझं ठाम मत आहे आणि दुसऱ्या विरोधी बाजूतही सत्याचा अंश असतो, असं मी मानतो. कोणतीही एक विचारधारा मानवी कल्याणाचं अंतिम उत्तर असत नाही. त्यामुळे विचारधारेपेक्षा माणसं व त्यांचं सुख - दुःख मला अधिक महत्त्वाचं वाटतं. तरीही या प्रश्नाचं उत्तर द्यायचं झालं तर गांधीवाद मला सर्वात जवळची आपली विचारधारा वाटते. कारण तिनं अंत्योदयाचं स्वप्न पाहिलं आहे. तसेच, खरा भारत हा खेड्यात वसलेला आहे - हे गांधीचे मत मला ग्राह्य वाटतं. त्यांनी घटना करणाऱ्या संविधान सभेच्या सदस्यांना मार्गदर्शन करताना जो तावीज - मंत्र दिला होता ती माझी विचारधारा आहे, असं मी म्हणू शकतो. बापूचा तो मंत्र असा होता, 'जेव्हा तुम्ही (राज्यकर्ते, शासक इ) शंकित व्हाल, तेव्हा सर्वात दीन पददलित माणसाचा चेहरा नजरेसमोर आणा आणि स्वतःला विचारा की, माझ्या कामानं या माणसाच्या जीवनात काही फरक पडणार आहे का? मग तुम्हाला तुमच्या प्रश्नाचं उत्तर मिळेल. आणि तुमची संभ्रमावस्था नाहीशी होत मार्ग दिसू लागेल.' भारतानं आज घटनात्मक संसदीय लोकशाही स्वीकारत समता, स्वातंत्र्य आणि बंधुभावाचा उद्घोष

करीत लोककल्याणकारी राज्य निर्माण करण्यासाठी कटिबद्धता स्वीकारली आहे, ती उदार, मानवतावादी व बरीचशी समाजवादी स्वरूपाची विचारधारा आहे. तीच माझी वैचारिक नाळ आहे व विचारधारा आहे. माझ्या लेखनातून हे उमटलं आहे असं जर वाचक - समीक्षकांना जाणवलं तर मी माझ्या वैचारिक नाळेशी सातत्यानं जुडला गेलो आहे असं मी समजेन.

मी एक अक्षरश: अफाट वाचक आहे. सर्व प्रकारचे साहित्य मी वाचतो. कारण कोणत्याही विचारधारेपेक्षा मानीव जीवनाची कक्षा मोठी असते, त्यामुळे केवळ मी माझ्या विचारधारेचंच वाचत नाही. तरीही मला आवडणारे लेखक सांगायचे झाले तर प्रेमचंद, टागोर, शरदचंद्र चटर्जी व सआदत हसन मंटोचं नाव घेईन. जागतिक वाङ्मयात मला शेक्सपिअरच्या शोकांतिका, टॉलस्टॉय, पर्ल बक हे लेखक भावतात. इंग्रजीत लेखन करणाऱ्या भारतीयांमध्ये मला आर. के. नारायण व अलीकडचे अमिताब घोष व विक्रम सेठ आवडतात. मराठीत मला अरुण साधू, रंगनाथ पठारे, सर्व दलित वाङ्मय आणि विशाल मानवतावादी असलेलं म्हणून पु. ल. देशपांड्यांचे 'गणगोत'व 'व्यक्ती आणि वल्ली' आवडतात. विजय तेंडुलकर, महेश एलकुंचवार, गिरीश कर्नाड, भैरप्पा, दुष्यंत कुमार, चंद्रकांत देवताळे, कुर्तुल ऐन हैदर, मनू भंडारी, कमलेश्वर; दि. बा. मोकाशी, गंगाधर गाडगीळ व भावे हे मराठीचे पहिल्या फळीचे नवकथाकार; माझ्या मराठवाड्याचे बी. रघुनाथ आणि अलीकडचे राजन गवस, मंगेश डबराल ही काही आता बोलताना आठवलेली नावे माझे प्रिय लेखक म्हणता येतील. याखेरीज वैचारिक वाङ्मयाचा विचार केला तर नरहर कुरुंदकर, सदानंद मोरे, शेषराव मोरे, रफिक झकेरिया, अरुंधती राय हे मला विलक्षण भावतात.

परसावळे -

लेखनात व जगण्यात मूल्यांची जपणूक करताना निर्भयपणे अनेकदा आपण जोखीम पत्करलेली दिसते. त्याचा काही उपद्रव झाला का?

देशमुख -

प्रशासकीय सेवेत भ्रष्टाचार व बिनकायदेशीर कामांना नकार दिल्यामुळे राजकीय नेते व मंत्र्यांशी अनेकदा माझे वाद झाले, दडपणं आली व माझ्या निम्म्या बदल्या या मी त्यांच्याशी जुळवून घेत नाही (म्हणजे काय त्याचा अर्थ काय हे सांगायची गरज नाही)- म्हणून झाल्या आहेत. पण माझ्या तत्त्वासाठी व स्वच्छ कामासाठी ती मोजलेली किंमत होती. पण ती तशी फार मोठी होती, असं मी मानत नाही. पण एकूणच नि:स्पृह अधिकाऱ्यांना बदनामी व तक्रारीला अधिक प्रमाणात सामोरं जावं लागतं, असं माझं निरीक्षण व अनुभव आहे. एक खोटी निनावी तक्रार माझ्याविरुद्ध

अकोल्यात असताना झाली होती, पण ती खोटी व बिनबुडाची असल्याचं नंतर सिद्धही झालं. पण त्या काळात मला विलक्षण त्रास झाला हे खरं.

लेखनातही मी धाडसानं चाकोरीबाहेरचं लेखन केलं आहे. माझ्या 'इन्किलाब विरुद्ध जिहाद'मध्ये आज जगाला ज्याचा सर्वाधिक धोका आहे त्याचं समग्र चित्रण केलं आहे. मूठभर कट्टर मुस्लीम लोकांच्या कडव्या दहशतवादाचा धोका जो जाणवतो आहे, अनुभवास येत आहे, त्याची सुरवात अफगाणिस्थान मध्ये झाली व त्याचंही पाप शीतयुद्धातील स्पर्धेमुळे तत्कालिन सोवियत युनियन व प्रामुख्यानं अमेरिकेचं आहे. सांगलीला या कादंबरीवर बोलताना मी मुस्लीम दहशतवादावर बोलतो आणि त्याची भडक व विपर्यस्त बातमी एका वृत्तपत्रात बातमी आली व तत्काळ मुस्लीम समाज आणि तथाकथित पुरोगामी समाजाची संतप्त प्रतिक्रिया उमटली. मी जे सांगितलं ते सत्य होतं. पण मी मुस्लीमविरोधी आहे अशी राळ उठवली गेली. पण आक्षेप घेणाऱ्यांनी मी भेटत गेलो व माझी बाजू सांगत गेलो. त्यांना माझा मुस्लीम समाज व इस्लाम - हादिसचा किती सखोल अभ्यास आहे हे जाणवतं गेलं व मग विरोध मावळला गेला. तरीही पोलिसांकडे तक्रारी गेल्याच. मला वरून विचारणा झाली, पण तेवढंच. कोल्हापूरला असताना एका धर्मांतरित दलित खिश्चन लेखकाच्या पुस्तक प्रकाशनाच्या वेळी सनातनी व रूढीबद्ध हिंदू समाजाच्या जाचामुळे अनेक दलितांनी धर्मांतर केलं व खिश्चनांनी दयेच्या भावनेतून जे गरिबांसाठी काम केलं, तेवढं त्या काळी हिंदू समाजानं केलं नाही, असं मी बोललो, तेव्हा त्याची हिंदू धर्माभिमान्यांकडून तीव्र विरोधी प्रतिक्रिया आली. पण तेही वादळ काही दिवसात शांत झालं. माझ्या एका लेखामुळे मी अकोल्याच्या नगरसेवकांची बदनामी केली म्हणून शासनाकडे तक्रार काही नगरसेवकांनी केली, पण वरिष्ठ अधिकाऱ्यांनी मला केवळ एका ओळीची लेखी समज देऊन ती फाईल बंद केली.

आज मी तुम्हाला हे सहजतेनं सांगत आहे, पण त्या काळात मला त्याचा किती त्रास झाला हे माझे मलाच माहीत. पण एक मनात पक्कं होतं की, मी लेखनाप्रती अत्यंत प्रामाणिक होतो व त्यापासून ढळणार नव्हतो. सलमान रश्दी वा तसलीमा नसरीनप्रमाणे मला काही जीवे मारण्याची धमकी मिळालेली नव्हती व मला विजनवास किंवा देशांतराचा धोका नव्हता. पण मी माझ्यापुरती छोटी चकमक खंबीरपणे जरूर लढली असं म्हणेन. यामुळे की काय, हे दोन्ही लेखक मला विलक्षण भावतात. त्यांच्या लेखनासाठी, पण त्याहीपेक्षा अधिक त्यांनी अभिव्यक्ती - स्वातंत्र्यासाठी मोजलेल्या किंतीसाठी!

मला येथे या निमित्ताने एक व्यापक प्रश्न उपस्थित करायचा आहे. तो म्हणजे वाढती असहिष्णू प्रवृत्ती आणि बेताल झुंडशाहीच्या धोक्याचा. त्यांचा मुकाबला

करायला राज्यकर्ते मतपेट्यांच्या राजकारणासाठी करतात किंवा तेही प्रतिगामी व जाती-धर्माच्या संकुचित विचारात अडकलेले असल्यामुळे आतून त्यांनाच साथ देतात. तसेच बुद्धिमंत समाजही झापडबंद आहे व तो निवडक - सिलेक्टीव्ह प्रतिक्रिया देतो. तथाकथित कडवे पुरोगामी विचारवंत जेवढे हिंदू जमातवादावर व मूलतत्त्वांवर तुटून पडतात, तेवढे किंवा फारच कमी प्रमाणात मुस्लीम जमातवादावर प्रहार करतात. त्यामुळे उजव्यांच्या 'स्युडो - सेक्युलर' टीकेला बळ मिळतं. दुसरा प्रवाह हा महाराष्ट्रातील ब्राह्मण-ब्राह्मणेतर वादाच्या पार्श्वभूमीचा आहे. त्यामुळे ब्राह्मणांवर होणाऱ्या टीकेप्रमाणे (ती अगदी रास्त व योग्य आहे.) बहुजन समाजाच्या प्रतिगामित्वाच्या ऊहापोह करीत टीका करीत नाहीत. म्हणून माझं असं मत आहे की, कोणत्याही जाती - धर्माचा विचार न करता जे जे अनिष्ट, प्रतिगामी व मूलतत्त्ववादी - जमातवादी आहे, त्याचा विरोध व निषेध करण्यात आपण सारेच कुठेतरी कमी पडतो! ज्याप्रमाणे १९३०-४० च्या दशकात हिंदी-उर्दू पुरोगामी लेखकांनी 'प्रोग्रेसिव्ह रायटर्स असोशिएशन' स्थापून १९३६ साली प्रेमचंदच्या अध्यक्षतेखाली पहिली सभा घेऊन पुरोगामित्वाचा व 'नाही रे' च्या बांधिलकीचा उद्‌घोष करीत हिंदू मुस्लीम दोन्ही धर्मातील कट्टरतेचा निषेध केला होता. त्यामुळे भारतीय साहित्यात एक नवी चैतन्याची लाट पसरली व साहिर, कैफी आझमी, इस्मत चुगताई, कृष्ण चंद्र, राजेंद्र सिंग बेदी सारखे पुरोगामी व गरिबांशी प्रतिबद्धता असलेले लेखक-कवी पुढे आले; तसचं काही आज महाराष्ट्रात देशपातळीवर करण्याची घडण्याची आवश्यकता आहे, असं मी नि:संदिग्धपणे सांगेन.

परसावळे -

दलित - मुस्लीम हे आपल्या लेखनाचे प्रमुख विषय राहिले आहेत. या दोन्हीकडे बघण्याचा आपला दृष्टिकोन काय आहे?

देशमुख -

माझी 'दौलत' ही 'सलोमी' मधली लघुकादंबरी, माझ्या कथासंग्रहातील 'बंद लिफ्ट', 'उदक', 'भूकबळी' सारख्या कथा या दलित-शोषित वर्गाच्या प्रश्नाबाबत आहेत. तर माझी 'इन्किलाब विरुद्ध जिहाद'ही बृहद् कादंबरी मुस्लीम समाजाविषयी आहे. माझा एक आगामी कथासंग्रह, ज्याचे नाव मी निश्चित केले आहे ते म्हणजे 'पांचवी शहाबानो' - हा मुस्लीम समाजाच्या व्यथा - वेदना व जगण्याच्या कहाण्या सांगणारा असेल. त्यात समाविष्ट होणाऱ्या सर्व कथा विविध दिवाळी अंकांतून प्रकाशित झाल्या आहेत. आता पुस्तकरूपाने येतील. म्हणजेच मी बऱ्याच प्रमाणात दलित व मुस्लीम समाजावर लेखन केलं आहे हे निश्चित.

मी मूळचा मराठवाड्याचा. निजामी राजवटीमुळे मुस्लीम परंपरा व धर्म -

रिवाजाचं ज्ञान मराठवाडी माणसांना स्वाभाविकपणे असतं. मलाही ते आहे. थोडं अधिक मी ज्या शहरात लहानाचा मोठा झालो त्या उस्मानाबाद, नांदेड, परभणी व औरंगाबादामध्ये मुस्लीम समाज मोठा आहे. मला पुन्हा उर्दू - हिंदी वाचनाची बालपणापासून गोडी होती. माझे बरेच मुस्लीम मित्र होते व आहेत. त्यामुळे या समाजाला मला जवळून पाहता समजता आलं. पुन्हा वैचारिक भूमिकेमुळे मला हे भान होतं व आहे की, हा समाज फाळणीमुळे 'आयडेंटिटी क्रायसिस' मधून अजूनही जात आहे. अनेक दंगलीमुळे व शिक्षण-रोजगारात मागे पडल्यामुळे आधार व दिलाशासाठी धर्माला जास्त चिटकून रहात असल्यामुळे मुस्लीम समाज त्यातून बाहेर आला नाही असं मला वाटतं. एकसंघ देशासाठी व आपल्या हिंदू-मुस्लीम गंगाजमुनी संस्कृतीच्या रक्षणासाठी व ती दृढमूल करण्यासाठी मुस्लिमांसोबत हिंदू समाजाची तादात्म्यता हवी. माझं हे भान या समाजाकडे सहानुभूतीने पहायला मला प्रवृत्त करून गेलं असणारं. त्यामुळे त्यांच्याबाबत मी बऱ्यापैकी लेखन केलं.

हीच बाब दलित वर्गाची. घटनेनं अस्पृश्यता नाहीशी केली तरी सवर्णांच्या एका फार मोठ्या वर्गाची मानसिकता अजूनही जुनीपुराणी व वर्णवर्चस्वाची आहे, प्रतिगामी आहे. ती मला तीव्रतेने बोचते. त्यामुळे दलित वर्गाशी माझी वैचारिक नाळ जुळलेली आहे असं मी मानतो. मुख्यत: डॉ. बाबासाहेब आंबेडकराच्या प्रचंड प्रतिभा व वैचारिक लेखनानं मी प्रभावित झालेला एक लेखक आहे. पुन्हा माझ्या तरुणपणातच मराठी साहित्यात दलित वाङ्मयाचं नवं चैतन्यमय पर्व सुरू झालं होतं. लक्ष्मण गायकवाड, गौतमीपुत्र कांबळे व दिवंगत प्र. ई. सोनकांबळेचं मैत्र माझं दलितभान सखोल करत होतं. पुन्हा प्रशासनात काम करताना दलित अत्याचारचे प्रश्न सोडवणे, त्या समाजावर अनेक गावात सामुदायिक बहिष्कार टाकला जातो, त्यामुळे त्यामध्ये हस्तक्षेप करणे आदीमुळेही माझ्या संवेदनशील मानवर व विचारांवर परिणाम झाला. त्यातून माझं दलितांविषयीचं लिखाण होत गेलं!

पुन्हा मी मघाशी प्रेमचंदाचा उल्लेख केला, त्याचं स्मरण देतो. त्यांनी 'नाही रे' वर्गाच्या प्रश्नांवर लेखन केलं पाहिजे असं जाहीरपणे सांगितलं होतं. त्यांची 'कफन' ही एकच कथा त्यांची दलित शोषितांबाबतची प्रतिबद्धता सिद्ध करायला पुरेशी आहे. मी या महान लेखकाच्या विचारांचा एक छोटा समर्थक आहे. त्यामुळे मुस्लीम व दलितवर्गाच्या समस्येवर लेखन करून मी प्रेमचंद परंपरेचा आणि अभिमान बाळगावा अशा पुरोगामी परंपरेच्या पाईक आहे याचं समाधान व सार्थ अभिमान आहे.

परसावळे -

आपली 'इन्किलाब विरुद्ध जिहाद' ही बृहद कादंबरी दूरदर्शी व पूर्णत: जागरूक

लेखकाची कलाकृती आहे. आपले म्हणणे वाचकांपर्यंत त्याद्वारे पोचवण्यात आपण यशस्वी झालात का? या कादंबरीत आपण कोणत्या पात्राद्वारे व्यक्त झाला आहात?

देशमुख -

हा प्रश्न फारच व्यापक आहे, पण त्याचं उत्तर देण्याचा प्रामाणिक प्रयत्न करतो. तुम्हांस व अनेकांना हे खुळेपणाचं वाटेल, पण मला टॉलस्टॉयच्या 'वॉर अँड पीस' च्या तोडीची नव्हे (ते शक्य नाही हे मी जाणतो), पण त्या जातकुळीची खरी - खुरी जागतिक म्हणता येईल अशी कादंबरी लिहायची होती. त्यासाठी धर्म व दहशतवादाच्या मिश्रणातून साकारलेला अतिरेकी धर्मवाद व मूलतत्त्ववाद आणि इतिहासाचे काटे उलटे फिरविण्याचा खुळा पण जिद्दीचा प्रयत्न - यामुळे एक देश अक्षरश: कसा बरबाद होतो हे मी या कादंबरीद्वारे रेखाटलं आहे. अफगाणिस्थानमध्ये पुरोगामी डावी विचारसरणी १९७९ मध्ये सत्तेवर आल्यावर धार्मिक मूलतत्त्ववाद्यांनी धर्माच्या नावाने जिहाद करीत ती कशी पराभूत केली व देशाला पुन्हा कसं मध्ययुगात ढकललं...... हे मानवतेसाठी किती भयंकर आहे, विचार करायला लावणारं आहे व जगाच्या भवितव्यासाठी ती धोक्याची घंटा कशी आहे, हे सांगण्यासाठी ही बृहद् कादंबरी मी लिहिली. मराठीतच काय, भारतात अशा प्रकारची तात्त्विक लढाई चितारणारी व त्याच वेळी सामान्य माणसांच्या भीषण रक्तलांछित लढ्यामुळे झालेल्या शोकांतिकेची गाथा कुणी लिहिली नसेल, असा मी आत्मस्तुतीचा दोष पत्करून आणि 'आपुली आपण करी जो स्तुती तो एक मूर्ख' या उक्तीप्रमाणे मूर्खपणाचा लावला जाणारा शिक्का सहन करूनही म्हणेन. पण चंद्रकांत बांदिवडेकर, अनंत मनोहर, अभिजित वैद्य, प्रल्हाद वडेर, शंकर सारडा व विश्राम गुप्ते सारखे मोजके समीक्षक वगळता माझ्या या कादंबरीची समीक्षकांनी फारशी दखल घेतली नाही, याचा मला खेद व खंत आहे. पण मी त्याबाबत काय करू शकतो? पण चोखंदळ वाचकांनी दाद व पसंती फार उत्साहवर्धक होती. असो.

डावी, उजवी व दोन्हीचा सुवर्णमध्य साधणारी उदारमतवादी पुरोगामी लोकशाही विचारधारा अशा तीन प्रवाहाचा संघर्ष तीन पात्रांमार्फत व त्यांच्या जीवनप्रवासातून 'इन्किलाब विरुद्ध जिहाद' मध्ये मी मांडला आहे. त्या पैकी मी पुरोगामी उदारमतवादी इलियासच्या पात्रातून वैचारिक स्वरूपात व्यक्त झालो आहे असं मला वाटतं.

परसावळे -

कलात्मक अभिव्यक्ती व रुळलेल्या तंत्रापेक्षा मानवी मूल्यांचे संप्रेषण आपणास अधिक महत्त्वाचे वाटते असे माझे निरीक्षण आहे. तसेच तुमच्या प्रभावी परखड ध्येयवादी आशयापुढे तुमचे समीक्षकही सूचक स्तंभित झालेले दिसतात. यावर तुमची

प्रतिक्रिया?

देशमुख -

हा तुमचा खराखुरा समीक्षकीय पठडीतला प्रश्न झाला. पण तुमच्या निरीक्षणाशी मी सर्वसामान्यपणे सहमत आहे. कलात्मक अभिव्यक्ती व रुळलेल्या तंत्रापेक्षा वा त्याची फारशी पर्वा न करता - विचार न करता मानवी मूल्यांचे प्रक्षेपण करणारे माझे लेखन असल्यामुळे आशयामुळे माझी लेखनशैली साकारत व घडत गेली असं मला वाटतं. मी सुबोध लेखक आहे, पण वाचकशरण नाही. सोपं-साध्या भाषेत लिहिणारा आहे. पण अशा सोप्या पण आशयसंपन्न लेखकाची प्रेमचंद व सआदत हसन मंटो ते मराठीतील आचार्य अत्रे, व्यंकटेश व ग. दि. माडगूळकर आदींची सशक्त परंपरा आहे, त्याचा मी एक अनुयायी आहे. त्यामुळे अव्यक्त मनाच्या धूसर आवर्तनाचं दळण मांडणं मला जमत नाही. माझी ती प्रकृती नाही व शैली पण. अर्थात, 'जो जो वांछील तो ते लिहो' प्रमाणे सर्व प्रकारचे साहित्य प्रकार वाचकापुढे आले पाहिजे. कारण वाचकांनाही निवडीचे स्वातंत्र्य हवे. मात्र अमुक प्रकारचं साहित्य श्रेष्ठ व इतर नाही, असा काही साहित्यिक कंपूशाहीचा जो आग्रह व प्रभाव आहे, तो मला मान्य नाही. पण अशांचे दडपण न घेता व त्यांना आवडेल की नाही याचा विचार न करता मी माझ्या स्वतंत्र शैलीनं लिहितो.

आज सर्वत्र मूल्यांची घसरण आपण पाहात आहोत. भ्रष्टाचार, सत्ताकारण आणि कमालीचा विकृत उपभोग, हव्यास आणि पराकोटीचा व्यक्तिवाद यामुळे आपल्या भवतालचे वातावण कमालीचे प्रदूषित झाले आहे. पुन्हा पुनरुज्जीवनवादी शक्ती वरचढ होत आहेत. धार्मिक उन्मादाला खतपाणी मिळत विपरीत वळण लागलं जात आहे. झुंडशाहीमुळे सहिष्णुतेला आपण जणू काही मूठमाती दिलीय की काय असं आजचं कुंठित - भयग्रस्त वातावरण आहे. अशा अस्वस्थ व अंधारलेल्या भवतालात सिनिक - कुत्सित वा तटस्थ होणं फार सोपं आहे. कारण फक्त टीका केली की आपलं उत्तरदायित्व संपतं, असा कलावंत-साहित्यिकांचा ग्रह झाला की काय अशी मला रास्त शंका वाटते. पण मग समाज बदलायचा कोणी? संस्कृती जपायची कोणी? घटनेतील उद्देशिकेत मांडलेल्या महान लोककल्याणकारी तत्त्वांप्रमाणे वागत, कृती करत देश बदलायचा कोणी? ज्याच्याबद्दल तमाम साहित्यिकांना तुच्छता, चीड व संताप वाटतो (ही भावना रास्त आहे) त्या राजकारण्यांनी? मग आपण काय पांच वर्षातून एकदाच मतदान करून - तेही अनेकदा न करता - निवडून आलेल्यांच्या नावाने चडफडत फक्त खडे फोडायचे? मला आपल्या अनेक साहित्यिक व कलावंतांची ही शहामृगी वृत्ती साफ नामंजूर आहे. उत्कट स्वप्न पाहणे व देशाच्या उद्याच्या सुंदर

भविष्यासाठी आपल्या लेखणीनं वाचकांच्या मनात विचार पेरणं हेही आम्हा साहित्यिकांचे काम आहे. त्यामुळे माझ्या लिखाणात ध्येयवाद असेल, आशावाद असेल तर तो एक साहित्यिक - कलावंत म्हणून मी माझं उत्तरदायित्व निभावत आहे असं मी म्हणेन.

परसावळे -

आता थोडा वेगळा प्रश्न. साहित्यातून लेखकाचे आत्मचरित्र शोधू नये असं म्हणलं जातं. पण तुमच्या 'अंधेरनगरी' कादंबरीतला मुख्याधिकारी व 'ऑक्टोपस' मधला कलेक्टर तर तुमच्या स्वत:च्या जीवन व अनुभवावर बेतलेला आहे असे जाणवते. तुमचे यावर काय मत आहे?

देशमुख -

वाचकापुढे एकदा प्रकाशित झालेली कादंबरी आली की तिचा लेखकाशी संबंध संपतो असं म्हटलं जातं. ते मला सर्वस्वी मान्य आहे. कादंबरीतला अनभुव व पात्रे वाचकांना किती भावतात हे महत्त्वाचं असतं. तरीही आपल्या प्रश्नाचं मी प्रमाणिकपणे उत्तर देण्याचा प्रयत्न करणार आहे.

मला हे मान्य केले पाहिजे की, या दोन कादंबरीमधले नायक मुख्याधिकारी व कलेक्टर ही पात्रे पूर्णपणे नसली तरी माझ्या बऱ्याच अनुभवावर बेतलेली व विकसित झालेली आहेत. मी स्वत: प्रशासक म्हणून स्वच्छ, मानवी स्पर्श देत काम करणारा व भ्रष्टाचार न करणारा आहे. तशी माझी प्रतिमा व लौकिक आहे. या दोन्ही कादंबऱ्याचे हे दोन उच्चपदस्थ अधिकारी मी तसेच रेखाटले आहेत. त्यांच्यामध्ये मी बऱ्याच अंशानं उतरलो आहे. किंबहुना ललित लेखनात लेखकाचे विचार, चिंतनाबरोबर त्याच्या जीवनातले काही अनुभव, प्रसंग व त्याला भेटलेली माणसे कधी जशीच्या तशी येतात, तर कधी त्यात कलात्मक बदल होऊन येतात. माझ्या 'अंधेरनगरी' व 'ऑक्टोपस' या दोन्ही कादंबऱ्यात मध्ये असंच काहीसं झालं आहे. पण अर्थातच वाचकांना वाचताना ही दोन पात्रे केवढी सच्ची वाटतात, मनाला भिडतात हे महत्त्वाचं. त्या दृष्टीने दोन्हीचं झालेलं स्वागत व वाचकांची खुशी पत्रं व फोन संदेशानं मला लेखनाचे मन:पूत समाधान लाभले आहे असं म्हणता येईल.

परसावळे -

स्वच्छ चारित्र्य व दृष्टीसंपन्न रचनात्मक कार्यामुळे आपण एक श्रेष्ठ दर्जाचे अधिकारी म्हणून महाराष्ट्रात ओळखले जाता. आपल्या प्रशासकीय क्षेत्रातील सामाजिक कार्याबद्दल काय सांगू शकाल?

देशमुख -

माझ्यासाठी माझं लेखन जेवढं व जितकं महत्त्वाचं आहे, तेवढंच व तितकंच प्रशासनही. मी स्वेच्छेने बँकेतील अधिकारी-पदाची आरामाची नोकरी सोडून प्रशासकीय सेवेच्या धकाधकीत आलो. त्यामागे प्राप्त अधिकार व पदाच्या माध्यमातून काही चांगले काम करण्याचा एक (अनेकांना भाबडा व आऊटडेटेड वाटणारा) ध्येयवाद होता. माझ्या ३२ वर्षांच्या प्रशासकीय सेवेत मला प्रत्येक ठिकाणी जनतेला न्याय व दिलासा देता आला, काही चाकोरी बाहेरची काम करता आली, तसेच पदाचा वापर करून काही भरीव सांस्कृतिक व शैक्षणिक कामही करता आले. त्यामुळे महाराष्ट्राच्या प्रशासन सेवेत मी माझ्या स्वत:च्या वेगळा असा ठसा उमटवला आहे असे मला वाटते!

मी केलेली काही मोजकीच कामे मी सांगेन. मी मेल्यानंतरही ज्या कामासाठी कदाचित काही काळ आठवला जाईल ते काम म्हणजे स्त्रीभ्रूणहत्येविरुद्ध शोधलेल्या आय. टी. सोल्यूशनचे. सायलेंट ऑब्जर्व्हर किंवा ॲक्टिव ट्रॅकर या यंत्राची निर्मिती करून गर्भलिंग परीक्षा करणाऱ्या डॉक्टरांवर वेसण घालता येते व त्याद्वारे घसरलेले स्त्री जन्माचे प्रमाण वाढू शकते हे मी सप्रमाण सिद्ध केले आहे. कलेक्टर कोल्हापूर म्हणून याबाबत पथदर्शक काम केल्यामुळे पूर्ण महाराष्ट्रात याबाबत जनजागृती झाली. देशपातळीवर नॅसकॉम व 'टाईम्स ऑफ इंडिया' चा 'सोशल ऑनर' पुरस्कार - तोही अनुक्रमे मुख्यमंत्री व पंतप्रधानांच्या हस्ते मिळाल्यामुळे माझे काम वाखाणले गेले. आज माझा उपक्रम देशामधील किमान १०० जिल्ह्यात चालू आहे. माझ्या या कामामुळे काही हजारात, नव्हे - लाखात गर्भात मारल्या जाण्याऐवजी कन्या जन्मास आल्या, याचं मला अपार समाधान आहे. हे काम मला करता आलं, स्त्रीभ्रूण हत्या रोखण्यासाठी 'आऊट ऑफ बॉक्स' उत्तर मला प्रतिभेनं शोधता आलं, या बद्दलं मी स्वत:ला भाग्यशाली समजतो. या एका कामामुळे माझी प्रशासकीय कारकिर्द सफल झाली असं मी मानतो. फुले-कर्वेप्रमाणे मी पण स्त्रीबाबत भरीव काम केलं आहे असं माझी पत्नी म्हणते, त्यातला अतिशयोक्तीचा भाग आपण सोडून देऊ. पण स्त्री-पुरुष समतेचा विचार करताना आधी ढासळलेला सेक्स रेशो दुरुस्त करून स्त्री - पुरुषामधील किमान संख्यात्मक समता तरी यावी यासाठी मी हे काम केलं.

दुसरं काम मी केलं ते 'ई-चावडी'. प्रत्येक तलाठ्यास लॅपटॉप व लॅपटॉपवर सात बारा व जमिनीचे पूर्ण रेकॉर्ड असं याचं स्वरूप होतं. माझा हा उपक्रम राज्याने स्वीकारला असून राज्याच्या जवळपास ८०% तलाठ्यांकडे लॅपटॉप आहेत, त्यामुळे त्यांच्या कामात पारदर्शकता, जलदता आली आहे. ग्रामीण भागासाठी याचं किती

महत्त्व आहे हे शहरी माणसांना कळणार नाही. पण हेही मला करता आलं ते माझ्या 'आऊट ऑफ बॉक्स' उत्तरे शोधण्याच्या प्रतिभेमुळे.

सांगली जिल्हा परिषदेमध्ये असताना सुमारे ४५० शाळांना प्रत्येकी तीन संगणक आणि इयत्ता पहिली ते सातवी पर्यंतच्या वर्गाच्या सर्व डीव्हीडीज देऊन आणि शिक्षकांना त्यांचं प्रशिक्षण देऊन शैक्षणिक गुणवत्तावाढीचा अभिनव कार्यक्रम राबवला. माझी आजही भावना व विश्वास आहे की, ई-लर्निंग ही काळजी गरज आहे व गुणवत्तापूर्ण शिक्षणासाठी आवश्यक बाब आहे. मी हे २००५ मध्ये केलं. आज अनेक ठिकाणी त्याचं अनुकरण होत आहे.

१९९३-९४मध्ये परभणीला मी समन्वयक म्हणून संपूर्ण साक्षरता अभियान राबवून सुमारे सव्वादोन लाख प्रौढ निरक्षर स्त्री - पुरुषांना साक्षर केले व १९९१ च्या जनगणनेत जो जिल्हा खालून दुसरा होता, तो २००१ च्या जनगणनेनुसार स्त्री साक्षरतेमध्ये राष्ट्रीय सरासरीपर्यंत पोचला गेला. हेही माझ्या हातून महत्त्वाचं काम झालं असं मी मानतो. त्यासाठी वर्षभर दररोज सायंकाळी बाहेर पडून मध्यरात्रीपर्यंत साक्षरता वर्गांना भेटी देणे व कार्यालयीन वेळात नियोजन, बैठका व अंमलबजावणीचा आढावा घेणे असं मी स्वत:ला या कामात एका ध्येयानं झपाटून जात झोकून दिलं होतं. त्यामुळे हे अभियान यशस्वी झालं. 'निशाणी डावा अंगठा' कादंबरी व सिनेमामध्ये व्यंग शैलीत त्यातील गैरप्रकार दाखवले. अनेक ठिकाणी तसे प्रकार वास्तवात घडले होते हे मी नाकारत नाही. पण माझ्या परभणी जिल्ह्यात साक्षरतेची आकडेवारी वस्तुनिष्ठ होती, हे कर्वे सामाजिक संस्थेनं १५० गावातील साक्षरता केंद्रांना भेटी देऊन जो अहवाल दिला त्यावरून सप्रमाण सिद्ध होतं. येथे माझा ध्येयवाद व झपाटलेपणा हे गुण माझ्या कामी आले.

परभणीला १९९६ साली मी सहकाऱ्यांच्या मदतीने ६८ वे अखिल भारतीय मराठी साहित्य संमेलन घेतले, ते अत्यंत नेटके व अनेक नवे पायंडे पाडणारं होतं. तसे उपक्रम नंतरही फारसे राबविले गेले नाहीत. पण ते जाऊ दे. कोल्हापूरला मी शाहू भवन स्मारकाचे नूतनीकरण व विस्तारीकरण करून त्याचे नाटक, सिनेमा, चित्र-शिल्प, परिसंवाद व पुस्तकांच्या एक सांस्कृतिक केंद्रात रूपांतर केलं, त्याचं मला अपार समाधान आहे. कलेक्टर म्हणून कोल्हापूरच्या बाल कल्याण व रिमांड होमचा मी पदसिद्ध अध्यक्ष होतो. तेथे वाढल्या संख्येने येणाऱ्या अनाथ मुलांना सामावून घेण्यासाठी व त्यांना उत्तम निवास सुविधा देण्यासाठी लोकवर्गणीद्वारे दोन कोटी रुपयांच्या इमारती (तीन तीन मजल्यांच्या) बांधून ६०० बालकांच्या निवासाची सोय केली. स्त्रीभ्रूण हत्या रोखण्याइतकचं महत्त्वाचं असं हे काम माझ्या हातून घडलं याचं मनस्वी समाधान वाटतं.

खूप काही सांगता येईल, पण विस्तारभय व स्वस्तुतीचा संकोच म्हणून फार तपशिलात न जाता एवढंच सांगेन की, नोकरशाहीला अनेक अधिकार असतात व चांगल्या अधिकाऱ्यांना लोक साथ देतात. हे त्यांचं सामर्थ्य असतं. त्याचा वापर करून अनेक लोककल्याणकारी कामं व उपक्रम राबवता येतात. मी माझ्या प्रत्येक पोस्टिंगच्या पदी असं काही ना काही केलं आहे. त्यामुळे माझी जशी दक्ष प्रशासक म्हणून ख्याती आहे, तसाच एक उपक्रमशील अधिकारी म्हणूनही लौकिक आहे. त्यामुळे मी माझी प्रशासकीय सेवा छानपैकी एंजॉय केली आणि यशस्वी पण...

परसावळे -

फारच छान. यापैकी अनेक कामे मी पाहिली व अनुभवली आहेत. असो. आता पुन्हा साहित्याकडे वळू या. आपल्या लेखनास मिळालेले मान-सन्मान, पुरस्कार व प्रशंसक याबद्दल थोडक्यात काय सांगू शकाल?

देशमुख -

मला आजवर राज्य शासनाचे तीन पुरस्कार दोन कथासंग्रहासाठी ('अंतरीच्या गूढ गर्भी' व 'पाणी! पाणी!!') व एक कादंबरी 'इन्किलाब विरुद्ध जिहाद' साठी मिळाले आहेत. या खेरीज म. सा. प. पुणे व औरंगाबादचे प्रत्येकी दोन व इतर वाङ्मयीन संस्थेचे डझनभर पुरस्कार प्राप्त झाले आहेत. पण विजय तेंडुलकरांनी त्यांच्या आवडत्या ५० पुस्तकात माझ्या 'अंधेरनगरी' चा समावेश करणे, म. द. हातकणंगलेकरांनी 'इन्किलाब विरुद्ध जिहाद' ची तुलना टॉलस्टाय व डोस्टोवस्कीशी करणे; चंद्रकांत बांदेवडकरांनी माझ्या 'अंधेरनगरी' व 'इन्किलाब' वाचून उत्तेजित होऊन उस्फूर्त प्रतिक्रिया देणं हे मला पुरस्कारापेक्षाही मोलाचे वाटतात. वाचकांच्या प्रतिक्रिया या बहुतांश प्रशंसेच्या राहिल्या आहेत. माझ्या एकाही पुस्तकाचं परीक्षण करताना एकादी समीक्षकानं झोडपलं नाही, उलट बहुतेक समीक्षा ही प्रशंसा व लेखनातील वेगळेपणा बाबतची व ती मौलिक होती, या आशयाची होती.

परसावळे -

भविष्यातील प्रकल्प?

देशमुख -

अनेक आहेत. यावर्षी दोन ललित पुस्तके प्रकाशित होत आहेत. तसेच उदगीर येथील नियोजित साहित्य संमेलनाच्या निमित्तानं 'निवडक लक्ष्मीकांत देशमुख' व माझ्या साहित्यावरील समीक्षा अशी दोन पुस्तके, ज्यांचे संपादन डॉ. रणधीर शिंदे करीत आहेत, जी प्रकाशित होत आहेत. तसेच दोन कादबंऱ्यांचे सध्या लेखन चालू

आहे. मुख्य म्हणजे मला माझ्या प्रशासकीय अनुभवावर आधारित कादंबरी त्रयी केव्हा तरी लिहायची आहे. साहिर लुधियान्वी व श्याम बेनेगलवर पुस्तक लिहिण्यासाठी अभ्यास चालू आहे. पुन्हा 'इन्किलाब' सारखी काश्मिर प्रश्नावरची एक बृहद् कादंबरी मला खुणावते आहे. शिवाय तीन कथा-संग्रह निघतील एवढ्या कथा विविध दिवाळी अंकात प्रकाशित झाल्या आहेत, त्यांचे संकल्न करून ती पुस्तकेही यथावकाश येतील. आणखी एक विषय मला आकिर्षत करत आहे तो म्हणजे दुसऱ्या महायुद्धाच्या काळात कोल्हापूरनजिक वळीवडे येथे पोलंडचे दहा हजार निर्वासित स्त्री-पुरुष आले होते. त्यांच्या जीवनसंघर्षावर मला कादंबरी लिहायची आहे.

परसावळे -

धन्यवाद देशमुखर्जी. तुम्ही फार स्पष्टपणे विनासंकोच व मनमोकळी उत्तरे दिली व आपल्या साहित्य विषयक कल्पना नेमकेपणानं मांडल्या त्या वाचकांना आवडतील, तसेच समीक्षक व विचारवंतांना विचार करायला भाग पाडतील असं मला वाटतं.

देशमुख -

मी आपला अत्यंत आभारी आहे.

❑

लेखक परिचय

रणधीर शिंदे (१-०६-१९७६)

शिवाजी विद्यापीठ, कोल्हापूर येथील मराठी विभागात सहयोगी प्राध्यापक म्हणून कार्यरत. शरच्चंद्र मुक्तिबोध : व्यक्ती आणि वाङ्मय, दिलीप पुरुषोत्तम चित्रे यांची कविता, कोल्हापूरातील सामाजिक व राजकीय चळवळ, (सहलेखक - डॉ. अशोक चौसाळकर), अण्णाभाऊ साठे साहित्य आणि समीक्षा, ढव्ह आणि लख्ख ऊन (निवडक राजन गवस), युगांतरमधील अण्णाभाऊ साठे यांचे साहित्य, (सहकार्याने संपादन)

विविध वाङ्मयीन नियतकालिकातून समीक्षात्मक लेख प्रसिद्ध.

पत्ता : प्लॅट नं. २०४, प्रथमेश अपार्टमेंट, राऊत कॉलनी, अंबाई डिफेन्स परिसर, कोल्हापूर ४१६००८. मो. ९८९०९१३०३१

अविनाश सप्रे

इंग्रजी भाषा साहित्याचे निवृत्त प्राध्यापक, सांगली. नामवंत अभ्यासक, विविध वाङ्मयीन नियतकालिकांतून समीक्षात्मक लेखन. आधुनिक मराठी साहित्य व समीक्षा या विषयांवर विपुल लेखन.

पत्ता : प्लॉट नं. ५८ / ५९, पार्श्वनाथनगर, सांगली मिरज रोड, मिरज, जि. सांगली

राजशेखर शिंदे

दयानंद महाविद्यालय, सोलापूर येथे मराठी भाषा साहित्याचे अध्यापन. समीक्षक. विविध नियतकालिकांतून व ग्रंथातून लेखन. एस. पी. कॉलेज पुणे येथे सात वर्षे अर्धवेळ प्राध्यापक, सध्या दयानंद कला व शास्त्र महाविद्यालय, सोलापूर येथे मराठी विभागप्रमुख म्हणून कार्यरत. पु. शि. रेगे यांच्या समग्र वाङ्मयाचा अभ्यास, या विषयावर पी. एचडी. (शिवाजी विद्यापीठ, कोल्हापूर). अरुण कोलटकरांची कविता या विषयावर यु. जी. सी. चा बृहद्प्रकल्प पूर्ण. विविध नियतकालिकांतून लेख व ग्रंथपरीक्षणे, लेखन.

पत्ता : ए - १३ अभिमानश्री, मुरारजी पेठ, सोलापूर. - मो. ७५८८३७३७१०

केशव तुपे (२६.१.१९७१)

विदर्भ शासकीय महाविद्यालय, अमरावती, येथे मराठीचे प्राध्यापक व विभाग प्रमुख. नव्या पिढीतील समीक्षक.

साहित्य - सर्जन आणि संदर्भ, ही पुस्तके प्रकाशित.

विविध नियतकालिकांतून समीक्षालेख प्रकाशित.

पत्ता : सहयोगी प्राध्यापक व प्रमुख, पदव्युत्तर विभाग, शासकीय विदर्भ ज्ञानविज्ञान संस्था, अमरावती ०४. मो. ९४२०२८५८७८

भ. मा. परसावळे

मराठीतले एक ज्येष्ठ कवी. 'असेही' आणि 'रस्ते दुभंगत आहेत' हे दोन कवितासंग्रह व कलात्मक मुखपृष्ठ व रेखाचित्रे त्यांनी निर्मिली आहेत.

पत्ता : नारायण नगर, हिंगोली ४३१५१३

फोन : ०९४०३२२४१३०

आनंद पाटील (१९४५)

एम. ए., पीएच. डी. नामवंत लेखक व समीक्षक. इंग्रजी भाषा साहित्याचे अध्यापन. गोवा विद्यापीठाच्या इंग्रजी विभागात दीर्घकाळ अध्यापन. स्वामी रामानंद तीर्थ मराठवाडा विद्यापीठाच्या (नांदेड) भाषा व साहित्यसंकुलाचे प्राध्यापक व संचालक म्हणून निवृत्त. कागूद आणि सावली, इच्छामरण या दोन कादंबऱ्या प्रकाशित. फुगड्या, दावण, सुपर्ण वृक्षाखाली भर दुपारी, फेरा - हे कथासंग्रह प्रकाशित. पाटलाची परदेशवारी हे प्रवासवर्णनपर पुस्तक. मराठी नाटकावरील इंग्रजी प्रभाव, तौलनिक साहित्य : नवे सिद्धान्त आणि उपयोजन, ब्रिटिश बॉम्बे आणि पोर्तुगीज गोव्यातील वाङ्मय, तुळव. साहित्य : काही देशी आणि काही विदेशी, टीकावस्त्रहरण, समीक्षा 'अप'हरण हे समीक्षा ग्रंथ प्रकाशित. काही ग्रंथांचा अनुवाद.

पत्ता : ८९ गीतानंद, अरुणोदय हाऊसिंग सोसायटी, शाहू पार्क, राजेद्रनगर जवळ, कोल्हापूर - ०४. मो. ९४०४१४०९९५

विष्णू नारायण पावले (३ जानेवारी १९८७)

शिवाजी विद्यापीठाच्या 'कमवा आणि शिका' योजनेतून मराठी विषयात विशेष प्रावीण्यासह एम. ए. 'पहिलं पाऊल' हा कवितासंग्रह प्रकाशित. कविता, कथा, ललितगद्य व

समीक्षणपर लेखन. विविध वाङ्मयीन नियतकालिकातून सातत्याने लेखन प्रसिद्ध. आकाशवाणीवर कथा सादर. काही काळ संशोधन साहाय्यक म्हणून काम. साहित्य अकादेमीच्या प्रवासी शिष्यवृत्तीतून राजस्थान राज्याचा अभ्यास दौरा.
पत्ता : मु. पावलेवाडी, पो. रिळे, ता. शिराळा, जि. कोल्हापूर ४१५४०८. मो. ९८८१२४१८८७

ना. धों. महानोर (१६ सप्टें १९४२)

नामवंत कवी, कादंबरीलेखक. रानातल्या कविता, पावसाळी कविता, अजिंठा, प्रार्थना दयाघना, जगाला प्रेम अर्पावे, गाथा शिवरायाची, पक्ष्यांचे लक्ष थवे, तिची कहाणी, गंगा वाहू दे निर्मळ, पानझड हे कवितासंग्रह प्रकाशित. गांधारी ही कादंबरी, गावातल्या गोष्टी हा कथासंग्रह व पळसखेडची गाणी हा लोकगीतांचा संग्रह प्रसिद्ध. शेतीसाठी पाणी, यशवंतराव चव्हाण, शरद पवार आणि मी, त्या आठवणींचा झोका, ऐसी कळवळ्याची जाती ही पुस्तके प्रकाशित.
विधानसभेवर सदस्य म्हणून काम. शेतीविषय लेखन. साहित्य अकादेमी व जनस्थान पुरस्काराने गौरव.

शंकर सारडा (४ ऑगस्ट, १९३७)

नामवंत समीक्षक, संपादक, पत्रकार. काही पुस्तके काही लेखक, गुलमोहर, पुस्तकांचं जग, दूरदेशीचे प्रतिभावंत, ग्रंथविशेष, अक्षरभेट हे समीक्षाग्रंथ. काही ग्रंथांचे अनुवाद व बालवाङ्मय प्रसिद्ध. महाराष्ट्र साहित्य पत्रिका, ललित व रविवार आवृत्त्यांचे संपादन.
पत्ता : इ - १०, पाटील रीजन्सी, १५ एरंडवन, कलिंग हॉटेलमागे, ऑफ कर्वे रोड, पुणे - ०४
फोन - २५४२२२२३

मंगेश कश्यप

पर्यावरण अर्थशास्त्राचे तज्ज्ञ आणि सिरम या संस्थेचे संचालक. त्यांनी किर्लोस्कर मासिकातील विचार विश्व व साहित्याचा अभ्यास करून पीएच. डी. संपादन केली. 'किर्लोस्करीय'. मनस्वी महांबरे, व्यवस्थापन तज्ज्ञ. ज्ञानेश्वर 'तेजोनिधी' आणि इंग्रजीमध्ये Ecological Economics ह्या पुस्तकाचे लेखन.

संपर्क : ०९८५५०५००३३४

सुनीलकुमार लवटे (११ एप्रिल १९५०)

एम. ए. पीएच. डी. (हिंदी)

हिंदी भाषासाहित्याचे अध्यापन. महावीर महाविद्यालय, कोल्हापूर येथून प्राचार्य म्हणून निवृत्त. खाली जमीन वर आकाश हे आत्मचरित्र प्रकाशित. सरल्या ऋतूचं वास्तव हा कवितासंग्रह, स्वप्न आणि सत्य, विकसन, भाऊबीज, दुःख हरण हे कथासंग्रह प्रकाशित. भारतीय साहित्यकार, निराळे जग निराळी माणसं हे लेखसंग्रह प्रकाशित. रानफुले, अजून येतो वास फुलांना, सांजसावल्या हे ललितलेख संग्रह प्रकाशित. नाटककार शंकर शेष, यशपाल एक समग्र मूल्यांकन, हिंदी वेब साहित्य हे हिंदी ग्रंथ. अनेक ग्रंथांचा अनुवाद.

पत्ता : 'निशांकुर', अयोध्या कॉलनी, राजीव गांधी रिंग रोड, सुर्वेनगरजवळ, कोल्हापूर, ४१६००७

मो. ९८८१२५००९३,

मिलिंद जोशी

प्राध्यापक, अभियांत्रिकी महाविद्यालय, भारती विद्यापीठ, पुणे.

लेखक व वक्ते

व्यवसायाने अभियांत्रिकी विषयाचे प्राध्यापक, पण वक्तृत्व व साहित्य हे त्यांच्या व्यक्तिमत्त्वाचे लखलखते पैलू. 'तमाच्या तळाशी' आणि 'पानगळा' हे दोन कथासंग्रह. आणि 'प्राचार्य', संत साहित्य आणि आजची पिढी, ऐशी कळवळ्याच्या जाती या महत्वाच्या साहित्य कृती. तीन पुस्तकाचे संपादन व विटा ग्रामीण, सांगली डोंगरी आदी चार साहित्य संमेलनाचे अध्यक्ष. देशविदेशात शेकडो व्याख्याने आजवर दिली आहेत.

पत्ता : B1 - 12, रविराज, टेरेस, सुखसागर, नगर कात्रज, पुणे - ४६

प्रा. पुष्पा भावे

रुईया महाविद्यालय, मुंबई येथे मराठी भाषा साहित्याचे अध्यापन. संयुक्त महाराष्ट्र, गोवा मुक्ती संग्राम, दलित चळवळ, हमाल-माथाडी कामगार चळवळ, आणीबाणीविरोधी चळवळीत काम, स्त्री चळवळीत सक्रीय सहभाग. चर्चासत्रे, कार्यशाळात बीजभाषण,

व्याख्याने. रंग नाटकाचे हे पुस्तक प्रसिद्ध. जहन्नम (प्रतिमा जोशी यांच्या कथा) व 'आम्हाला भेटलेले श्रीराम लागू' या पुस्तकांचे संपादन.
पत्ता : ६, राधामंदिर, २१३ सर भालचंद्र मार्ग, माटुंगा, मुंबई फोन - २४१४११३६

महेंद्र कदम

विठ्ठलराव शिंदे कला वाणिज्य महाविद्यालय, टेंभुर्णी ता. माढा (जि. सोलापूर) येथे प्राचार्य म्हणून कार्यरत. ललित लेखक व अभ्यासक. धूळपावलं व आगळ या कादंबऱ्या प्रकाशित. 'जो भितो त्याची गोष्ट' हा कथासंग्रह. कादंबरी सार आणि विस्तार, कवितेची शैली, भाषाविज्ञान परिचय हे ग्रंथ प्रकाशित. आगळ या कादंबरीस भैरूरतन दमाणी साहित्य पुरस्कार. विविध नियतकालिकांतून व ग्रंथांतून लेखन.
पत्ता : प्राचार्य : विठ्ठलराव शिंदे कला वाणिज्य महाविद्यालय, टेंभुर्णी, ता. माढा, (जि. सोलापूर)

अशोक चौसाळकर

राज्यशास्त्राचे नामवंत अभ्यासक. शिवाजी विद्यापीठाच्या राज्यशास्त्र विभागातून प्राध्यापक व विभागप्रमुख म्हणून निवृत्त. समाज प्रबोधन पत्रिका या त्रैमासिकाचे संपादक. नवरात्र, महाभारतातील न्याय संकल्पना, आधुनिक विचारप्रवाह ही पुस्तके प्रकाशित. राज्यशास्त्राविषयी सातत्याने लेखन. विविध संपादने.
पत्ता : ४१६, आर. के. नगर हौसिंग सोसायटी नं. ६, पाचगाव, कोल्हापूर.

रफिक सूरज मुल्ला (१९ मार्च १९७०)

डिप्लोमा इन सिव्हिल इंजिनिअरिंग इन् डिझायनिंग अँड डेकोरेशन. एम. ए., पीएच. डी., इचलकरंजी येथे वरिष्ठ महाविद्यालयात मराठी विषयाचे प्राध्यापक, सोंग घेऊन हा पोर हा कवितासंग्रह, आभाळ, बेबस हे कथासंग्रह, रहबर ही कादंबरी, आवडनिवड या आणि लघुनियतकालिकांची वर्णनात्मक सूची हा समीक्षात्मक लेखनसंग्रह. साहित्य अकादेमीच्या प्रवासी शिष्यवृत्तीतून कर्नाटक राज्याचा अभ्यासदौरा. कवितांचे हिंदी, कन्नड भाषांतून अनुवाद.
पत्ता : प्लॅट नं. ३८, शांतीनगर, हुपरी, जि. कोल्हापूर ४१६२०३
मो. ९४२२४२७५०१

नंदकुमार मोरे (१३ डिसेंबर १९७८)
एम. ए. पीएच. डी. शिवाजी विद्यापीठाच्या (कोल्हापूर) मराठी विभागात साहाय्यक प्राध्यापक म्हणून कार्यरत. समाजभाषाविज्ञान आणि मराठी कादंबरी, भाषासंवाद समीक्षापद्धती : सिद्धान्त आणि उपयोजन हे ग्रंथ प्रकाशित.
उत्कृष्ट वाङ्मय निर्मितीसाठीचा महाराष्ट्र शासनाचा सन २०१२ चा नरहर कुरुंदकर पुरस्कार. विविध नियतकालिकांतून लेखन.
पत्ता : सहा. प्राध्यापक, मराठी विभाग, शिवाजी विद्यापीठ, कोल्हापूर
मो. ९४२२६२८३००

चंद्रकांत बांदिवडेकर
हिंदी भाषा साहित्याचे नामवंत प्राध्यापक. तौलनिक भाषासाहित्याचे अभ्यासक, देशीवाण, मर्मवेध, लक्षवेधी, कादंबऱ्या. साहित्याचे मर्म, शोध आणि बोध हे समीक्षाग्रंथ. आधुनिक हिंदी साहित्य : आणि अंतरंग, चंद्रकांत देवताले की कविता, कविता स्वभाव, कविता की तलाश या हिंदी ग्रंथांचे संपादन.
पत्ता : सी - २, ब्लॉक नं. ७, स्टेट बँक नगर, पंचवटी, पाषाण, पुणे ०८
फोन ०२० - २५८८७९२७

कै. ग. प्र. प्रधान (१९२२-२०१०)
फर्ग्युसन महाविद्यालय, पुणे येथे इंग्रजी भाषा साहित्याचे अध्यापन. ज्येष्ठ स्वातंत्र्यसेनानी, साधना साप्ताहिकाचे संपादक, विधान परिषदेवर सदस्य व विरोधी पक्षनेते. आठा उत्तराची कहाणी ही कादंबरी प्रकाशित. भारतरत्न पंडित जवाहरलाल नेहरू, ज्ञानाचे उपासक, लोकमान्य टिळक, आगरकर लेखसंग्रह या ग्रंथांचे लेखन.

सदानंद मोरे
तत्त्वज्ञान विभाग, सावित्रीबाई फुले विद्यापीठ, पुणे येथून प्राध्यापक म्हणून निवृत्त. इतिहास, तत्त्वज्ञान आणि महाराष्ट्राच्या लोकव्यवहाराचे साक्षेपी अभ्यासक. महाराष्ट्रेतिहासावर मौलिक स्वरूपाचे लेखन. तुकारामदर्शन, लोकमान्य ते महात्मा, गर्जा महाराष्ट्र हे बृहदग्रंथ प्रसिद्ध. उजळल्या दिशा आणि शिवचरित्र ही नाटके, त्रयोदशी हा संतसाहित्यविषय ग्रंथ, नाशिक येथील पहिल्या अखिल भारतीय मराठी संत साहित्य संमेलनाचे अध्यक्ष. संतसाहित्य आणि महाराष्ट्रातील पुरोगामी चळवळींचा सांधा जोडण्यात विशेष योगदान.

'तुकारामदर्शन' या ग्रंथास साहित्य अकादेमीचा पुरस्कार.
पत्ता : २२ प्रोफाइल इडन, ९ वी गल्ली, प्रभात रस्ता, पुणे ०४

कै. प्रल्हाद वडेर

दिवंगत कथाकार, समीक्षक, रुईया महाविद्यालय व मुंबई विद्यापीठातून एम. ए. पीएच. डी.; ना. सी. फडके : एक चिकित्सक अभ्यास या विषयावर पीएच डी. दीर्घकाळ गोवा विद्यापीठाच्या मराठी विभागात प्राध्यापक व विभागप्रमुख म्हणून निवृत्त. चढण व वीज हे कथासंग्रह अनुभव आणि आकार, अनुभव आणि आविष्कार, प्रमेय आणि प्रबंध हे समीक्षात्मक लेखसंग्रह.

अरुण साधू (जन्म १७ जून १९४१)

लेखक, पत्रकार, आंतरराष्ट्रीय राजकीय प्रश्नांचे अभ्यासक. मुंबई दिनांक, सिंहासन, बहिष्कृत, शापित, स्फोट, विप्लवा, त्रिशंकू, शोधयात्रा, तडजोड, झिपऱ्या, मुखवटा या कादंबऱ्या प्रकाशित. एक माणूस उडतो त्याची गोष्ट, बिनपावसाचा दिवस, मुक्ती, मंत्रजागर, बेचका, ग्लानिर्भवती भारत हे कथासंग्रह. जेव्हा ड्रॅगन जागा होतो, आणि ड्रॅगन जागा झाला, फिडेल चे आणि क्रांती, तिसरी क्रांती ही समकालीन राजकीय व सामाजिक विषयावरील पुस्तके.
पत्ता : ४५, पत्रकारनगर, वांद्रे (पू.) मुंबई ५१. फोन - ०२२ - २६५९२५२८

अनंत मनोहर

ज्येष्ठ मराठी लेखक. विपुल कादंबरी लेखन.

विश्राम गुप्ते

कादंबरीकार व समीक्षक

अल तमीर, नारी डॉट कॉम, ईश्वर डॉट कॉम या कादंबऱ्या प्रकाशित. परीकथा आणि वास्तव, मेलेल्यांची गढी (अनुवाद) हे ग्रंथ. समकालीन कवितेवर विस्तृत लेखन (अतिरिक्त विशेषांक). विविध नियतकालिकातून अनुवाद व वाङ्मयविषयक लेखन.
पत्ता : पी १४० / एफ, यामुंडा गार्डन्स, वृंदावन हॉस्पिटल मागे, करासवाडा, म्हापसा, गोवा ४०३५२६
मो. ९४२३८८६०६४

विष्णू वासमकर (१ - ६ - १९५८)

विलिंग्डन महाविद्यालय, सांगली येथे मराठीचे प्राध्यापक. संदर्भ आयुष्याचे हा कवितासंग्रह प्रसिद्ध. समग्र दत्तांकुर या कवितासंग्रहाचे संपादन. मराठीतील कलावादी साहित्यविचार या विषयावर पीएच. डी., नियतकालिकांतून लेख प्रसिद्ध.

पत्ता : दत्तब्रह्म, विकास कॉलनी, विश्रामबाग, सांगली ४१६४१५

अभिजित वैद्य

ज्येष्ठ समाजिक कार्यकर्ते. आरोग्यविषयक व इतर वैचारिक लेखन.

पत्ता : तोरणा, मनमोहन पार्श्वनाथ, बिबवेवाडी, पुणे ३७

मो : ९८२२०९०७५५

दत्ता घोलप

भाषा साहित्याचे तरुण संशोधक. काही काळ मराठीचे अध्यापन. भालचंद्र नेमाडे यांच्या कादंबऱ्यांचे आविष्कारविशेष या विषयावर पीएच. डी., विविध नियतकालिकातून वाङ्मयविषय लेख प्रसिद्ध.

पत्ता : मु. दडशिंगे पो. सौंदरे ता. बार्शी, जि. सोलापूर ४१३४११

मो. ७५८८५०५०७९

अजित साळुंके

विज्ञान व सामाजिक चळवळीतील ज्येष्ठ कार्यकर्ते. विपुल वैचारिक लेखन. संमती भरत ज्ञानविज्ञान समुदायाचे महाराष्ट्राचे उपाध्यक्ष. विपुल वाचन व त्यावर व्याख्याने.

पत्ता : ३९६ / २ / २, स्वाती समर्थ कॉलनी, शाहुपुरी, सातारा,

फोन : ९८२२२३३६४१

प्रकाश पवार

प्राध्यापक, राज्यशास्त्र विभाग, शिवाजी विद्यापीठ, कोल्हापूर. राजकीय विश्लेषक व अभ्यासक. भारतातील राजकीय प्रक्रिया व महाराष्ट्रातील राजकारण या विषयाचे अभ्यासक. महाराष्ट्राच्या नव्या राजकारणाची पुनर्रचना, समकालीन राजकीय चळवळी : नवहिंदुत्ववाद व जातसंघटना, नेतृत्वाची जडण घडण ही पुस्तके प्रकाशित. काही ग्रंथांचे संपादन व विविध नियतकालिकांतून लेखन प्रसिद्ध.

पत्ता : राज्यशास्त्र विभाग, शिवाजी विद्यापीठ, कोल्हापूर

प्रभाकार करंदीकर

संवानिवृत्त ज्येष्ठ सनदी अधिकारी. महाराष्ट्र शासनात महत्त्वाच्या पदावरून महाराष्ट्राच्या विकासाला भरीव योगदान. दोन कादंबऱ्या प्रकाशित.

संपर्क . ८६०५०२१२३४

लीना मेंहेदळे (३१ - १- १९५०)

एम. एस्सी., एल. एल. बी., आय. ए. एस., सनदी अधिकारी. विविध ठिकाणी उच्चपदस्थ अधिकारी म्हणून कार्य. नऊ मराठी ग्रंथांचे लेखन व हिंदीत सोळा ग्रंथ प्रकाशित. राजकीय, प्रशासन व विज्ञान संगणक विषयावर लेखन. एक शहर मेले त्याची गोष्टी, इथे विचारांना वाव आहे, प्रशासनाकडे वळून बघताना, समाजमनातील बिंब हे ग्रंथ प्रकाशित.

पांडुरंग भोये

साहाय्यक प्राध्यापक, राज्यशास्त्र व लोकप्रशासन विभाग, सावित्रीबाई फुले पुणे विद्यापीठ, पुणे. विविध नियतकालिकांतून राज्यशास्त्रविषयक लेखन.

पत्ता : राज्यशास्त्र व लोकप्रशान विभाग,
सावित्रीबाई फुले पुणे विद्यापीठ, पुणे.

विद्यासागर अध्यापक

मराठीतले आघाडीचे तरुण नाटककार व चित्रकार, पटकथा लेखक. त्यांची रंगभूमीवर प्रकाशित नाटके 'आधी बसू मग बोलू' आणि 'प्रगती एक्सप्रेस' खूप गाजली आहेत. नाट्यदर्पणसह अनेक मानाचे नाट्य व एकांकिका लेखनाचे पुरस्कार. 'गेट वे ऑफ हेवन' आणि 'नॉस्टेलजिया' हे दोन विविध महोत्सवात गाजलेले लघुकथापट. कोल्हापूरच्या रेडिओ टोमॅटोचे स्टेशन हेड म्हणून कार्यरत.

पत्ता : ७४३, एवॉर्ड संजय अपार्टमेंट, फ्लॅट नं. १४,
टिंबर मार्केटजवळ, शिवाजी पेठ, कोल्हापूर ४१६०१२
फोन : ८८०५००७१२५

रूपाली शिंदे

फर्ग्युसन महाविद्यालय, पुणे येथे मराठी भाषा साहित्याचे अध्यापन. विविध नियतकालिकांतून समीक्षात्मक लेखन प्रसिद्ध

पत्ता : मराठी विभाग, फर्ग्युसन महाविद्यालय, पुणे

विनोद शिरसाठ

साप्ताहिक साधनाचे संपादक. 'सम्यक सकारात्मक' हा साधनामधील निवडक संपादकीयचे संकलनाचे पुस्तक प्रकाशित. 'निवडक नरहर कुरुंदकर' या पांच खंडात प्रकाशित होणारा प्रकल्पाचे संपादक. पहिला खंड 'व्यक्तिवेध' प्रकाशित व दुसरा खंड 'ग्रंथवेध' प्रकाशनाच्या मार्गावर

पत्ता : संपादक, साधना साप्ताहिक, १२६ सदाशिव पेठ, पुणे ३०

मेघा पानसरे (३१ - ११ - १९६५)

एम. ए., पीएच. डी.

शिवाजी विद्यापीठाच्या विदेशी भाषाविभागत रशियन भाषासाहित्याचे अध्यापन. अनुवादक, रशियन साहित्यसंस्कृतीवर व बालवाङ्मयाची काही पुस्तके प्रकाशित. तळघर (मॉक्झिम गॉर्की) या नाटकाचा मराठी अनुवाद. सिर्योझा, गाणारे पीस ही बालवाङ्मयाची दोन पुस्तके प्रकाशित. आंतरराष्ट्रीय चर्चासत्रात सहभाग.

पत्ता : सहा. प्राध्यापक, विदेशी भाषा विभाग, शिवाजी विद्यापीठ, कोल्हापूर ४१६००४. मो. ९८२२४०१८०६

❑

www.ingramcontent.com/pod-product-compliance
Lightning Source LLC
LaVergne TN
LVHW100631051026
849519LV00001B/169
* 9 7 8 9 3 5 1 1 7 0 4 3 3 *